२१ श्रेष्ठ कथा

प्रेमचंद

डायमंड बुक्स

www.diamondbooks.in

प्रकाशक : **डायमंड पॉकेट बुक्स (प्रा.) लि.**
X-30 ओखला इंडस्ट्रियल एरिया, फेज-II
नई दिल्ली-110020
फोन : 011-40712200
ई-मेल : wecare@diamondbooks.in
वेबसाइट : www.diamondbooks.in
संस्करण : 2026

---

21 Shreshtha Kahaniyan (Marathi)
By : Premchand

प्रेमचंदांच्या कथा लेखनामागची भूमिका

कथा, साहित्याचे प्रभावी माध्यम आहे. एक असा आरसा आहे, ज्यात व्यक्ती आणि समाजाचे परस्पर संबंध, क्रिया-विधी, त्याच्या सुख-दुःखाच्या क्षणाची सजीव, हृदयग्राही तसेच मार्मिक प्रतिमा पाहिल्या जाऊ शकते. त्याच्या उन्नती आणि विकासात अनेक कथाकाराने योगदान दिले आहे, ती भाषाशैली, रूप विधान, कला-सौष्ठव आहे की टेक्नीकच्या दृष्टीने अंत्यत महत्त्वपूर्ण आहे. ही हिंदी कथांची उपलब्धी आहे की तिने आपल्या विकसाच्या सुरूवातीच्या काळात मुंशी प्रेमचंदसारख्या मानवी मनाच्या कुशल चित्रकार मिळाले ज्यांच्या कथा-साहित्याने केवळ हिंदू-ऊर्दूमध्ये एका नव्या युगाची सुरूवात केली. तर आपल्या वैचारीक अभियानाद्वारा समाजाच्या पोकळ अभिमानावर तीव्र प्रहार करीत एक नव्या आणि कल्याणकारी परंपरेचा पाया देखील रचला. हा हिंदी कथांच्या प्रभावाचे एक प्रखर उदाहरण आहे की जीवनाचे अनेक घात-प्रघात सहन करीत असताना देखील त्याने मुंशीजीच्या महान उद्देश आणि जीवन पंरपरेपासून स्वतःला वेगळे होऊ दिले नाही.

प्रेमचंदांच्या कथांचा उद्देश महान आहे आणि विषयाची निवड करताना त्यांनी आकाशाला कवेत घतले आहे. हिंदीचे प्रख्यात समीक्षक डॉ. गौतम सचदेवने मुंशीजीच्या कंथाचे मूल्यमापन करताना अगदीच योग्य आणि सारगर्भीत वक्तव्य केले आहे. ते म्हणतात, 'विचार तत्व त्यांच्या कथांचा निर्देशक आहे. विचाराला गुंडाळून त्यात कथा विस्तार करून दाखवणे प्रेमचंदांच्या कथाकथनाचे महत्वपूर्ण अंग आहे. इथे हे विचारले जाऊ शकते की एखाद्या विचारानुसार पात्र, घटना तसेच परिस्थितीची कल्पना करू शकता किंवा हे सगळं समोर ठेवून विचाराचा संदर्भ प्रदान करतात? लाहोरचे मासिक पत्र 'नौरंगे खयाल' ने उत्तर दिले होते, 'माझ्या कथा बुहदा कोणत्या न कोणत्या प्रेरणा किंवा अनुभवावर आधारीत असात. त्याला मी नाटकीपणा देण्याचा प्रयत्न करतो. केवळ घटनेचे वर्णन करायचे आहे म्हणून किंवा 'मनोरंजक घटना' सांगायची म्हणून कथा लिहीत नाही. कथेत मी एखादा विचार किंवा भावना व्यक्त करण्यावर भर देतो. जोपर्य तसे काही वाटत नाही, मी कथा लिहीत नाही. प्रेमचंदाची वरील वक्तव्य आज देखील प्रासंगिक आहेत.'

प्रेमचंदाची प्रत्येक कथा मानवी मनाच्या अनेक दृष्य, चेतनाचे अनेक अंग, सामाजिक कुप्रथा तसेच आर्थिक उत्पीडनाच्या विविध आयामला आपल्या संपूर्ण कलात्मकतेसोबत जोडते. कफन, नमक का दरोगा, शतरंज के खिलाडी, पूस की रात, दो बैलो की कथा,

वासने की कडियाँ, दुनिया का सबसे बडा अनमोल रतन इत्यादी सेकडो रचना अशा आहेत, ज्या विचार आणि अनुभूती दोन्ही पातळीवर वाचकांना आज देखील प्रेरित करते. त्या अमर कथाकाराच्या मानवी गौरवाच्या बाजूने केलेली एक घोषण आहे. समाजातील गरीब वर्ग आर्थिक आणि सामाजिक यंत्रणाचे बळी माणसाच्या अधिकारासाठी झगडणारे मुंशीजींच्या कथा आपल्या साहित्याची प्रबळ बाजू आहे.

शैल्पिक वैशिष्ट्याच्या दृष्टीने देखील प्रेमचंदाच्या कथा अत्यंत महत्त्वपूर्ण आहेत. आपल्या समकालीन कथा साहित्य आणि परवर्ती पिढीला त्यांच्या कथांनी मोठ्याप्रमाणात प्रभावित केले आहे. कथेच्या रचनेतच ते चैतन्यपूर्ण शैल्पिक तयार करतात. स्वाभाविक पात्र, विश्वासनीय घटना आणि सहज स्थितीच्या माध्यमातून त्यांच्या कथांचा जन्म आणि विकास होतो. कथांचा गर्भ आणि बाह्य स्वरूप आपल्या संपूर्ण वैशिष्ट्यांना उलगडत वाचक मनाला प्रेरित करतो. याच वैशिष्ट्यामुळे प्रेमचंदजी अज देखील तितकेच प्रासंगिक आहेत, जितके पाच दशकापूर्वी होते. त्यांच्या कथा कालबाह्य होत नाहीत.

प्रेमचंदच्या अमर कथा साहित्याला वेगळ्याच पद्धतीने डायमंडच्या सुजान वाचकासमोर कमी दरात उपलब्ध करून देण्याचा आमचा विचार होता. प्रस्तुत संकलन त्या प्रयत्नाचाच एक भाग आहे.

-नरेंद्र कुमार

अणुक्रमणिका

१) नशा

ईश्वर एक मोठ्या जमीनदाराचा सुपुत्र होता आणि मी गरीब क्लार्कचा. ज्याच्याजवळ कष्टाशिवाय दुसरी संपत्ती नव्हती. आमच्या दोघात परस्पर वादविवाद व्हायचा. मी जमीनदारांच्या विरोधात बोलायचो. त्यांना हिंसक पशू आणि खून शोषणारा जीव आणि वृक्षाच्या अंगावर पोषणारा वांझ म्हणायचो. तो जमीनदाराच्या बाजूने बोलायचा पण वास्तवात त्याची बाजू कमजोर पडायची. कारण जमीनदारांच्या बाजून बोलायला त्याच्याकडे काही मुद्देच नसायचे. असे म्हणायचा की, सर्व माणसे सारखे नसतात, लहान मोठे असतात आणि हे कायम असेल, असे दुर्बल मुद्दे असायचे. एखाद्या व्यक्तिकृत किंवा नैतीक नियमाव्दारे या व्यवस्थेला आदर्श स्वरूप देणे कठीण होतं, मी अशा वाद-विवादात बेंबीच्या देठापासून भाग घ्यायचो आणि मनाला लागणारं बोलायचो. पण ईश्वर पराभूत होऊनही हसत राहायचा. मी त्याला कधी क्रोधीत झालेलं पाहिलं नाही. कदाचित त्याला त्याच्या बाजूची कमजोरी माहीत असावी. नोकरासोबत तो कधी तोंडावर बोलत नसायचा? श्रीमंतामध्ये जी एक निष्ठूरता आणि उध्दटपणा असतो, तो त्याच्यामध्ये ठासून भरलेला होता. नोकराने बिस्तर टाकायला थोडा उशीर केला, दूध गरजेपेक्षा थंड किंवा गरम झालं, सायकल व्यवस्थित स्वच्छ झाली नाही, तर तो स्वतःवरचा ताबा गमावून बसायचा आळस किंवा उद्धटपणा त्याला थोडाही सहन होत नव्हता. पण मित्रांसोबत आणि खास करून माझ्यासोबत त्याचा व्यवहार सौहार्दपूर्वक आणि नम्रतापूर्वक असायचा. कदाचित त्याच्या जागी मी असतो तर माझ्यामध्येही ती निष्ठूरता आली असती, जी त्याच्यामध्ये होती. कारण माझं लोकप्रेम सिध्दांतावर नाही. वैयक्तिक पातळीवर टिकून होतं. पण तो माझ्या ठिकाणी असता तर कदाचित श्रीमंतच असता. कारण तो स्वभावानेच विलासी आणि ऐश्वर्य प्रिय होता.

या वेळेच्या दिवाळीच्या सुट्टीमध्ये मी ठरवलं होतं की घरी जायचं नाही. माझ्याकडे गाडीखर्चासाठी पैसे नव्हते आणि घरच्या लोकांना मला त्रासही द्यायचा नव्हता. मला माहीत होतं. ते मला जे काही देत होते ते त्यांच्या कुवतीपेक्षा जास्त होतं. शिवाय परीक्षा तोंडावर आल्या होत्या. अभ्यास काहीच झाला नव्हता आणि घरी गेल्यावर अभ्यास होत नाही. बोर्डींग हाऊसमध्ये भुतासारखं पडून राहायचा देखील मन करीत नव्हतं. पण ईश्वरने मला ज्यावेळी घरी येण्याचे निमत्रंण दिले. मी तर कसलेही आढेवेढे न घेता तयार झालो. ईश्वरसोबत परीक्षेची चांगली तयारी करता येईल. तो श्रीमंत असूनही कष्टाळू आणि बुद्धिमान आहे.

सोबतच त्यानं म्हटलं-पण बेट्या, एक गोष्ट लक्षात ठेव, तिथे जर तू जमीनदारांच्या विरोधात बोललास तर प्रकरण गंभीर होईल आणि माझ्या घरच्या लोकांना वाईट वाटेल. ती

मंडळी लोकांवर असा दावा करीत राज्य करते की ईश्वरानेच या लोकांना जमीनदारांची सेवा करण्यासाठी जन्माला घातले आहे. लोकही तसेच समजतात. त्यांचा जर सल्ला दिला की जमीनदार आणि इतर लोकांमध्ये मौलीक असा फरक नाही तर जमीनदारी कुठल्या कुठे निघून जाईल.

मी म्हटलं-तर तू समजतोस की मी तिथे गेल्यावर दुसराच कोणी होऊन जावू?

'होय, मी तर असेच समजतो'

'तर तू चुकीचे समजतोस'

ईश्वरने याचे काही उत्तर दिले नाही. कदाचित त्याने या प्रकरणाला माझ्या विवेकावर सोडून दिलं हे त्याने फार चांगले केले. तो जर त्याच्या मुद्यावर अडून राहीला असता तर मी सुध्दा हट्टाला पेटलो असतो.

२

सेंकड क्लास तर सोडाच मी इंटर क्लासमध्ये सुद्धा कधी प्रवास केला नव्हता. यावेळी सेंकड क्लासमध्ये प्रवास करण्याचे सौभाग्य मिळालं, गाडी तर रात्री नऊ वाजता येत होती. पण प्रवासांच्या उन्मादाने आम्ही सहा वाजताच स्टेशनवर पोहोचलोत.

थोडावेळ इकडे-तिकडे भटकल्यावर रिफ्रेशमेंट रूममध्ये जाऊन आम्ही भोजन केलं. माझा आवतार आणि पाहून चाणक्ष नजरांना हे सांगावं लागलं नाही की मालक कोण आहे, बारदाना संभाळणारा कोण आहे. पण माहीत नाही मला त्यांचं वागणं वाईट वाटत होतं. पैसे ईश्वरच्या खिशातले गेले. माझ्या वडीलांना जो पगार मिळतो. त्यापेक्षा जास्त ह्या स्वयंपाक्यांना बक्षीस-देणगी म्हणून मिळतो. आठ आणे तर ईश्वरने चालता चालता दिले. तरी देखील मी त्या सर्वांकडून त्याच तत्परतेची आणि विनयाची प्रतीक्षा करत होतो. ज्यामुळे ते ईश्वरची सेवा करत होते. ईश्वरने सांगताच सगळेजण का पळत होते, पण मी काही मागितले तर जणू त्यांना काही ऐकायलाच जात नव्हतं? भोजनात माझे लक्ष नव्हते. हा फरक मला माझं लक्ष स्वतःकडे आकर्षित करीत होतं.

गाडी आली आम्ही दोघं गाडीत बसलोत. ईश्वरला निरोप द्यायला आलेल्या नोकर-चाकरानी त्याला सलाम केला. माझ्याकडे पाहिलेही नाही.

ईश्वरने म्हटले-किती विवेक आहे सर्वांना, नाहीतर माझे नोकर एकालाही अक्कल नाही. मी वाईट तोंड करीत म्हटले-अशारितीने तू तुझ्या नोकरांना आठ आणे रोज इनाम दिला तर कदाचित ते अधिक विवेकवादी होतील.

'तर तुला काय म्हणायचे आहे, हे सगळं केवळ इनामच्या लालचेपोटी इतकी इज्जत करतात?'

'नाही नाही, विवेक आणि इज्जत तर त्यांच्या रक्तात आहे' गाडी निघाली. टपाल गाडी होती. प्रयागवरून निघून ती प्रतापगढ येथे थांबली. एका व्यक्तिने आमचा दरवाजा उघडला. मी लगेच ओरडलो. सेकंड क्लास आहे. दुसरा वर्ग आहे. त्या प्रवाशाने डब्यात प्रवेश करत माझ्याकडे एका विचित्र उपेक्षाने पहात म्हटले. उत्तम, नोकराला देखील कुठे

बसावे ते कळते, तू तर मधल्या बर्थवर बसलास मला किती लाज वाटली ते सांगू शकत नाही.

पहाटे पहाटे आम्ही मुरादाबादला पोहोचलो. स्टेशनवर अनेकजण आमचं स्वागत करायला उभे होते. दोन सभ्य पुरूष, पाच हमाल वेठाबिगार, त्यांनी आमचं सामान उचललं. दोन्ही सभ्य गृहस्थ मागे मागे चालले. एक मुसलमान होता. रियासत अली, दुसरा ब्राम्हण होता शंतनु. दोघांनी माझ्याकडे अनोळखी नजरेने पाहिलं. जणू त्यांना म्हणायचं होतं की कावळा हंसासोबत कसा?

रियासत अलीने ईश्वरला विचारले-'हे पाव्हणं तुमच्यासोबत शिकतात?'

ईश्वरने उत्तर दिलं-होय, आम्ही सोबतच शिकतो आणि सोबतच राहातो. असे समजा की आपल्या मेहरबाणीने मी इलाहाबादला थांबलोय नाहीतर कधीच लखनौला आलो असतो. यावेळी मी त्याला घेऊन आलोय, त्याच्या घरी अनेकदा बोलावणं आलं होतं पण मी येणार नाही म्हणून सांगितलं. शेवटची तार अर्जंट होती. जिची फीस चार आणे प्रतिशब्द आहे!

दोन्ही सभ्य गृहस्थांनी माझ्याकडे विस्मित नजरेने पाहिलं. आदरयुक्त भीती दाखवत असल्याचे नाटक करीत असल्याचे दिसले.

रियासत अलीने अर्धशंकेच्या स्वरात म्हटले-पंरतु तुम्ही फारच साधारण पेहरावात राहता.

ईश्वराने शंका दूर केली-महात्मा गांधीचे अनुयायी आहेत महोदय! खादीशिवाय दुसरं नाही वापरतच नाहीत. दुसरे सगळे कपडे जाळून टाकलेत. असं समजा की रजा आहे. अडीच लाख वार्षीक उत्पन्न आहे पण आवतार पहा कोणीही म्हणेल की अनाथ आश्रमातून घेऊन आलेत.

शंतनु म्हणाले-श्रीमंताचा असा स्वभाव फारच कमी पहायला मिळतो. कोणी विश्वास ठेवणार नाही.रिसायत अलीने समर्थन दिलं-आपले महाराज चांगदेवाला पाहीलं असतं, तर तोंडात बोट घातले असते. एक घावटीची बंडी आणि चामड्याचा बूट घालून बाजार-बाजार फिरत, ऐकण्यात आलय की, एकदा वेठाबिगारी करताना पकडल्या गेले.

मी आतून तुटत चाललो होतो. पण काय माहीत नव्हतं की हे प्रकाशाइतकं खोटं मला त्यावेळी हास्यास्पद वाटत नव्हतं. त्याच्या प्रत्येक वाक्यागणिक त्या काल्पनिक वैभवाच्या जवळ चाललो होतो.

मी घोडेस्वार नाही. पहा हो, लहानपणी अनेकदा मी ओझेवाहू घोड्यावर बसलो होतो. समोर पहातोय तर दोन घोडे आमच्यासाठी उभे. माझा तर जीवच निघून गेला. बसलो खरा. पण शरीराचा थरकाप उडाला. मी चेहऱ्यावर तसे भासू दिले नाही. घोडयाला ईश्वरच्या मागे घेतले. यामुळे वाचलो की ईश्वरने घोड्याला पळवलं नाही. नाहीतर कदाचित मी हात-पाय मोडूनच परत आलो असतो. ईश्वरने मला समजून घेण्याची शक्यता आहे की मी किती पाण्यात होतो.

३

ईश्वरचे घर ते कसले, किल्लाच समजा. राजवाड्यासारखा दरवाजा तिथे फेरफटका मारणारे राखणदार नोकरांचा तर हिशोबच नाही. एक हत्ती बांधलेला, ईश्वरने त्याच्या वडील,

चुलता, आजोबासोबत माझा परिचय करून दिला आणि तोही त्याच अतिशयोक्तीसहीत असे वातावरण निर्माण केले की विचारू नका. नोकर-चाकरच नाही तर घरातील सर्वच मंडळी माझी इज्जत करायचे. गावातले जमीनदार, लाखोंचा नफा पण पोलीस कॉस्टेबललाच अधिकारी समजणारे अनेक महाशय तर मला हुजूर-हुजूर म्हणायला लागले.

थोडसा निवांत वेळ मिळाल्यावर मीच ईश्वरला म्हटले-'तू तर मोठाच सैतान आहेस यार. माझ्या मातीला पोलाद करणे चालवलेस?'

ईश्वरने मुक्त हसत म्हटले-'या गाढवासाठी हेच नाटक ठीक आहे नाहीतर सरळ बोललेही नसते.'

थोड्या वेळाने एक न्हावी आमचे हातपाय दाबायला आला. कुमार स्टेशनवरुन आलेत, थकलेत. ईश्वरने माझ्याकडे बोट करत म्हटले-'पहिल्यांदा कुमारचे पाय दाबा.'

मी खाटेवर पडलो होतो. माझ्या जीवनात माझे पाय दाबण्याचे उदाहरण सांगता येणार नाही. मी याला श्रीमंताचे चोचले, श्रीमंताचा गाढवपणा आणि माहीत नाही काय काय म्हणत ईश्वरचा उपहास करीत होतो आणि मी श्रीमंत असल्याचे नाटक करीत होतो.

अशातच दहा वाजले. जुन्या वळणाची मंडळी होती. आधुनिक विचार तिथे पोहचले नव्हते. आतून जेवनासाठी बोलावणे आले. आम्ही स्नान करायला गेलोत, मी नेहमी माझी लुंगी अर्धी करायचो. पण इथं ईश्वरमुळे मी ती पूर्ण मोकळी सोडली. आपल्या हाताने स्वतःची लुंगी हातात धरायला लाज वाटत होती. आत जेवायला गेलोत. हॉस्टेलमध्ये बुटासहीत मेजवर बसता येत होतं. इथं हात-पाय धुणे गरजेचे होते. कहार पाणि घेऊन उभा होता. ईश्वरने पाय पुढे केले. कहाराने त्याचे पाय धुतले. मी सुध्दा पाय पुढे केले. कहाराने माझे पाय देखील धुतले, माहीत नाही माझे ते विचार कुठे गेले होते.

४

वाटलं होतं, खेड्यात एकाग्र होऊन खूप अभ्यास करता येईल. पण सारा दिवस ईकडे-तिकडे उनाडक्या करण्यात जायचा. कधी नदीतल्या वाळूवर फेरफटका मारायचोत, कधी मासे किंवा पाकोळयांच्या मागे धावायचे, कधी पहिलवांनाची कुस्ती पहायची तर शतरंजचा खेळ. ईश्वर अंडी मागवायचा आणि खोलीमध्ये स्टोव्हवर आमलेट तयार करायचा. नोकराची एक तुकडी सेवेला तत्पर राहायची. स्वतः काही करावे लागत नसायचे. केवळ हुकूम सोडायचा. अंघोळ करायची झाली तर त्यासाठीही माणूस हजर. झोपले तर हवा मारण्यासाठी माणूस उभा.

मी महात्मा गांधीचा कुमार शिष्य म्हणून प्रसिध्द होतो. आत-बाहेर माझा धाक होता. नास्ता करायला थोडा जरी उशीर झाला तरी कुमार साहेब नाराज होतील याची चिंता त्यांना असायची. बिछाना वेळेवर लावल्या जायचा, कुमार साहेबांची झोपण्याची वेळ झालेली आहे, मी ईश्वरपेक्षा नाजूक बनलो होतो किंवा तसे होण्यास मला मजबूर केले होते. ईश्वर तरी स्वतःचा बिछाना स्वतः टाकायचा पण माझ्यासारख्या पाहूण्या कुमारचा बिछाना म्हणून ते धावत यायचे. मीच माझा बिछाना टाकला तर त्यांच्या मोठेपणाला खोट लागली असती ना!

एक दिवशी खरोखरच तसे झाले. ईश्वर घरी होता. कदाचित आपल्या आईसोबत चर्चा करताना उशीर झाला असेल. इथेच दहा वाजले. मला झोप आली होती. पण बिछाना कसा

टाकू? कुमार होतो ना? साडे अकरा वाजले असतील. गणपत आला, फारच चाभरा नोकर होता. घर कामातून माझा बिछाना टाकायला त्याला वेळच मिळाला नाही. आता आठवण आली तर पळत आला. मी देखील अशी खरडपट्टी काढली की तो विसरणार नाही.

माझं बोलणं ऐकून ईश्वर बाहेर आला आणि म्हणाला-तू चांगलं केलस. हे सगळे हरामखोर त्याच लायकीचे आहेत.

अशारितीने ईश्वर एक दिवशी एका ठिकाणी मेजवाणीला आमंत्रीत होता.
सायंकाळ झाली, पण दिवा लावला नव्हता. लॅप मेजवर ठेवला होता. दिवा देखील तिथेच होता. पण ईश्वर स्वतः दिवा लावत नव्हता, मग कुमार साहेबांनी कसं जावं? मी गोंधळलो होतो. वर्तमानपत्र दाईनं ठेवलं होतं. लक्ष तिकडे लागले होते. पण उजेडाचे तिन तेरा होते. योगायोगाने त्याच वेळी मुंशी रियासत अली आले. मी त्यांच्यावरच खेकसलो. त्याला असं बोलणं बसलं की बिचाऱ्याचं माकड झालं-'तुम्हा लोकांना इतकीही अक्कल नाही की दिवा लावावा. माहीत नाही अशा कामचुकार लोकांना इथं ठेवलं तरी कसं जातं, माझं तर इथं एकतास राहाणं कठीण झालय.'

रियासत अलीने थरथरत्या हाताने दिवा लावला.

तिथे एक ठाकुर वारंवार यायचा. काहीसा मनकवडा व्यक्ति आहे. महात्मा गांधीचा कट्टर भक्त होता. मला गांधीजीचा शिष्य समजून माझी इज्जत करायचा. पण मला काही विचारायला संकोच करायचा. एक दिवशी मी एकटा आहे हे पाहून आला आणि हाताची घडी करता बोलला-'सरकार तर गांधी बाबाचे शिष्य आहेत ना? लोक म्हणतात की स्वराज्य आल्यावर जमीनदारी नष्ट होईल.'

मी शहाणपणा केला-'जमीनदारींची गरजच काय? ही मंडळी गरीबांचे रक्त पिण्याशिवाय दुसरं काय करतात?'

ठाकुरने पुन्हा विचारले-'तर काय सरकार सर्व जमीनदारांची जमीन काढून घेतल्या जाईल?'

मी म्हटलं-'अनेकजण स्वतः देवून टाकतील. जे देणार नाहीत त्यांची जमीन बळजबरीने काढून घ्यावी लागेल. आम्ही तर तयारच आहोत, स्वराज्य मिळताच आमच्याकडील जमीन वेठबिगारांना देवून टाकू.'

मी खुर्चीवर बसलो होतो. ठाकुर माझे पाय दाबू लागला. नंतर म्हणाला- 'आजकाल जमीनदारांचा अत्याचार वाढलाय, सरकार. मला देखील आपल्या भागातील थोडी जरी जमीन मिळाली तरी बरे होईल, सरकार, आपली सेवा करायला मी आपल्यासोबतच येतो.'

मी म्हटले-'अजून मला तसा अधिकार नाही, परंतु जसाही अधिकार मिळेल. मी पहिल्यांदा बोलावून घेईन. तुम्हाला गाडी चालवायचे शिकवून माझा ड्राइव्हर म्हणून ठेवून घेईन.'

ऐकण्यात आलं की त्यादिवशी ठाकुरने खूप भांग पेऊन त्याच्या पत्नीला चांगले बदडले आणि गावातील जमीनदाराच्या विरोधात लढायला सिद्ध झाला.

अशारितीने सुट्टी संपली आणि आम्ही पुन्हा प्रयागला शिकायला गेलोत. गावातले अनेकजण आम्हाला निरोप द्यायला आले. ठाकुर तर आमच्यासोबत स्टेशनर्यंत आला. मी

देखील माझी भूमिका चांगली वठवली होती. विनय आणि महानतेची छटा प्रत्येकाच्या मनात ठेवली होती. वाटत होतं की प्रत्येकाला एक एक सोन्याचं नाणं बक्षीस देवू पण ऐपत कुठे होती? परतीचं तिकट तर होतं फक्त गाडीत बसायचं होतं. पण गाडीत तोबा गर्दी होती. दूर्गा पुजेची सुट्टी संपवून मंडळी परत चालली होती. सेंकड क्लासमध्ये पाय ठेवायला जागा नव्हती. पॅसेंजर डब्याची परिस्थिती यापेक्षाही खराब होती. ही शेवटची गाडी होती. काहीही झालं तरी थांबायला जमणार नव्हतं. मोठ्या प्रयत्नानंतर तिसऱ्या वर्गात जागा मिळाली. आमच्या ऐश्वर्याने तिथे रंग दाखवला होता, पण त्यांच्यात बसणे मला ठीक वाटेना. येताना किती थाटात आलोत आणि आता जाताना उभा राहून, अंग ईकडे-तिकडे करायलाही जागा नव्हती.

अनेकजण शिकले-सवरलेले देखील होते. आपसात इंग्रजी राजवटीबद्दल चांगलं बोलत होते. एक महाशय म्हणाले-'असा न्याय तर कोणत्या राज्यात नाही पहायला मिळाला. लहान मोठे सगळे समान, राजाने जरी कोणावर अन्यास केला तरी कोर्टात त्याचा गळा आवळला जातो.

दुसऱ्या महाशयाने दुजोरा दिला-'अहो साहेब, तुम्ही स्वतः बादशहावर खटला करू शकता.'

एक व्यक्ती, ज्याच्या पाठीवर बोजा होता, कलकत्याला निघाला होता. गठोंड ठेवायला कुठे जागा मिळाली नाही. पाठीवरच बाधंले होते. त्यामुळे त्रस्त होऊन तो वारंवार दरवाज्यात उभा रहायचा. मी दरवाज्या जवळच बसलो होतो. तो आला म्हणजे-त्याच्या गाठोडे माझ्या तोंडाला घासून जायचे. मला त्याचं फार वाईट वाटयचं. तशात हवा लागत नव्हती. तशात त्याचं येणं म्हणजे माझां गळा दाबणच होतं. काही वेळ मी गप्प बसलो. अचानक मला राग आला. मी त्याला पकडून ढकलून दिले आणि चांगल्या दोन ठेवून दिल्या.

त्याने वटारत म्हटले-'का मारताय साहेब, आम्ही सुद्धा तिकीट काढलय.'

मी उठून आणखी दोन-तीन ठेवून दिल्या. गाडीत जणू वादळ उठलं. सगळीकडून माझ्यावर हल्ला झाला.

'इतका नाजूक आहात तर पहिल्या वर्गाच्या डब्यात का नाही बसलास?'

'कोणी मोठा माणूस असेल तर त्याच्या घरचा, मला असं मारलं असतं तर दाखवलं असत'

'काय गुन्हा केला होता बिचाऱ्याने? गाडीमध्ये श्वास घ्यायला जागा नाही, खिडकीतली हवा मिळावी म्हणून उभा राहीला तर त्याच्यावर असा अत्याचार. श्रीमंत झाल्यावर माणूस काय आपली माणूसकी विसरून जातो?'

'हे देखील एक इंग्रजी राज्य आहे. ज्याचे आपण गुणगाण गात होतो'

एक खेडूत बोलला-'कार्यालयात तर येऊ देत नाही, त्यात इतकी घंमेड.'

ईश्वरने इंग्रजीत म्हटले-व्हॉट ॲन ईडियट यू आर, बीर! (What an idiot you are, Bir)

आणि माझी नशा थोडी थोडी उतरल्यासारखे वाटत होते.

२) लॉटरी

लवकर श्रीमंत होण्याची इच्छा कोणाला नसते? त्या काळात ज्यावेळी लॉटरीचे तिकीट आले, माझ्या विक्रम नावाच्या मित्राच्या वडीलांनी, चुलत्यानी, आईनं आणि भावानं, सर्वांनी एक एक तिकीट विकत घेतलं. माहीत नाही कोणाचं नशीबं फळाला येईल? कोणाला जरी मिळाले तरी एकाच घरात राहाणार होता.

पण विक्रमला काही दम निघाला नाही. कोणाला जरी पैसे मिळाले तरी फार झाले, दहा-पाच हजार मिळून जातील. इतक्या कमी पैशात काय होईल? त्यानी मोठमोठ्या योजना आखल्या होत्या. सर्वप्रथम त्याला जगप्रवास करायचा होता. परू, ब्राझील, टिंबक्टू आणि होनोलूलू हे सगळे देश त्याच्या योजनेत होते. तर वादळासरखा महिन्या दोन महिन्यात परत येणाऱ्यापैकी नव्हता. एका-एका ठिकाणी अनेक दिवस मुक्काम ठोकून तेथिल राहणीमान, रीतिरिवाज आदींचा अभ्यास करणे आणि जागतिक प्रवासावर एक मोठा ग्रंथ लिहू इच्छितो. नंतर त्याला एक मोठं ग्रंथालय स्थापन करायचे होते, ज्यामध्ये जगातील उत्तम प्रकारची पुस्तके असतील. ग्रंथालयासाठी त्याची दोन लाख रुपये खर्च करण्याची तयारी होती. बंगला, गाडी आणि फर्निचर तर किरकोळ गोष्टी होत्या. वडील किंवा चुलत्याला लॉटरी लागली तर पाच हजारापेक्षा जास्त मिळणार नाही. आईला लागली तर वीस हजारापर्यंत मिळू शकतात, परंतु बंधुच्या नावावर लागली तर हातात कवडी देखील पडणार नाही. तो स्वाभिमानी होता. घरातील मंडळीकडून तसेच किंवा बक्षीस म्हणून मिळालेले पैसे त्याला अपमानासमान वाटत होते. म्हणत होता-'अरे बाबा, कोणाच्या समोर हात पसरविण्यापेक्षा पाण्यात बुडून मेलेलं बरं, माणसाला या जगात स्वतःचे स्थान निर्माण करता आले नाही तर त्याने या जगाचा निरोप घेतला पाहिजे.'

तो स्वतः बेरोजगार होता. लॉटरीचे तिकीट काढायला कोण पैसे देईल? आणि तो मागणार तरी कसा? त्याने फार विचारपूर्वक म्हटले-'आपण जर सर्वांनी चर्चा करून तिकीट घेतले तर?'

तडजोड मलाही पसंद पडली. मी त्या काळात स्कूल मास्टर होतो. वीस रुपये मिळत होते. त्यात घरखर्च काटकसरीनं चालायचा. दहा रुपयाचे तिकीट घेणे माझ्यासाठी पांढरा हत्ती विकत घेण्यासारखं होतं. एक मार्ग होता, एक महिन्याचं दूध, तूप आणि इतर खर्च टाकून पाच रूपये वाचविता येऊ शकत होते. तरीपण भीती वाटत होती. कोठून तरी पैसे मिळाले तर हिंमत वाढली असती.

विक्रमने म्हटले-'म्हणत असाल तर माझी अंगठी विकून टाकू? सांगेन की बोटातून गळून पडली. अंगठी दहा रूपयापेक्षा कमी नव्हती. तिकीट आलं असतं त्या रक्कनेत काही खर्च न करता तिकीटात अर्धा हिस्सा मिळत असेल तर काय वाईट आहे?

अचानक विक्रम पुन्हा बोलला-'परंतु तुला रोकड द्यावे लागतील मी पाच रूपये रोकड घेतल्याशिवाय तडजोड करणार नाही.'

आता मला औचित्य सुचलं. म्हणालो-'नाही मित्रा, ही वाईट गोष्ट आहे, चोरी पकडल्या गेली तर खाली मान घालावी लागेल आणि तुझ्यासोबत मला देखील बोलणं खावं लागेल.'

शेवटी असं ठरविण्यात आलं काही जुनी पुस्तके एखाद्या सेकडं हॅड पुस्तकाच्या दुकानात विकावीत आणि त्या पैशातून तिकीट घ्यावं. पुस्तकाशिवाय आमच्याकडे इतर कोणत्याही निरूपयोगी वस्तू नव्हत्या. आम्ही दोघंही मॅट्रीक पास झालो होतो आणि ज्यांनी डोळे फाडून ग्रॅज्यूएट केले होते ते सुध्दा घरीच पडून होते. आम्ही तिथेच थांबलोत. मी शाळा मास्तर झालो आणि विक्रम निव्वळ रिकामा. आमची जुनी पुस्तके म्हणजे ढीगाशिवाय दुसरं काही नव्हतं आमच्यासाठी आम्हाला जितकी वाचायची होती ती वाचली. काय घ्यायचे ते घेतलं आता उदिरं खाऊ अथवा वाळवी लागो, आम्हाला काही नव्हतं त्याचं. आज आम्ही दोघांनी त्यांना रद्दीतून बाहेर काढलं. आणि स्वच्छ करून एक गठ्ठा बांधला मास्तर होता. मी एखाद्या दुकानावर पुस्तके विकायला संकोचत होता. मला सगळे ओळखत होते. म्हणून ही सेवा विक्रमच्या गळ्यात मारली आणि तो अर्ध्या तासात दहा रुपयाची नोट घेऊन उड्या मारत आला. मी त्याला इतकं आनंदी कधी पाहिलं नव्हतं. पुस्तके चाळीस रुपयापेक्षा कमी रक्कमेची नव्हती. पण हे दहा रुपये आम्हाला त्यावेळी रस्त्यात सापल्यासारखे मिळाले. आता तिकीटात अर्धी भागीदारी होईल. आम्ही याच विचारात तल्लीन होतो.

मी समाधानी स्वरात म्हटले. पाच लाख देखील काही कमी रक्कम नसते.

विक्रम इतका समाधानी नव्हता. म्हणाला-'पाच लाखाचं काय सांगतोस आपल्यासाठी पाचशे देखील खूप आहेत. पण जीवनाचा सारा आराखडाच बदलावा लागला. माझी जगप्रवासाची योजना टाळण्यासारखी नव्हती. ग्रंथालयाचा प्रस्ताव मागे ठेवला येईल.'

मी आक्षेप घेतला-'जग प्रवासात तुझ्याकडून दोन लाखापेक्षा काही जास्त खर्च होणार नाहीत?'

अगदीच नाही. त्यासाठी लागतात साडे तीन लाख.

सात वर्षाचा कार्यक्रम आहे. एक वर्षाचे पन्नास हजार रूपये तर होतात?

'चार हजार महिना म्हण. मला वाटतं, दोन हजारात तुला एक महिना घालवता येईल'

विक्रम चिडत म्हणाला-मी श्रीमंतासारखं राहू इच्छितो. भिकाऱ्यासारखं नाही.

दोन हजारात तुला श्रीमंतासारखं राहता येईल जायर्पंत तू मला माझ्या वाट्याचे दोन हजार देणार नाहीस, ग्रंथालय होणार नाही.

'गरजेचं नाही की तुझं ग्रंथालय प्रशस्त असावं?'

माझ्या पैशातलं तुला काहीही मिळणार नाही. माझ्या गरजा बघ. तुझ्या घरी खूप संपत्ती आहे. तुझ्या डोक्यावर कसलेही कर्ज नाही. माझ्या डोक्यावर तर सर्व कुटुंबाच ओझं आहे. दोन बहिणीचं लग्न आहे. दोन भावांचं शिक्षण आहे, नवीन घर तयार करायचं आहे. मी तर ठरवलं आहे की सारा पैसा सरळ बँकेत जमा करावा. त्याच्या व्याजावरच घर चालवायचं. अशा काही अटी असतील की माझ्या नंतरही त्या रक्कमेला कोणी हात लावणार नाही.

विक्रमने सहानुभुतीच्या स्वरात म्हटले-'खरं आहे, अशा परिस्थितीत तुला क ही मागणे अन्यायकारकच ठरेल, असो. मीच त्रास सहन करीन.'

आता हा प्रश्न निर्माण झाला की तिकीटावर कोणाचे नाव असावे. विक्रमने त्याचे नाव ठेवण्यासाठी फार आग्रह केला. त्याचे नाव नसेल तर तिकीटच काढले जाणार नाही. दुसरा काही पर्याय नसल्याने मी तयार झालो आणि ते ही कसलाही करार न करता. ज्यामुळे मला पुढे खूप त्रास झाला.

२

दिवस जात होते. पहात होताच आमची नजर कॅलेडंवर जायची आमचं घर शेजारी शेजारीच होतं. शाळेत जाण्यापूर्वी आणि शाळेतून आल्यावर आम्ही दोघेही स्वप्नाचे पुल बांधायचोत आणि अशा पद्धतीने की कोणी एकेणार नाही. आम्ही तिकीट घेतले आहे हे आम्हाला माहीत होऊ द्यायचे नव्हते. या रहस्याचे ज्यावेळी सत्यात रुपांतर होईल त्यावेळी लोकांना किती आश्चर्य वाटेल! त्या दृष्याचा नाटकी आनंद व्यर्थ घालविण्याचा आमचा विचार नव्हता.

कुंती आली, ती विक्रमची लहान बहीण होती. आकरा वर्षाची असेल. सहावीत होती आणि वारंवार नापास होत होती, फारच लबाड आणि नखऱ्याची. इतक्या जोरात दरवाजा उघडला की आम्ही दोघं घाबरून उठलोत.

विक्रम रागावत म्हणाला-'फारच सैतान आहेत तू कुंती. कुणी बोलावले तुला इकडं?'

कुंतीने गुप्त पोलिसारखी नजर सगळीकडे टाकत म्हणाली. तुम्ही दोघं दरवाजा बुंद करुन दररोजच कसल्या गप्पा करीत असता? पहावं त्यावेळी बसून असत. ना कुठे फिरायला जाता ना तमाशा पहायला. काही जादू मंतर शिकताय की काय.

विक्रमने तिची मान पकडून हालवत म्हणाला-'होय, एक मंत्र शिकतोय, ज्यामुळे तुला एक असा नवरा मिळेल जो मोजून पाच हजार हंटर रोज मारेल.'

कुंती त्याच्या पाठीवर बसून बोलली-'मी अशा नवऱ्यासोबत लग्न करीन जो माझ्यासमोर शेपूट हालवत उभा राहील. मी मिठाईचे तुकडे फेकीन आणि तो चाटेल. जराही शहणपणा केला तर कानाखाली ठेवून देईन. आईला लॉटरीचे पैसे मिळाले तर पन्नास हजार रुपये मला देईल. फक्त मजा करील. मी दोन्ही वेळा ठाकुरजीकडे आईसाठी प्रार्थना करत आहे. आई म्हणते की मुलीची प्रार्थना ईश्वर ऐकतो. माझं मन मला सांगतय की आईला जरून लॉटरी लागेल.

मला आठवलं, एकदा मी माझ्यात आजोळला गावाकडे गेलो होतो. दुष्काळ पडला होता. जूनचा महिना आला होता पण पाण्याचा एक थेंबही पडला नव्हता. त्यावेळी गावातील लोकांनी वर्गणी गोळा करून कुमारी मुलींना बोलावून प्रार्थना करायला लावली होती, त्याच्या तिसऱ्याच दिवशी मुसळधार पाऊस पडला. निश्चितच कुमारीच्या प्रार्थनेमध्ये ताकद असते.

मी विक्रमकडे आणि विक्रमने माझ्याकडे अर्थपूर्ण नजरेने पाहीलं. डोळ्यानेच आम्ही चर्चा केली आणि निश्चयही केला. विक्रम कुंतीला म्हणाला-'ठीक आहे, तुला एक गोष्ट सांगायची आहे, कोणाला सांगणार तर नाहीस? नाही ना, तू खूप समजदार मुलगी आहेस, कोणालाही सांगणार नाही. यानतंर मी तुझा खूप अभ्यास घेईन आणि तुला पास करीन. विषय असा आहे की आम्ही दोघांनही लॉटरीचे तिकीट घेतले आहे. आमच्यासाठी सुद्धा प्रार्थना करीत जा. जर आम्हाला लॉटरी लागली तर तुला चांगले-चांगले दागिने विकत आणू. खरंच!'

कुंतीला खरं वाटलं नाही. आम्ही शपथा घेतल्या. ती नाटकं करू लागली. ज्यावेळी आम्ही पायापासून डोक्यापर्यंत सोन्याने सजवण्याची प्रतिज्ञा घेतली त्यावेळी ती आमच्यासाठी प्रार्थना करायला तयार झाली.

तिच्या पोटात मनभर मिठाई पचली असती पण ही लहानशी गोष्ट तिला पचली नाही. सरळ घरात गेली आणि क्षणार्धात सर्व घराला ही बातमी समजली. आता ते पहावं तो विक्रमला बोलत होता. आई, चुलता, वडील सारेच केवळ विक्रमची चिंता होती म्हणून किंवा आणखी काही कारण असेन, माहीत नाही बसल्या-बसल्या तुला उचापती सुचतात. पाण्यात पैसे घालवले. घरात इतक्या लोकांनी तिकीट घेतले होते. तुला नसते का दिले त्यातील काही? काय तुला काही दिलं नसतं? आणि तुम्ही पण मास्तर, अगदीच अडाणी दिसता. मुलांना काय चांगलं शिकवणार त्यांना तर उलटेच शिकवणार.

विक्रम तर लाडका मुलगा होता. त्याला आणखी काय बोलणार. नाराज होऊन एक-दोन दिवस जेवण नाही केलं तर समस्या निर्माण होईल. माझ्यावरचा सगळा राग निघेल.

३

विक्रमचे वडील. मोठे ठाकुर साहेब आणि चुलते छोटे ठाकुर साहेब दोघेही भौतीकवादी होते. पूजा-प्रार्थनेची चेष्टा करणारे पूर्ण नास्तीक पण आता दोघेही मोठे निष्ठावंत आणि ईश्वरभक्त झाले होते. मोठे ठाकुर साहेब सकाळी-सकाळी गंगास्नान करायला जात आणि मंदीराला चकरा मारण्यात दुपार करत. सर्व अंगाला चंदन लावत. छोटे ठाकुर साहेब घरीच गरम पाण्याने अंघोळ करीत आणि संधिवाताने त्रस्त असूनही राम नाम लिहीणे सुरु करीत. ऊन कमी झाल्यावर पार्ककडे फिरायला जात आणि चिमण्यांना दाणे भरवत. सायंकाळ होताच दोघे भाऊ ठाकुरजीच्या मंदीरात जाऊन मध्यरात्रीपर्यंत भागवत कथा तल्लीन होऊन ऐकत. विक्रमचे मोठे बंधू प्रकाशचा साधु-महात्म्यावर जास्त विश्वास होता. तिथे मठं आणि साधुंचा आखाडा तसेच कुट्यांना स्वच्छ करीत आणि माताजीला पहाटेच्या आधी स्नान, पूजा आणि वृत्ताशिवाय दुसरं काम नव्हतं. त्या वयातही त्यांना शृंगाराची आवड होती. पण अलिकडच्या काळात त्या तपस्वीनी झाल्या होत्या. लोकं विनाकारण लालसेला वाईट समजतात. मी तर असे समजतो की आपल्यामध्ये जी भक्ती, निष्ठा आणि धर्म प्रेम आहे

ते केवळ आपली लालसा, आपली हवस यापुढे आहे. आपला धर्म स्वार्थावर टीकलेला आहे. लालसा मनुष्याच्या मन आणी बुद्धिवर इतका परिणाम करते हे माझ्यासाठी अगदीच वेगळा अनुभव होता. आम्ही दोघेही ज्योतिषी आणि पंडितांना कधी-कधी अनेक प्रश्न विचारून स्वतःला दुःखी करून घ्यायचोत.

लॉटरीचा दिवस जसजसा जवळ येत होता. आमच्या मनाची शांती भंग होत होती. नेहमी तिकडेच लक्ष लागलेलं असायचं. मला विनाकारण अशी शंका वाटू लागती की जर विक्रमने मला माझा हिस्सा देण्याचे नाकारले तर मी काय करणार होतो. तिकीटात तुझा काही हिस्साच नाही असे म्हणाला तर काय करावं. ना कोणी साक्षीदार आहे ना कसला पुरावा. सगळं काही विक्रमच्या नियतीवर आहे. त्याची नियत फिरली की माझी वाट लागलीच म्हणून समजा. कुठे तक्रार नाही करु शकत. तोंड देखील उघडू शकत नाही. आता काही म्हणावं तर त्याचाही काही फायदा नाही. त्याच्या नियतीमध्ये खोट असेल तर तो आत्तापासूनच नाही म्हणेल. जर नसेल तर ही शंका त्याच्या मनाला वेदना देईल. माणूस तर तसा नसतो पण पैशानं इमान बिघडतो. अजून तर पैसा मिळाला नाही. अशावेळी ईमान ठेवल्यास काय नुकसान होईल? परीक्षेची वेळ त्यावेळी येईल ज्यावेळी दहा लाख हातात पडतील. मी माझ्या मनाला प्रश्न केला-जर तिकीट माझ्या नावावर असतं आणि मला दहा लाख रुपये मिळाले तर काय खरोखरच आढेवेढे न घेता अर्धी रक्कम विक्रमला दिली असती? म्हणेल- तू मला पाच हजार रुपये दिले होते-'त्याचे दहा घे. शंभर घे आणि काय करणार. पण नाही. माझ्याकडून इतकी बेईमानी होणार नाही.'

दुसऱ्या दिवशी आम्ही वर्तमानपत्र पहात असतानाच अचानक विक्रमने म्हटले-'चुकून मला लॉटरी लागली तर तुला अर्धा वाटा दिल्याचा मला पश्चाताप होईल.'

तो सरळपणे हसला. पण हा त्याच्या मनाचा आवाज होता. ज्याला तो गंमतीच्या आड लपवू इच्छितो.

मी चकित होत म्हटलं-खरोखर! पंरतु तुझ्यासारखाच मलाही पश्चाताप का होऊ नये?

'पंरतु तिकीट तर माझ्या नावावर आहे'

'ठीक आहे, कल्पना कर तुझी भागीदारी मला मान्य नाही?'

'माझं रक्त गरम झालं, डोळ्यासमोर अंधार पसरला'

'मी तुला इतका बेईमान समजत नव्हतो'

'पण पाच लाखासाठी हे शक्य आहे! विचार कर. डोकं ठिकाणावर राहात नाही.'

'अरे बाबा अजून कुठे वेळ गेली आहे, लिहून घ्यायचे तर घे. संशय घ्यायला जागा नको!'

विक्रमने हसत म्हटले- तू फारच शंकाखोर आहे! मी तुझी परीक्षा घेत होतो. अरे, असं कसं होईल? पाच लाखाची सोड, पाच करोडसाठी ईश्वराने हस्तक्षेप केला तरी नियत बिघडणार नाही. पंरतु त्याच्या या बोलण्यावर माझा विश्वास बसेना. मनात संशय कायम होता.

मी म्हटलं-हे तर मला माहीत आहे. तुझी नियत कधी खराब नाही होऊ शकत. पण लिहून घेतले तर काय फरक पडतो?

'व्यर्थ का असेना'

तर चांगल्या कागदावर लिहावे लागेल. दहा लाखासाठी कोर्ट फीसला सात हजार लागतील. कोणत्या भ्रमात आहेस तू? मी विचार केला. या बेट्याच्या विरोधात साध्या कागदावर लिहून घेतले तर कसलीही कारवाई करता येणार नाही. पण त्याला लज्जीत करण्याचा. त्याला अपमानित करण्याचा. सर्वांसमोर बेईमान सिध्द करण्याची यापेक्षा चांगली संधी हाती असणार नाही. आणि जगात जर बदनामीची भीती नसेल तर माहीत नाही माणूस काय काय करील. अपमानाची भीती कायद्याच्या भीतीपेक्षा कोणत्याच बाबतीत कमी नव्हती.

म्हणाला-साध्या कागदावर लिहीले तरी चालेल.

विक्रमने बेजबाबदारपणे म्हटले-ज्या कागदाचं काही कायदेशीर महत्व नसेल त्याच्यावर लिहून वेळ तरी व्यर्थ का घालवावा?

माझी खात्री झाली होती की विक्रमच्या नियतीमध्ये आत्तापासूनच खोट आली होती. नाही तर साध्या कागदावर लिहून घ्यायला काय अडचण होती? रागात म्हटले-तुझी नियत तर आतापासूनच खराब चालली आहे

त्याने निर्लज्जपणे भरले-तर काय तू हे सिद्ध करून दाखवू शकतो का की अशा परिस्थितीत तुझी बदलणार नाही?

'माझी नियत इतकी कमकुवत नाही'

'राहू दे मोठा आला नियतीवाला. चांगले-चांगले पाहीलेत. तुला आत्ताच लिखापढी करावी लागेल. माझ्या तुझ्यावर विश्वास राहीला नाही'

'तुझा जर माझ्यावर विश्वास नसेल तर मी देखील नाही लिहून देणार'

'तर तुला काय वाटतं, तुला माझे पैसे हडप करता येतील?'

'कोणाचे रुपये आणि कसले?'

'मी सांगून ठेवतो विक्रम, आपली दोस्ती तुटली तरी चालेल, पण याचा परिणाम वाईट होईल'

माझ्यात एक हिंसक वृत्ती जागृत झाली होती.

अचानक घरातून कसलातरी आवाज आला. त्याने माझं लक्ष विचलीत केलं, जिथे ठाकुर बसतात, त्यांच्यात अशी मैत्री होती जी दोन आदर्श बंधुमध्ये असू शकते. राम आणि लक्ष्मणमध्येच इतकी असू शकते. आवाजच काय मी त्यांच्यात साधा विवाद होताना पाहीला नव्हता. मोठ्या ठाकुरने सांगितलेलं छोट्या ठाकुरसाठी प्रमाण होतं आणि छोट्या ठाकुरची इच्छा लक्षात घेऊनच मोठे ठाकुर शब्द टाकत. आम्हा दोघाला आश्चर्य वाटलं. घराच्या दरवाज्यात जाऊन उभा राहिलोत. दोघे भाऊ आपल्या-आपल्या खुर्चीतून उठले होते. एक-

एक पाऊल पुढे आले होते. लाल डोळे, वेडंवाकडं तोडं. काहीतरी बिनसल्या सारखं. वाटत होतं की भांडण होण्याच्या बेतात होते.

आम्हाला पाहून छोटे ठाकूर मागे हटत म्हणाले-एकत्रित कुटुंबात जे काही आणि कोठूनही आणि कोणाच्याही नावावर असले तरी ते सगळ्याचे आहे समान.

मोठ्या ठाकुरने विक्रमला पहात एक पाऊल पुढे टाकत म्हटले-अगदीच नाही. जर मी काही गुन्हा तर मला पकडले जाईल, एकत्रित कुटुंबाला नाही. मला शिक्षा मिळेल. एकत्रित कुटुंबाला नाही. हा वैयक्तिक प्रश्न आहे.

'याचा निर्णय कोर्टात होईल'

खुशाल कोर्टात जा. जर माझ्या मुलाच्या, बायकोच्या किंवा माझ्या नावावर लॉटरी लागली तर तुमचा काही संबंध असणार नाही जसा तुमच्या नावावर लॉटरी लागल्यावर माझा, माझ्या बायकोचा किंवा मुलाचा काहीही संबंध असणार नाही.

'मला जर तुमची नियत आधी समजली असती तर मी देखील बायको-मुलाच्या नावानं तिकीट घेतलं असतं'

'ही तुमची चूक आहे'

'यामुळे की माझा विश्वास होता, तुम्ही माझे भाऊ आहात'

'हा जुगार आहे. तुम्हाला समजायला पाहिजे होतं. जुगाराच्या निकालाचा कुटुंबावर काही परिणाम पडू शकत नाही. उद्या जर तुम्ही पाच-दहा हजार रेसमध्ये गमावून बसलात तर कुटुंब त्याला जबाबदार असणार नाही.'

'पण भावाचा अधिकार हिरावून तुम्ही सुखी होणार नाहीत'

'आपण ना कोणी ब्रम्हा आहात ना महात्मा'

विक्रमच्या आईने ऐकलं की दोन्ही भावामध्ये जुंपली आहे आणि भांडण होण्याच्या बेतात आहे. तर पळतच बाहेर आली आणि दोघांना समाजावून सांगू लागली.

छोट्या ठाकुरने बिघडत म्हटले-तुम्ही मला काय समजता. त्यांना समजावून सागा जे चार तिकीट विकत घेऊन बसलेत. माझ्याजवळ काय आहे, एक तिकीट. तेच लागेल कशावरुन! माझ्या मते ज्यांना रुपये मिळण्याची चौपट शक्यता आहे, त्यांची नियत बिघडली तर, लज्जा आणि दुखाची गोष्ट आहे.

ठ्कुराइन बाईनं दीराला आधार देत म्हटले - ठीक आहे, माझ्या तिकीटातले अर्धे तुमचे. आता तर खूश आहात?

मोठ्या ठाकुरने बायकोचा शब्द पकडला-अर्धे कसे देशील? मी एक कवडी सुद्धा देणार नाही. आम्ही मानमर्यादा आणि सऱ्हदयता दाखवतो. तरीपण त्याला पाचव्या वाट्यापेक्षा काहीही झालं तरी जास्त मिळणार नाही. अर्धा हिस्सा कोणत्या नियमानुसार होईल? ना बौद्धिक, ना धार्मिक, ना नैतिक.

छोट्या ठाकुरने आक्रमक होत म्हटले-'सगळया जगाचा कायदा तुम्हा एकट्याला तर माहीत आहे!'

'माहीत आहे, तीस वर्षापर्यंत वकीली नाही केली?'

'अंगातली वकीली पळून जाईल ज्यावेळी कलकल्याचा बॅरिस्टर उभा करीन'

'बॅरिस्टरची ऐसी-तैसी, मग तो कलकत्याचा असो नाही तर लंडनचा'

'मी अर्धा हिस्सा घेईल. जसा घरच्या संपत्तीत माझा अर्धा वाटा आहे'

इतक्यात विक्रमचे मोठे बंधु डोक्याला आणि हाताला पट्टी बांधून, लंगडत कपड्यावर ताज्या रक्ताचे डाग लागलेले. प्रसन्न चेहऱ्यानं येऊन आराम खुर्चीत बसले. मोठ्या ठाकुरने घाबरत म्हटले-अरे बाबा काय करून आलास हे? ह्या जखमा कशा झाल्यात? कोणासोबत भांडण तर केले नाहीस?

अगं आई गं म्हणत प्रकाश खुर्चीत रेलून बसला आणि नंतर म्हणाला - काहीही झालेलं नाही. असं काही फार लागलं नाही.

'कसे म्हणतोस की काहीच झालं नाही? सारा हात आणि डोकं तर सुजलय. कपड्यावर रक्त आहे. ही भानगड काय आहे? काही मोटार अपघात वगैरे तर नाही झाला?'

'अगदीच किरकोळ जखम आहे. दोन-चार दिवसात भरून निघेल. घाबरण्यासारखं काही नाही'

प्रकाशच्या चेहऱ्यावर आशापूर्ण, स्मित हास्य होतं. राग, लज्जा किंवा बदल्याची कसलीही भावना नव्हती.

मोठ्या ठाकुरने व्याकूळ होत विचारले-'परंतु काय झालयं हे का नाही सांगत? कोणासोबत भांडण झाले असेल तर पोलिसात तक्रार करु?'

प्रकाशने मोकळ्या मनाने म्हटले-'कोणासोबतही भांडण झालेलं नाही. प्रकरण असे आहे की, मी जरा झक्कड बाबाकडे गेलो होतो. तुम्हाला तर माहीतच आहे की तो माणसाचं तोंड पहाणेही पंसद करत नाही आणि दगडं घेऊन मागे लागतो. जो घाबरुन पळाला त्याला तो सोडत नाही, जो दगडाचा वर्षाव झेलून त्याच्यामागे जातो त्याचा परीस होतो. त्याची हिच परीक्षा असते. आज मी तिथे गेलो, असेल पन्नास लोकांचा घोळका जमलेला, कोणाच्या हातात मिठाई, कोणाच्या हातात मौल्यवान भेट वस्तू. कोणी कपडे घेऊन. झक्कड बाबा ध्यानावस्थेत बसलेले होते. अचानक त्याने डोळे उघडले आणि समोर हा जमाव. जवळचे दगडं घेऊन लागले त्यांच्या मागे, मग काय उडाला 'गोंधळ'. लोक पडता-पडता सावरले. एकच घाई, एकही थांबला नाही. एकटा मी तासभर टिकून होतो. केली त्याने वर्षाव सुरू झाला. पहिला दगड बसला डोक्यात. त्याचा नेम वाया जात नव्हता. डोकं सुन्न झालं. रक्त वाहू लगालं. पण मी जागच्या जागी. नंतर बाबाजीने दुसरा दगड फेकला. तो लागला हातावर. मी खाली पडलो. भोवळ आली. शुद्धिवर आलो त्यावेळी तिथे कोणीच नव्हतं. बाबादेखील निघून गेले होते. अंतर्धान पावले होते. कोणाला बोलवू, कोणाला गाडी आणायला सांगू? हात जणू मोडून पडल्यासारखं वाटत होतं आणि डोक्यातून अजून रक्त वहात होतं. कसाबसा उठलो आणि सरळ डॉक्टरकडे गेलो. त्यांनी सांगितले की हाडं मोडले आहे आणि पट्टी बांधली. गरम पाण्याची उब द्यायला सांगितले आहे. संध्याकाळी पुन्हा

जावे लागेल. जखम झाली तर झाली पण आता लॉटरी मलाच लागणार म्हणजे लागणार. हे निश्चित झालं. असे होत नाही की झक्कड बाबाचा प्रसाद मिळाल्यावर कोणाचे काम झाले नाही. मी तर सर्वप्रथम बाबासाठी आश्रमाचे बांधकाम करीन.

मोठ्या ठाकुरांच्या चेहऱ्यावर समाधान दिसले. ताबडतोब खाट टाकली. प्रकाश त्यावर झोपला. ठकुराईन वारा घालू लागली. तिच्याही चेहऱ्यावर समाधान होतं. दहा लाखाच्या बदल्यात इतका मार म्हणजे सौदा काही नुकसानकारक नव्हता.

छोट्या ठाकुरच्या पोटात कावळे ओरडू लागले होते. जसे मोठे ठाकुर जेवण करायला गेले आणि ठकुराइन सुद्धा प्रकाशसाठी जेवणाचा बंदोबस्त करायला गेली. तसे छोट्या ठाकुरने प्रकशला विचारले-काय फारच जोराने दगडं मारतात? जोरानीच मारत असतील?

प्रकाशने त्यांच्या बोलण्याचा आशय ओळखला-अहो, दगडं नाहीत जणू बॉम्ब गोळेच आहेत. दैवी व्यक्तिमत्व आहे, आणि धष्टपुष्ट इतके की एका ठोशाात वाघचं काम तमाम करुन टाकतात. कोणी किरकोळ व्यक्ती असेल तर एका दगडात कायमचा बसतो. कितीतरी मेले आहेत. पण आजपर्यंत झक्कड बाबावर खटला नाही. एखादा खाली पडत नाही, बेशुद्ध होत नाही तोपर्यंत ते मारतच राहतात. पण रहस्य आहे आहे की एखादा जितका मार सहन करील तितका तो त्याच्या उद्दिष्टांच्या जवळ जातो.

प्रकाशने असे विदारक चित्र उभे केले की छोटे ठाकुर साहेब चांगलेच घाबरले. दगडं खाण्याची त्यांची काही हिंमत झाली नाही.

४

शेवटी नशीब ठरवणारा दिवस उजाडला-बावीस जुलै म्हणजे कत्ल की रात्र. आम्ही सकाळी असे जागी झालोत जसे की कशाची नशा चढावी. ती होती आशा आणि द्वंदाची. दोन्ही ठाकुरांनी रात्रीच गंगास्नान केलं होतं आणि मंदिरात बसून पूजापाठ करीत होते. आज माझ्या मनातही श्रद्धा जागृत झाली. मंदिरात जाऊन मनातली मनात स्तुती करू लागलो-अनाथांचे नाथ, तुमची कृपादृष्टी काय माझ्यावर नसेल? काय तुम्हाला माहीत नाही, आम्ही किती समस्या असताना तिकीटं घेतले आहे. तुम्ही अंतर्यामी आहात. जगात तुमच्या दयेस कोण पात्र (deserve) आहे? विक्रम सूट-बूट घालून मंदिराच्या प्रवेशद्वारावर आला, मला ईशारा करून म्हटले-मी पोस्टात जातो आणि पसार झाला. थोड्याच वेळात प्रकाश मिठाईचे ताट घेऊन घरातून निघाला आणि मंदिराच्या दारात उभे राहून कंगालांना वाटू लागला. त्याची गर्दीच गर्दी जमली होती. आणि दोघे ठाकुर भगवानच्या चरणी लीन झाले होते-मान वाकलेले, डोळे बंद, विरक्तीत बुडालेले.

मोठ्या ठाकुरने मान वर करून पुजाऱ्याकडे पाहिलं आणि म्हणाले-भगवान तर फारच वत्सल आहेत, काय पुजारी महाराज?'

पुजाऱ्याने समर्थन दिलं-'हो सरकार, भक्तांच्या रक्षणासाठीच तर समुद्रातून पळाले आणि हत्तीला ग्रहाच्या तावडीतून सोडवलं.'

एका क्षणानंतर छोट्या ठाकुरांनी मान वर केली आणि पुजाऱ्याला म्हणाले- 'काय पुजारी महाराज, भगवान तर सर्वशक्तीमान आहे, अंतर्यामी, सर्वांच्या मनातलं ओळखतात ना?'

पुजाऱ्याने होकार दिला-'हो सरकार, अंतर्यामी नसते तर सर्वांच्या मनातलं कसं ओळखलं असतं? शबरीचं प्रेम पाहून स्वतः तिची इच्छा पूर्ण केली.

पूजा संपली. आरती झाली. दोन्ही बंधुनी आज मोठ्या आवाजात आरती म्हटली आणि मोठ्या ठाकुरांनी दोन रूपये थाळीमध्ये टाकले. छोट्या ठाकुरांनी चार रूपये टाकले. मोठ्या ठाकुरांनी कुत्सीत नजरेनं पाहिलं आणि तोंड फिरवलं.

मोठे ठाकुर मोठ्या श्रद्धेत बुडत भजन गात मंदिरातून निघाले.

एका मिनिटात छोटे ठाकुर देखील मंदिरामधून भजन गात बाहेर पडले.

मी देखील पोस्टाकडे निघालो. त्याचवेळी विक्रम सायकल वरून हसत हसत आला. त्याला पाहून सगळेजण जणू वेडे झाले होते. दोन्ही ठाकुर समोर होते. दोघेही वाऱ्यासमान धावले. प्रकाशच्या ताटात थोडीसी मिठाई वाचली होती. त्याने ती तसीच सोडली आणि पळाला आणि मी त्याच उन्मादाने विक्रमला उचलून घेतलं, त्याला काहीही न विचारता जय जयकारचा घोषा आळवू लागलो.

मोठ्या ठाकुरने आकाशाकडे पाहिलं आणि म्हणाले-बोलो राजा रामचंद्र की जय!'

छोटे ठाकुरने तर उडीच मारली-'म्हणाले हनुमानजी की जय!'

प्रकाश टाळ्या वाजवत म्हणाला-'झक्कड बाबाचा विजय असो!'

विक्रम मोठ्याने हसला. नंतर थोडा बाजूला होत म्हणाला-'ज्याचं नाव आलं आहे त्याच्याकडून एक लाख रूपये घेईल, सांगा, आहे मान्य?'

मोठ्या ठाकुरने त्याचा हात पकडला-'पाहिल्यांदा सांग तर खरं?'

'नाही! असे नाही सांगणार'

छोटे ठाकुर बिघडले-'सांगण्यासाठी एक लाख? शहाणा आहेस.'

प्रकाशने बढाई मारली-'काय पोस्ट कार्यालय आम्ही पाहीला नाही?

'ठीक आहे, तर मग आपलं आपलं ऐकायला तयार रहा'

सगळी मंडळी सैनिकाप्रमाणे ॲक्शनमध्ये उभी राहीले.

'मनावर ताबा ठेवा'

सगळेजण पूर्ण सावध झाले.

तर मग मोकळ्या मनानं ऐका, हे शहर खालसा झालं आहे. हेच शहर नाही तर संपूर्ण भारतच खालसा झाला आहे. अमेरिकेच्या एका गोऱ्याचे नाव आले आहे.

मोठे ठाकुर ओरडले-'खोटे, अगदीच खोटे.'

छोट्या ठाकुरने पवित्रा बदलला-शक्य नाही, तीन महिन्याची तपस्या अशीच थोडी वाया जाईल? अरे व्वा!'

प्रकाशने छातीठोकपणे म्हटले-'इथं डोकं फोडून आणि हात तोडून बसलोय, गंमत आहे.'

त्याचवेळी आणखी काही मंडळी रडकं तोंड घेऊन आले. ते बिचारे सुद्धा पोस्टाच्या नावानं आपल्या नशीबाला दोष देत होते. अमेरिकेचा गोरा! दुर्दैवी! राक्षस! दुष्ट!

आता कसा कोणाचा विश्वास बसला नसता? मोठे ठाकुर चिडचिड करतच मंदिरात गेले आणि पुजाऱ्याला काढून टाकलं. -यासाठीच तुला इतक्या दिवसापासून संभाळतोय. हरामाचे खाऊन मजा करतोस.

छोट्या ठाकुराचे जणू कंबर बसले होते. दोन तीन वेळा डोक्यावर मारून घेतलं आणि खाली बसले. पण प्रकाशचा राग काही कमी होत नव्हता. त्याने त्याचा सोटा काढला आणि झक्कड बाबाला अद्दल घडवायला निघाला.

आईनं केवळं इतके म्हटले-सर्वांनी बेईमानी केलीय. मी कधी मान्य करपार नाही. आपले भगवान काय करतील? कोणाच्या हातातून थोडेस हिसकावून घेतील?

रात्रीला कोणी अन्नाला स्पर्शही केला नाही. मी सुद्धा उदास बसलो होतो, तितक्यात विक्रम आला आणि म्हणाला-'चला, हॉटेलवरून काहीतरी खायला आणा. घरात तर चूल पेटली नाही.

मी विचारले-'तू डाकखान्यातून आलास त्यावेळी इतका खुश का होतास?

त्याने सांगितले-'ज्यावेळी मी डाकखान्यात हजारो लोकांची गर्दी पाहिली, त्यावेळी मला आपल्या लोकांच्या गाढवपणाचं हसू आलं. एका शहरात इतकी गर्दी असेल तर संपूर्ण देशात किती असेल आणि जगात किती असेल. मी स्वप्नांचा जो महाल बांधला होता त्याची क्षणार्धात झोपडी झाली आणि मला हसायला आलं. जसे की एखाद्या दानी पुरूषाने छटाकभर अन्न हातात घेऊन एक लाख लोकांना जेवणाचे निमंत्रण द्यावे-आणि इथे आपल्या घरातला प्रत्येकजण समजू लागला आहे की ...

मलाही हसायला आलं. गोष्ट तर खरी आहे आणि आपण दोघं लिहून घेण्यासाठी एकमेकांसोबत भांडत होतो. पण खरं सांग तुझी नियत बिघडली होती की नाही?

विक्रम हसत म्हणाला-'आता काय करतोस विचारुन, झाकलेली मुठ झाकलेलीच राहू दे.'

३) परीक्षा

जेव्हा देवगडचे दिवाण, सरदार सुजानसिंह वयोवृद्ध झाले, तेव्हा त्यांना ईश्वराचे स्मरण झाले. जाऊन महाराजांना विनंती केली की दीनबंधु, या सेवकाने श्रीमानची सेवा चाळीस वर्षापर्यंत केली, आता माझे वय झाले आहे, काम करण्याची शक्ती उरली नाही. काही चुकले असेल तर या वयात कंलक लागायला नको. आयुष्यभर केलेले काम मातीला मिळेल.

राजेसाहेब आपल्या अनुभवी, नितीमान, दिवाणचा फार आदर करायचे. खूप समजावले, परंतु नाहीच ऐकल्यार माघार घेत एका अटीवर त्यांची विनंती मान्य केली- राज्यासाठी नवीन दिवाण त्यांनीच शोधून द्यावा.

दुसऱ्या दिवशी प्रसिद्ध दैनिकातून एक जाहिरात प्रसिद्ध झाली की देगवगडसाठी सुयोग्य असा दिवाण पाहिजे आहे. जे स्वतःला लायक समजत असतील त्यांनी विद्यमान दिवाण सुजानसिंह यांना भेटावे. हे गरजेचे नाही की त्याने पदवीधरच असावे. परंतु धष्टपुष्ट असायला हवे. आळसी स्वरूपाच्या लोकांनी इथे येण्याचा त्रास घेऊ नये.

२

या जाहिरातीने सर्व विभागात खळबळ झाली. इतक्या मोठ्या पदासाठी कसले बंधनं नाहीत? केवळ नशीबाचा खेळ असणार आहे. लायक समजणारे शेकडोजण आपलं नशीब तपासून पहायला निघाले. देवगड भागात रंगी बेरंगी कपड्यात अनेक अनोळखी व्यक्ती दिसू लागल्या. प्रत्येक ररेल्वेतून एक एक झुंड उतरत होती. कोणी पंजाबवरून तर कोणी मद्रास वरून आलेला, कोणी फॅशनचा प्रेमी तर कोणी सामान्य कपड्यातला. पंडीत आणि मौलवींना देखील नशीब डावावर लावण्यास मिळाले. बिचारे सनदच्या नावाने बोंबतलत असायचे, इथे त्याची काही गरज नव्हती. नाना प्रकारचे शर्ट आणि टोप्या परिधान केलेले लोक देवगडावर दिसत होते. परंतु खास संख्या पदवी धरांची होती. कारण पदवीचे बंधन नसल्यामुळे पदवी सोबत होती पण गुंडाळलेली.

सरदार सुजानसिहाने या लोकांच्या आदर-सत्काराची चांगली सोय केली होती. आलेले उमेद्वार आपल्या आपल्या कक्षात बसून रोजा असलेल्या मुसलमानाप्रमाणे महिन्याचे दिवस मोजत होते. प्रत्येकजण त्याच्या जीवनाला त्याच्या बुद्धिनुसार चांगल्या प्रकारे प्रदर्शन करीत होता. मिस्टर 'अ' नऊ वाजेपर्यंत झोपत असायचे, आजकाल ते सूर्योदयासोबत बागेत फेरफटका मारताना दिसत आहेत. मिस्टर 'ग' याला हुक्का ओढण्याची तलब होती, आजकाल अनेक दिवसापासून दरवाजा बंद करून सिगारेट ओढत असतात. मिस्टर 'द' स' आणि 'ज' यांच्या घरी असणाऱ्या नोकरावर रूबाब करीत, पण इथे नोकरांना आपण, महोदय, सारखे शब्द या ठिकाणच्या नोकरांसाठी वापरत आहेत. महाशय 'क' नास्तीक होते, हक्सलेचे उपासक, पण आजकाल त्यांची धर्मनिष्ठा पाहून मंदिराचे पुजारी नोकरी सोडतील असे वाटू लागले होते. मिस्टर 'ल' ला पुस्तकं आवडत नव्हती, परंतु अलिकडे त्यांच्या हातात मोठी मोठी ग्रंथ पाहायला मिळत होती. कोणासोबतही बोला, तो नम्रपणे आणि सभ्यपणे बालताना दिसत होता. शर्माजी वेद मंत्र पठणात अधिक वेळ घालवू लागले

होते, तर मौलवी नमाजाशिवाय दुसरे काही करीत नव्हते. लोकांना वाटत होते की एक महिन्याची भानगड आहे, जातील कसेही, काम झाले तर नशीब ....

परंतु या सर्वांना एक वयोवृद्ध जोहरी बाजूला बसून हे सगळं पहात होता, की या बगळयात हंस कुठे लपलेला आहे.

३

एका दिवशी फॅशनवाल्या लोकांना वाटले की हॉकीचा खेळ होऊन जाऊ द्या. हा प्रस्ताव हॉकीत प्रवीण असलेल्या खेळाडूनं मांडला. हे का दाबून टाकायचे. हातची सफाइ तर आहे हा खेळ. चला, ठरले. खेळ सुरू झाला आणि चेंडू एखाद्या कार्यालयातील शिकवू उमेद्वारासारखा चकरा मारू लागला.

देवगड राज्यात अशाप्रकारचा खेळ म्हणजे एकदम नवी गोष्ट होती. शिकलेले सभ्य व्यक्ती बुद्धिमत्ता आणि पत्ते या सारखे गंभीर खेळ खेळत असायचे. धावपळ सारखे खेळ लहान मुलांचे खेळ समजले जात.

खेळ मोठ्या उत्साहात सुरू होता. चोंडूच्या मागे वेगाने धावणारे लोक असे भासत होते की जणू एखादी लाट चालली आहे. परंतु दुसरीकडे खेळाडू या वाढत्या लाटेला अशाप्रकारे थांबवत होता, जणू लोंखंडी भिंत आहे.

सांजवेळापर्यंत ही धावपळ चालली. लोक घामाघुम झाले. रक्तातली गर्मी चेहरा आणि डोळे यातून दिसत होती. धापा टाकून बेजार झाले होते, परंतु हार-जित काही ठरली नाही. अंधार झाला. या मैदानापासून थोड्या अंतरावर एक नाला होता. त्यावर कसलाही पूल नव्हता. वाटसरूंना नाल्यातून यावे लागायचे. खेळ बंदच होणार होता, तोच एक शेतकरी धान्याने भरलेली गाडी घेऊन त्या नाल्यातून चालला. परंतु नाल्यात थोडाफार चिखल होता आणि चढ इतका होता की त्याची भरलेली गाडी चढून जाणे कठीण होते. तो कधी बैलाना टोचणी द्यायचा कधी चाकरना ढकलण्याचा प्रयत्न करायचा कारण ओझे अधिक होते आणि बैल कमजोर. गाडी चढत नव्हती आणि चढली तरी वर गेल्यावर पुन्हा मागे घसरत यायची. शेतकरी वारंवार जोर लावायचा आणि बैलांना अनेकदा मारायचा, परंतु गाडी चढण्याचं नाव घेत नव्हती. बिचारा इकडे तिकडे मदतीसाठी पाही, पण कोणी दिसत नसे. गाडीला तिथेच सोडून जाऊ पण शकत नव्हता. मोठ्या अडचणीत सापडला होता. तशात खेळाडू हातात दांडे घेऊन तिकडे जायला निघाले, शेतकऱ्याने त्यांच्याकडे विवश नजरने पाहिले. परंतु कोणाकडे मदत मागण्याची हिमत झाली नाही त्याची. खेळाडूने पण त्याच्याकडे पाहिले पण न पाहिल्यासारखे. त्यांच्या नजरेत दया नव्हती, स्वार्थ होता. घंमेड होती. पण उदारता आणि वात्सल्याचा भाव देखील नव्हता.

४

परंतु त्याच टोळीत एक व्यक्ती होता, त्याच्यात दया होती आणि धाडस होते. आज हॉकी खेळत असताना त्याच्या पायाला जखम झाली होती. लंगडत निघाला होता. अचानक त्याची नजर गाडीवर पडली. थांबला. त्या शेतकऱ्याच्या चेहऱ्याकडे पाहून सगळं लक्षात आलं. दांडा एका बाजूला ठेवला. कोट काढून ठेवला आणि शेतकऱ्याजवळ जाऊन बोलला- ‘मी तुझी गाडी बाहेर काढू?’

शेतकऱ्याने पाहिले, एक धष्टपुष्ट शरीराचा व्यक्ती समोर उभा आहे. नम्रपणे बोलला- 'हुजूर मी आपणास कसे सांगणार?' तरूण म्हणाला-'खूप वेळापासून तुम्ही इथे फसून आहात असे दिसते. ठीक आहे, तुम्ही बैलांना पहा, मी चाकांना रेटतो. आता गाडी वर चढली.

शेतकरी गाडीत बसला. तरूणाने चाकांना ढकलले. चिखल बराच होता. तो गुडघ्यापर्यंत त्यात गेला. परंतु हिंमत हारली नाही. त्याने पुन्हा जोर लावला. तिकडे शेतकऱ्याने बैलांना हाकलले. बैलाना थोडी मदत मिळाली, हिमत आली. त्यांनी खांदे झुकवून एक जोर मारला आणि गाडी नाल्यातून बाहेर पडली.

शेतकरी तरूणाच्या समोर हात जोडून उभा राहिला. बोलला-'महाराज, आज तुम्ही मला वाचवले. नाहीतर रात्रभर मला इथेच थांबावे लागले असते.'

तरूण हसून म्हणाला-'आता काय मला काय बक्षीस देणार? शेतकऱ्याने गंभीरपणे म्हटले, ईश्वराची कृपा झाली तर दिवाणची नोकरी तुम्हालाच मिळेल. काय हा सुजानसिंह तर नाही? आवाज मिळता जुळता आहे, चेहरा देखील तसाच. शेतकऱ्याने पण त्याच्याकडे निरखून पाहिले. कदाचित त्याच्या मनात शंका आली. हसून बोलला-'खोल पाणि चाळल्यावरच मोती सापडतात.

५

परीक्षेचा काळ संपला. निवडीची वेळ जवळ आली. उमेद्वार सकाळपासूनच आपल्या नशीबाचा निर्णय ऐकण्यास उत्सुक होते. दिवस काढणे कठीण झाले. प्रत्येक चेहऱ्यावर आशा आणि निराशेचे रंग होते. माहीत नाही आज कोण नशीबवान ठरेल. माहीत नाही कोणावर लक्ष्मीची कृपा होईल.

सांयकाळी राजासाहेबाचा दरबार सजवण्यात आला. शहरातील श्रीमंत आणि धनवान लोक, राज्याचे कर्मचारी आणि दरबारी तसेच दिवाण पदासाठी जमलेले लोक, सगळे रंगी बेरंग सजून दरबारात हजर होते. उमेद्वाराचे हृदय धडधडत होते.

ज्यावेळी सरदार सुजानसिंहाने उभा राहून म्हटले- दिवाण पदासाठी जमा झालेल्या महाशयानो, मी आपणास जो त्रास दिला, त्यासाठभ मला माफ करा. या पदासाठी अशा व्यक्तीची गरज होती, ज्याच्या दियात दया असेल आणि सोबत आत्मबळ. असे हृदय जे उदार असेल. जो संकटाचा धैर्याने सामना करील आणि या राज्याच्या सुर्देवाने आपल्याला असा व्यक्ती सापडला आहे. असे गुण असणारे या जगात कमी आहेत आणि जे आहेत ते सन्मानाच्या आणि मोठ्या पदावर विराजमान आहेत. मी राज्याला पंडीत जानकीनाथ सारखा दिवाण मिळाल्याबद्दल शुभेच्छा देतो.

राज्याचे कर्मचारी आणि श्रीमंतांनी जानकीनाथ यांच्याकडे पाहिले. उमेद्वाराच्या नजरा वर झाल्या. परंतु त्या डोळ्यात सत्कार होता. या डोळ्यात ईर्षा.

सरदार साहेबाने पुन्हा उच्चार केला-'आपणा सर्वांना या गोष्टीचा स्वीकार करताना कसलीही समस्या नसावी की जो पुरूष स्वयं जखमी असताना देखील एका गरीब शेतकऱ्यांची भरलेली बैलगाडी चिखलातून बाहेर काढतो, त्याच्या हृदयात धाडस, आत्मबल आणि उदारता भरलेली आहे. असा व्यक्ती गरीबाला कधी त्रास देणार नाही. त्याचा संकल्प दृढ आहे, जो त्याचे चित्त स्थिर ठेवील. तो फसवला जाईल, परंतु दया आणि धर्मापासून दूर होणार नाही.

४) दुधाची किंमत

बाबु महेशनाथ आपल्या गावचे जमीनदार होते. शिकलेले होते आणि प्रसुतीगृह सुधारणा करण्याची गरज आहे, असे समजत होते. परंतु एखादी नर्स गावाकडे जाण्यास तयार नव्हती आणि बळजबरीने तयार झालीच तर इतकी अधिक फीस मागत असे की बाबु सोहबाला मान खाली घालून परत येण्यापलिकडे काही पर्याय नव्हता. म्हणून तीन मुलीनंतर त्यांच्या घरी चौथा मुलगा जन्माला आला, तेव्हा तिच गूदड आणि तेच गूदडची नून. एका दिवशी मध्यरात्रीला नोकराने गूदडच्या दरवाज्यावर अशी हाक मारली की शेजारचे जागी झाले. मुलगी नव्हती हळू आवाजात हाक मारायला.

गूदडच्या घरी एक महिन्यापासून तयारी चालू होती. पुन्हा मुलगीच जन्माला येऊ नये ही भीती होती. नाहीतर पुन्हा तोच ठरलेला एक रूपया आणि साडी. या विषय वर नवरा बायकोत किती वेळा भांडण झाले होते. पैज ठरली होती. बायको म्हणत होती-'मुलगी जर नाही झाली तर तोंड दाखवणार नाही. हा...हा..., तोंड दाखवणार नाही, सर्व लक्षणं मुलीचे आहेत. गूदड म्हणायचा-'पाहून घे, मुलगी होईल. मुलगा झाला तर मिशा काढून टाकीन, हा...हा..., मिशा काढून टाकीन.'

भुंगी बोलली-'मिशा काढूनच टाका. सांगत होते, मुलगा होईल. ऐकतच नव्हते. त्यांचंच रेटत होते. मी आज तुमच्या मिशा काढणार. एक पण केस ठेवणार नाही.

गूडद म्हणाला-'ठीक काढून टाक. मिशा काय पुन्हा येणारच नाहीत? तिसऱ्या दिवशी पुन्हा जशाच्या तशा. परंतु जे काही निघतील त्यापैकी अर्ध्या ठेवून घेईल.'

भुंगीने अंगठा दाखवला आणि आपल्या तीन महिन्याच्या बालकाला गूदडकडे सुपूर्द करून शिपायासोबत निघून गेली.

गूदडने हाक मारली-'ऐकतेस का! कुठे पळून चाललीस? मला पण बाजा वाजवायला जावे लागेल. याला कोण सांभाळणार? भुंगीने लांबूनच म्हटले-'त्याला तिथेच जमीनीवर झोपी घाला. मी आल्यावर दूध पाजील.'

२

महेशनाथच्या घरी आता भुंगीचा खूप पाहुणचार होऊ लागला. सकाळी हरीरा मिळायचा, दुपारी पुऱ्या आणि तिसऱ्या प्रहरी पुन्हा रात्रीला भरपूर वाढून मिळायचं. भुंगी तिच्या बालकाला दिवस-रात्रीतून एक दोन वेळा दूध पाजू शकत नव्हती. त्याच्यासाठी वरच्या दुधाची सोय होती. भुंगीचं दुध बाबुसाहेबाचा नशीबवान बालक पित असायचा आणि हा क्रम बाराव्या दिवशी देखील बंद झाला नाही. मालकीन मोटी-ताजी देवी होती. परंतु योगायोग असा की तिला दुध येत नव्हते. भुंगी दाई पण होती आणि दूध पाजणारी पण.

मालकीन म्हणायची-'भुंगी, आमच्या बालकाला सांभाळ, मंग मरेपर्यंत तुला खायला प्यायला मिळेल. पाच बिघा जमीन देईल. नातवंडे पण मजा करतील.'

इकडे भुंगीचे बालक वरचे दूध पचन करीत नव्हता वारंवार उलट्या करायचा आणि दिवसेंदिवस वाळून चालला होता.

भुंगी म्हणायची-'सुनबाई, मुंडनावेळी चूडे घेईल सांगून ठेवते.'

सुनबाई उत्तर देते-हा, हा, चूडे घे, धमकी देतेस काय? चांदीच्या घेणार की सोन्याच्या?

व्वा सुनबाई चांदीचे घालून कोणाला तोंड दाखवू आणि लोकाचं हसू कशाला करू?'

'बरं सोन्याचे घाल ना बाई, सांगितले आहे ना.'

'आणि लग्नात कंठा घेईल आणि चौधरी (गूदड) साठी हातात तोडे.'

'ते पण घे, देवानं ते दिवस तर पहायला मिळावेत.'

घरची मालकीन सोडली तर भुंगीचेच राज्य होते. महरिया, महाराजिन, नोकर, चाकर सगळे तिचे ऐकायचे. इतके की स्वतः सुनबाई पण तिला घाबरून असायची. एकदा तर तिने महेशनाथला ऐकवले होते. त्यांनी हसण्यावारी नेले. विषय भंगी लोकांचा होता आणि महेशनाथ म्हणाले होते-'जगात जे काही होईल, भंगी, भंगीच असतील. त्यांना माणूस बनवणे कठीण आहे.'

त्यावर भुंगी म्हणाली होती-'मालक, भंगी तर मोठ्या मोठ्यांना माणूस बनवतात, त्यांना कोण माणूस बनवणार?'

हा गुन्हा केल्यावर दुसऱ्यावेळी भुंगीच्या डोक्यावरचे केस कसे वाचतील? परंतु आज बाबुसाहेब हसले आणि म्हणाले-'भुंगी मुद्याचं बोलते.'

३

भुंगीचा शासनकाळ वर्षापेक्षा अधिक चालला नाही. देवतांने भंगीनीचे दुध पिण्यावर आक्षेप घेतला. मोटेराम शास्त्री तर प्रायश्चित करा म्हणून सांगत होते. दुधाचं काय ते बंद केलं, परंतु प्रायश्चिताचा विषय हसण्यावरी नेला. महेशनाथने झिडकारत म्हटले-'कशासाठी प्रायश्चित, कालपर्यंत तिचे दुध पिऊन मोठा झाला, आता ती अस्पृष्य झाली का. व्वारे तुमचा धर्म.'

शास्त्रीजी झिडकारत म्हणाले-'हे खरे आहे, तो कालपर्यंत भंगीनीचे दुध पिऊन मोठा झाला. मांस खाऊन मोठा झाला, हे पण खरे आहे. परंतु काल जे झाले ते झाले, आजचा विषय आज. जगन्नाथपुरीत स्पर्श-अस्पृश्य सगळे एकाच पंगतीत बसतात. परंतु इथे तर नाही बसू शकत.'

आजारी असल्यावर आपणही कपडे, भोजन घेतो, बाबुजी, परंतु बरे झाल्यावर नियमाचे पालन तर करावेच लागते. संकटकालीन गोष्ट वेगळी आहे.

'म्हणजे याचा अर्थ धर्म बदलत रहातो-'कधी असा कधी तसा?'

'नाही तर काय. राजाचा धर्म वेगळा, गरीबाचा धर्म वेगळा, श्रीमंताचा धर्म वेगळा, राजे-महाराज, प्रजेचा धर्म वेगळा, कोणी कोणासोबतही खा, काहीही खा, कोणाही सोबत विवाह करा, त्यांच्यासाठी कसले बंधन नाही. समर्थ पुरूष आहे. बंधन तर मध्यमवर्गीयासांठी आहे.'

प्रायश्चित तर नाही घेतला, परंतु भुंगीचे काम गेले. हो, दान-दक्षिणा इतकी मिळाली की तिला एकटीला घेऊन जाता आली नाही आणि सोन्याचे चुडे पण मिळाले. एक सोडून दोन नवे, सुदंर साड्या, साधारण नाही, जशा मुलींना मिळतात.

४

या वर्षी प्लेग जोरावर होता आणि गुदडला लागण झाली. भुंगी एकटी राहिली. परंतु घर संसार होता तसा पाच वर्षे असेच निघून गेले. तिचा मुलगा मंगल, अशक्त आणि नेहमी आजारी असूनही धावत राहिला. सुरेश समोर नसल्यासारखा वाटत होता.

एक दिवशी भुंगी महेशनाथच्या घरी नाला साफ करीत होती. महिन्यापासून गाळ जमा झाला होती. अंगणात पाणि साचू लागले होते. नाल्यात लांब असा बांबु टाकून हालवत होती. पूर्ण डावा हात नाल्यात होता आणि अचानक ओरडत नाल्यातून हात बाहेर काढला आणि त्याचवेळी एक काळा साप नाल्यातून निघून बाहेर पडला. लोकांनी त्याच्या मागे पळून त्याला ठार केले. परंतु भुंगीला वाचवू शकले नाहीत. लोकांना वाटले पाण्यातला साप आहे, विषारी नसेल. म्हणून बेसावध राहिले. जेव्हा विष शरीरात पसरले आणि परिणाम जाणवू लागला, त्यावेळी समजले की तो पाण्यातला साप नसून तो गवतामधला होता.

मंगल आता अनाथ होता. दिवसभर तो महेशबाबुच्या घरी असायचा. घरात खरकटे इतके वाचत होते की चार पाच बालकं पोटभर खातील इतके होते. खाण्याची कसली कमतरता नव्हती. हो, पण त्याला त्यावेळी वाईट वाटत असे, ज्यावेळी त्याला मातीच्या भांड्यात जेवायला देत. बाकीचे चांगल्या भांड्यात आणि त्याच्यासाठी मातीच्या भांड्यात.

तसाही त्याला असे भेदभाव का हे कळत नव्हते. परंतु गावची मूलं चिडवून त्याचा अपमान करीत. कोणी त्याच्यासोबत खेळतही नसे. इतके ज्या ठिकाणी तो झोपायचा ती जागाही अस्पृष्य होती. घराच्या समोर एक लिंबाचे झाड होते. त्याच्या खाली मंगल रहायचा. एक फुटलेले भांडे, दोन खापरं आणि एक धोतर, जे सुरेश बाबुचे फेकून दिलेले होते. थंडी, गरमी आणि पाऊसाळ्याच्या दिवसात ती जागा एकसारखी होती. तशा थंडी गारव्यात, मुसळधार पाऊसात मंगल पहिल्यापेक्षा अधिक तग धरून होता. त्याचं नातेवाइक म्हणून कोणी असेल तर तो होता गावचा एक कुत्रा. तो इतर कुत्र्यापासून त्रस्त असल्याने मंगलकडे आश्रयाला होता. दोघे एकच अन्न खात होते. एकाच अंथरूणावर झोपत. एकमेकांना एकमेकांचा स्वभाव कळला होता. कधी आपसात भांडण तंटा नसे.

गावची माणसं बाबुसाहेबाच्या या उदार वागण्यावर आश्चर्य करीत. अगदीच घरामसेार. पन्नास हात दूर पण नसेल. मंगलचे तिथे रहाणे त्यांना पूर्णपणे धर्माच्या विरोधात वाटत होते. छी! असेच चालू राहिले तर धर्म तर संकटात येईल. भंग्याला देखील ईश्वरानेच जन्माला घातले आहे. हे आपल्याला माहितच आहे. त्याच्यासोबत आपण कोणी अन्याय करायला नको. हे कोणाला माहित नाही? भगवानचे नावच पतित पावन आहे, परंतु समाजाची मार्यादा नावाची पण काही गोष्ट आहे. त्या ठिकाणी जाण्यास संकोच वाटतो. गावचे मालक आहेत, जावा तर लागते, परंतु इतके समजून घ्या की घृणा वाटते.

मंगल आणि टामी यांच्यात चांगले नाते होते. मंगल म्हणायचा-पहा टामी, जरा पलिकडे सरकून झोप. शेवटी मी कुठे झोपणार? सगळा बिछाना तर तुच आवरून घेतलास.'

टामी कू कू करायचा, शेपटी हालवायचा आणि पलिकडे न सरकता उलट अलिकडे सरकायचा. तसेच मंगलचे तोंड चाटू लागायचा.

सांयकाळी तो एकदा आपले घर पहायला आणि थोड्या वेळाने झोपी जायला जायचा. पहिल्या वर्षी गवताचे छप्पर खाली पडले. दुसऱ्या वर्षी एक भिंत पडली आणि आता केवळ अर्ध्या अर्ध्या भिंती उभ्या आहेत. हाच त्याला मिळालेली प्रेमाची संपत्ती होती. तिच आठवण, तेच आकर्षण, तेच प्रेम त्याला त्या जागेकडे घेऊन जात असे आणि टामी सदैव त्याच्यासोबत असायचा. मंगल भिंतीवर बसायचा आणि जीवनाचे जगलेले आणि अनमोल स्वप्नं पाहू लागायचा. टामी वारंवार उड्या मारत त्याच्या मांडीवर बसण्याचा अयशस्वी प्रयत्न करायचा.

५

एका दिवशी काही मूलं खेळत होती. मंगल देखील तिथे जाऊन दूर उभा राहिला. एक तर सुरेशला त्याला पाहून दया आली किंवा खेळण्यासाठी एक गडी कमी पडत असावा. सांगता येत नाही. ते काही का असेना पण ठरले होते की आज मंगलला खेळात सहभागी करून घेण्यात येणार आहे. इथे कोण पहायला येतय. काय रे मंगल खेळणार? मंगल बोलला- 'नाही बाबा, मालकीने पाहिले तर कातडे काढीन पाठीचे. तू घोडा होशील, आम्ही तुझ्यावर बसून धावणार.

मंगलने शंका व्यक्त केली-'मी घोडाच बनणार की घोडायावर पण बसणार, स्पष्ट करा.'

हा प्रश्न सरळ नव्हता. यावर कोणी विचार केला नव्हता. सुरेशने एक क्षण विचार करून म्हटले-'तुला कोण त्याच्या पाठीवर बसवील? विचार कर? शेवटी तू भंगी आहेस आहेस की नाही?

मंगल पण ठाम राहिला. बोलला-'मी कधी म्हणालो की मी भंगी नाही, परंतु तुला माझ्याच आईने तिचे दूध पाजूले आहे. मला पण घोड्यावर बसू द्या, नाहीतर मी घोडा बनणार नाही.'

सुरेशने धमकावत म्हटले-'तुला घोडा बनावे लागेल आणि मंगलला धरण्यासाठी पळाला. मंगल पळून गेला. सुरेशने पळून लावले. मंगल जोराने पळू लागला. सुरेशने पण जोर धरला. परंतु तो अशक्त असल्याने त्याला धापा लागल्या होत्या.

त्याने शेवटी थांबून म्हटले-'ये आणि घोडा बन मंगल. मी पाठीवर बसणार तुझ्या. नंतर मी बनणार.'

सुरेशने खरोखरच हुशारी करण्याचा प्रयत्न केला होता. मंगलचे बोलणे ऐकून सहकार्यांना म्हणाला-'पहा याची हुशारी, भंगी आहे ना.'

तिघांनी मंगलला घेरले आणि जबरदस्तीने घोडा बनवले. सुरेश ताबडतोब त्याच्या पाठीवर बसला आणि टिकटिक करीत बोलला-'चल, घोडे चल.'

मंगल काही वेळ तर चालला, परंतु त्या ओझ्याने त्याचे कंबर मोडले. त्याने हळूच पाठ वळवळ करून सुरेशला पाठीवरून उतरवले. सुरेश महोदय, खाली पडला आणि भोंपू वाजवू लागले.

आईने ऐकले, सुरेश रडू लागला आहे. सुरेश कुठे रडलाच तर तिच्या कानांना ते ऐकू जाई आणि त्याचे रडणे पण अगदीच वेगळे होते. जस की लहानसा इंजिनचा आवाज.

महरी बोलली-'पहा तर सुरेश कुठे रडत आहे, विचार तर कोणी मारले?'

इतक्यात सुरेश डोळे चोळत आला. त्याला ज्यावेळी रडण्यास वेळ मिळत होता, तेव्हा आईकडे तक्रार करीत आवश्य येत असे. आई मिठाई किंवा मेवा देऊन डोळे पुसत असे. तो होता केवळ आठ वर्षाचा, पण होता अगदी नासमज. फाजिल लाडाने त्याच्या बुद्धिसोबत जे झाले होते, तेच त्याच्या शरीराचे झाले होते.

आईने विचारले-'का रडतोस, सुरेश, कोणी मारले?'

सुरेशने रडून म्हटले-'मंगलने स्पर्श केला आहे.'

आईचा विश्वास बसला नाही. मंगल इतका निष्पाप होता की तो असे काही करील यावर विश्वास बसत नव्हता. परंतु जेव्हा सुरेश शपथ घेऊ लागला. तेव्हा विश्वास ठेवावा लागला. मंगलला बोलावून धमकावले-'काय रे मंगल, आता तुला बदमाषपण आठवू लागला आहे. मी तुला सांगितले होते, सुरेशला कधी स्पर्श करू नकोस, विसरलास, बोल.' मंगल दबक्या आवाजात बोलला-'आठवत कसं नाही.'

'तर मग तू का स्पर्श केलास?'

'मी नाही स्पर्श नाही केला.'

'तू नाही स्पर्श केलास तर तो का रडत होता?'

'खाली पडला, म्हणून रडू लागला.'

चोरी आणि सीनाजोरी! आई दात ओठ खात राहिली. मारले तर तिला पण स्नान करावे लागेल. छडीने मारले तर छडीतून करंट तिच्या शरीरात गेला, तर ती अपवित्र झाली असती. म्हणून होईल तितके त्याला शिव्या देणे हाच पर्याय होता. शेवटी हुकूम सोडला की त्याने तात्काळ त्या ठिकाणाहून चालते व्हावे. पुन्हा जर तो इथे दिसला तर त्याचे ती रक्त पिणार होती. फुकटच्या भाकरी खाऊन असले धंदे सुचत आहेत, इत्यादी.

मंगलने गडबड तर केली होती, हो, भीती वाटत होती. गुपचूप टॉवेल बगलेत धरला, धोतर खांद्यावर ठेवले आणि रडत त्या ठिकाणाहून निघून गेला. काय हरकत आहे? अशाप्रकारे जगण्याला अर्थच काय आहे? गावात त्याच्यासाठी दुसरीकडे ठिकाण तरी कुठे होते?

भंग्याला कोण आश्रय देईल? त्याच उजाड जागेवर गेला. जिथे त्याच्या आठवणी त्याचे अश्रू पुसू शकत होती, तिथे तो खूप रडला.

त्याचवेळी टामी देखील त्याला शोधत तिथे पोहचला आणि दोघं पुन्हा आपलं दुःख विसरले.

६

परंतु जसा जसा दिवसाचा उजेड कमी कमी होत जाई, मंगलची ग्लानी पण क्षीण होत जाई. पोटाला बेचैन करणारी भूक शरीराचे रक्त पिऊन आणखीनच तीव्र व्हायची. आतापर्यंत सुरेशची खरकटी मिठाई मिळालेली नव्हती, इथे कशाला बसून राहिलो असतो?

त्याने टामी सोबत चर्चा केली-'काय खाणर, टामी? मी तर उपाशी झोपून जाईल. टामीने कू कू करीत म्हटले असावे-अशाप्रकारचा अपमान तर जीवनभर सहन करायचा आहे. हिंमत सोडली तर कसे जमेल? माझ्याकडे पहा ना, कधी कोणी काठीने मारले, ओरडलं? थेड्यावेळाने शेपूट हालवत त्याच्याकडे सरकला. आपण दोघं त्यासाठीच जन्माला आलो आहोत बंधू.

मंगल म्हणाला-'तू जा जे काही मिळेल ते खा, माझी काळजी करू नकोस. टामीने त्याच्या भाषेत म्हटले-एकटा जाणार नाही, तुला सोबत घेऊन जाईल.'

'मी नाही जाणार.'

'उपाशी मरशील.'

'माझं कोण आहे रडायला.'

दुसऱ्याच क्षणी भुकेने एक युक्ती शोधली.

'मालकिन आपल्याला शोधत असेल, काय टामी?'

'नाही तर काय? बाबुजी आणि सुरेश जेवले असतील. कहार त्याच्या ताटातले खरकटे काढून आपल्याला बोलावत असेल.'

'बाबुजी आणि सुरेशच्या ताटात खूप तूप असते आणि तिच गोड मिठाई.'

'सगळ सगळं उकांड्यावर फेकले जाईल.'

'पाहू आपल्याला शोधत कोणी येतय का?'

'शोधत कोण येईल, आपण कोणी पुरोहित आहोत? एकदा दोनदा मंगल मंगल अशी हाक मारली जाईल, झालं. ताट नाल्यात फेकून दिल्या जाईल.'

'बरं, चल. पण मी समोर येणार नाही. जर कोणी माझे नाव घेतले नाही तर, मी परत जाईल. हे लक्षात ठेव.'

दोघे जायला निघाले आणि येऊन महेशनाथच्या दारात अंधारात दबून उभे राहिले, पण टामीला धीर कुठला? तो हळूच आत घुसला. पाहिले, महेशनाथ आणि सुरेश जेवन करीत आहेत. मंगल अंगणात हळूच बसला. पण घाबरला होता की कोणी दांडा तर मारणार नाही. एका नोकराने म्हटले-आज मंगल नाही दिसला. मालकिन रागावली होती, त्यामुळे कदाचित पळाला असेल.

दुसऱ्याने उत्तर दिले-बरे झाले, हाकलून दिले. सकाळी सकाळी भंग्याचे तोंड पहावे लागत होते.

मंगल अधिकच अंधारात सरकला. त्याची आशा खोल पाण्यात बुडाली. महेशनाथ ताटावरून उठला. नोकर हात धूत होते. आता हुक्का ओढतील आणि झोपी जातील. सुरेश त्याच्या आईची गोष्ट ऐकत ऐकत झोपी जाईल. गरिबाची कोणाला चिंता? इतका वेळ झाला, कोणी चुकनही हाक मारली नाही.

काही वेळापर्यंत निराश होऊन उभा होता, मग एक दीर्घ श्वास आत ओढून सोडणार होता तोच कहार पातेल्यात खरकटे घेऊन जात असताना दिसला. मंगल अंधारातून उजेडात आला. आता मनाला कसे रोखणार?

कहार म्हणाला-'अरे तू इथे होतास? घे खा. मी फेकून द्यायला निघालो होतो.'

मंगलने विवशपणे म्हटले-'मी किती वेळापासून इथे उभा आहे.'

'मग बोलला का नाही.?'

'घाबरलो होतो.'

'ठीक आहे, खा.'

त्याने पातेले उचलून मंगलच्या हातावर ठेवले. मंगलने त्याच्याकडे अशा नजरेने पाहिले, त्यात कृतज्ञता भरलेली होती. टामी देखील आतून बाहेर आला होता. दोघेही त्या लिंबाच्या झाडाखाली बसून खाऊ लागले.

मंगलने एक हातात टामीचे डोके कुरवाळत म्हटले-'पहा, पोटाची भूक अशी असते. हे बेइज्जत करणाऱ्या भाकरी मिळाल्या नसत्या तर काय केले असते?

टामीने शेपूट हलवले.

'सुरेशला आईने सांभाळले होते.'

लोक म्हणतात, दुधाची किमत कोणी परत करू शकत नाही आणि मला दुधाची किमत मिळू लागली आहे.'

टामीने पुन्हा शेपूट हलवले.

५) मंत्र

सांयकाळची वेळ होती. डॉक्टर चड्ढा गोल्फ खेळण्यासाठी तयार होत होते. मोटार दारासमोर उभी होती. दोन कहार डोली घेऊन येताना दिसत होते. डोलीच्या मागे एक म्हातारा काठी टेकत येत होता. डोली औषधालयाच्या समोर येऊन थांबली. म्हाताऱ्याने हळूहळू येऊन दाराच्या फटीतून डोकावले. इतक्या स्वच्छ अशा फरशीर पाय ठेवण्याची इच्छा होत नव्हती. कारण निसटून पडण्याची भीती होती. डॉक्टर साहेबांना समोर पाहून काही बोलण्याची हिंमत झाली नाही.

डॉक्टर साहेबने फटीच्या आतून ओरडत विरले-कोण आहे? काय पाहिजे? म्हाताऱ्याने हात जोडत म्हटले-हुजूर, फार गरीब माणूस आहे. माझा मुलगा अनेक दिवसापासून...'

डॉक्टर सोहेब सिगारेट ओढत बोलले-उद्या सकाळी ये. मी यावेळी पेशंट पहात नसतो.'

म्हाताऱ्याने जमिनीवर गुडघे टेकवले आणि बोलला-दुहाई है सरकार की, मुलगा तर मरून जाईल. हुजूर चार दिवसापासून डोळे नाही...'

डॉक्टर चड्ढाने मनगटाकडे पाहिले. केवळ दहा मिनीटे बाकी आहेत. गोल्फ-स्टिक खुंटीवरून काढत बोलले-उद्या सकाळी ये. उद्या सकाळी. आता माझी खेळण्याची वेळ झाली आहे.'

म्हाताऱ्याने टोपी काढून उंबरठ्यावर ठेवली आणि रडत बोलला-हुजूर, एकदा पाहून घ्या. फक्त एकदा. लेकरू हातचं निघून जाईल. हुजूर सात लेकरापैकी हे एक चावलं आहे. हुजूर, आम्ही नवरा बोयको रडून रडून मरून जाऊ. सरकार! तुमचे कल्याण होईल, दीनबंधू.'

'असे खेडूत इथे अनेक येतात. डॉक्टर सोहबांना त्यांचा स्वभाव माहित आहे. कोणी कितीही काही सांगितले तरी, ते त्यांचेच सांगतील. कोणाचे ऐकणार नाहीत. हळूच दरवाजा उघडला आणि त्याच्या गाडीकडे निघून गेले. म्हतारा असे म्हणत त्यांच्या गाडीच्या मागे गेला-'सरकार, मोठे पुण्याचे काम होईल. हुजूर दया करा. फार संकटात आहे, या जगात दुसरे कोणी नाही. बाबूजी.'

पण डॉक्टर साहेबाने त्याच्याकडे वळूनही पाहिले नाही. गाडीवर बसून बोलेले-'उद्या सकाळी या.'

मोटार तर निघून गेली. म्हतारा पुतळ्यासमान थोडा वेळ तसाच उभा राहिला. जगात अशी माणसं पण असतात, जे त्यांच्या आनंदापुढे दुसऱ्याच्या दुःखाची पर्वा करीत नाहीत. सभ्य जग इतके निर्दयी, इते कठोर आहे, याचा इतका मर्मभेदी अनुभव आतापर्यंत आला नव्हता. तो त्या जुन्या जीवापैकी होता, जो लागलेली आग विझवणे, प्रेताला खांदा देणे, कोणाचे घर बांधणे आणि कोणाचे भांडण सोडवण्यास तत्पर असत. म्हाताऱ्याला जोपर्यत गाडी दिसत होती तोपर्यत तो त्या गाडीकडे पहात होता. कदाचित त्याला अजूनही डॉक्टर

सोहब परत येण्याची आशा होती. मग त्याने कहारांना डोली उचलण्यास सांगितले. डोली जिकडून आली होती तिकडे निघून गेली. सगळीकडे निराश होऊन तो डॉक्टर चड्ढाकडे आला होता. त्यांच्याबद्दल ऐकले होते. निराश होऊन तो कोण्या दुसऱ्या डॉक्टरकडे गेला. नशीब पहायला.

त्याच रात्री त्याचा हसते खेळते सात वर्षाचे बालक त्याच्या बाल लीला समाप्त करून या जगातून निघून गेले. वयोवृद्ध आई वडिलाचा तो एकमेव आधार होता. त्याच्याकडे पाहूनच जगत होते. तो त्यांचा आधार गेल्यावर त्यांच्या पायाखाली जमीन राहिली नाही. वृद्धांची विशाल ममता हृदयभग्न होऊन अंधारमय जगात आर्त विलाप करू लागली.

२

अनेक वर्षे निघून गेली. डॉक्टर चड्ढाने खूप पैसा आणि नाव कमावले, परंतु सोबत आपल्या आरोग्याची काळजी पण घेतली. ही काही साधारण गोष्ट नव्हती. हे त्यांच्या नियमित जीवनाचे यश होते की ५० वर्षाच्या वयातही त्यांच्यातला जोश उत्साह तरूणाला लाजवेल असा होता. त्यांच्या प्रत्येक कामाची वेळ ठरलेली होती. त्या वेळेपासून ते थोडेही ढळत नसत. अनेकजण वेळ त्यावेळी पाळतात, ज्यावेळी ते आजारी पडतात. डॉक्टर चड्ढांना उपचार आणि संयम या गोष्टी चांगल्या माहीत आहेत. त्यांची मूलं देखील हाच नियम पाळत होती. त्यांना दोन मुलं झाली, एक मुलगा आणि एक मुलगा. तिसरे मूल झाले नाही. मुलगा कॉलेजात शिकत होता. तोच माता पित्याच्या जगण्याचा आधार होता. शील आणि नम्रतेचा पुतळा, मोठा रसिक, मोठा उदार, विद्यालयाचा गौरव, युवक समाजाची शोभा. चेहऱ्यावर वेगळे असे तेज. यावेळी त्याला वीस वर्षे होतील.

सायंकाळची वेळ होती. हिरव्यागार गवतावर खुर्ची ठेवल्या होत्या. शहरातील श्रीमंत आणि हुक्काम एकिकडे, कॉलेजचे विद्यार्थी दुसरीकडे बसून भोजन करीत होते. विजेच्या उजेडाने सगळा परिसर प्रकाशमान होता. मौज मजा करण्याचे सामानही पडले होते. छोटेसे नाटक होणार होते. नाटक स्वतः कैलासनाथने लिहिले होते. तेच मुख्य ॲक्टर देखील होते. यावेळी एक रेशमी शर्ट परिधान केलेला, पाहुण्याची देखभाल करण्यात व्यस्त होता. कोणी हाक मारी, कैलास जरा इकडे ये, कोणी तिकडे बालावत असे-कैलास काब तिकडेच थांबणार, सगळे त्याला बोलत, चिडवत, बिचाऱ्याला श्वास घेण्यासही वेळ देत नसत. अचानक एक तरूणी त्याच्याजवळ येऊन म्हणाली-'काय कैलास तुझे साप कुठे आहेत? मला दाखव.

कैलासने तिचा हात हातचत घेत म्हटले-'मृणालिनी, यावेळी माफ कर, उद्या दाखवतो.'

मृणालिनीने आग्रह केला-'नाही, तुला दाखवावे लागेल, मी आज नाही ऐकणार. तू रोज उद्या उद्या करतोस.'

मृणालिनी आणि कैलास दोघे वर्गमित्र होते आणि ऐकमेकांच्या प्रेमात पडलेले होते. कैलासला सापांना पाळणे, खेळणे आणि नाचवणे याचा नाद होता. वेगळेवेगळे साप त्याने पाळले होते. त्यांचा स्वभाव आणि वागण्याचा अभ्यास करीत असायचा. काही दिवस झाले, त्याने विद्यालयात एक मार्कचे व्याख्यान दिले. सापांना नाचवून पण दाखविले.

प्राणिशास्त्रातील मोठे मोठे विद्वान देखील त्याचे व्याख्यान ऐकून दंग राहिले होते. ही विद्या त्याने एक सापवाल्याकडून शिकली होती. सापाची जडी बुटी गोळा करण्याचा त्याला छंद होता. फक्त त्याला माहीत होणे गरजेचे होते की अमूककडे चांगली जडी बूटी आहे, त्याला रहावत नव्हतं. तो ती मिळवायचाच. हेच त्यचे व्यसन होते. त्यावर हजारो रूपये खर्च करून बसला होता. मृणालिनी अनेकदा येऊन गेली होती. पण सापाला पहाण्यासाठी इतकी उतावीळ नव्हती. सांगू शकत नाही, आज तिची उत्सुकता खरोखरच जागृत झाली होती. किंवा कैलासवर तिचा अधिकार गाजवू इच्छित होती. पण तिचा हा आगह अवेळी होता. त्याच्या कोठीत किती गर्दी होई! गर्दीला पाहून साप किती घाबरतील आणि रात्रीच्या वेळी त्यांना छेडणे किती महागात पडू शकतं, हे त्याच्या लक्षातच आले नाही.

कैलास म्हणाला-'यावेळी चांगले दाखवू शकणार नाही, खोलीत इंचभर पण जागा नाही.'

एक महाशयाने छेडले-'का दाखवत नाहीस, इतक्या लहान गोष्टीसाठी टाळाटाळ करीत आहेस? मिस गोंविद, अजिबात ऐकू नकोस. पाहू कसं ऐकत नाही.

कैलासला मृणालिनीचे ओसाळणे पाहून वाटले की तिला खरोखरच यावेळी वाईट वाटले आहे. जसे ही भोजनाचा कार्यक्रम संपला आणि गाण्याचा कार्यक्रम सुरू झाला, त्याने मृणानिली आणि इतर मित्रांना सोबत घेऊन सापाच्या खोलीच्या समोर सापाची धूण वाजवणे सुरू केले. मग एक एक खाना उघडून एक एक सापाला बाहेर काढू लागला. वाह! काय कमाल होती. असे दिसत होते की ते साप त्याचा प्रत्येक शब्द, त्याची भावना समजून घेत होते. कोणाला उचलले, कोणाला मानेवर ठेवले, मृणालिनी मानेवर ठेवण्यास मना करू लागली, दुरवरूनच दाखव. थोडं नाचवं. कैलासच्या मानेवर सापाना पाहून तिचा जीवन जात होता. पश्चाताप करू लागली की तिने विनाकारण साप दाखविण्याचा हट्ट केला होता. पण कैलास काही ऐकून घेण्यास तयार नव्हता. प्रेक्षकासमोर सापाचे असे प्रदर्शन दाखवण्यास मिळत असले तर तो ती संधी कशी सोडणार होता? एका मित्राने टीका केली. दात काढून टाकले असतील.

कैलास हसून बोलला-'दात तोडणे मदारीचे काम आहे. कोणचेही दात काढलेले नाहीत. म्हणाल तर दाखवतो? असे म्हणत त्याने एक काळ्या सापाला पकडले आणि बोलला-माझ्याकडे यापेक्षा मोठा आणि विषारी साप दुसरा नाही. जर कोणाला चावला, तर माणूस तात्काळ मरतो, श्वास पण घेता येणार नाही. म्हणाल तर याचे दात दाखवू?

मृणालिनी त्याचा हात धरत म्हणाली-'नाही नाही कैलास! देवासाठी याला सोडून दे. तुझ्या पाया पडते.'

त्यावर दुसरा मित्र म्हणाला-'माझा विश्वास बसत नाही, परंतु तू सांगतो तर ठीक आहे.'

कैलासने सापाची मान पकडत म्हटले-'हे पहा, डोळ्याने पाहून घ्या. दात तोडून वश केले. तर काय कराल, साप मोठा समजदार असतो. या व्यक्तीपासून मला कसलाही धोका नाही, असा त्याा विश्वास झाला तर ता चावणार नाही.'

मृणालिनी पाहिले की यावेळी कैलासवर सापाचे भूत सवार आहे, तिने हा तमाशय न करण्याच्या विचाराने म्हटले-'ठीक आहे, आता या ठिकाणाहून निघूया. ते पहा गाण्याचा

कार्यक्रम सुरू झाला आहे. आज मी पण एक गणे ऐकवणार आहे. असे म्हण्त तिने कैलासच्या खद्यांला धरत इशारा केला आणि खोलीतून बाहेर पडली. परंत कैलास विरोधी पक्षाच्या शंका दूर करूनच थांबणार होता. त्याने सापाची मान इतक्या जोरात पक्डली की त्याचे तोंड लाल झाले, शरीरतल्या सर्व शीरा ताणल्या गेल्या. कैलासने सापासोबत असा व्यवहार कधी केला नव्हता. सापाला कळत नव्हते की त्याच्यासोबत काय होऊ लागले आहे, कदाचित त्याचा भ्रम झाला की कैलास त्याला मारून टाकत आहे, तो आत्मरक्षा करण्यासाठी तयार झाला.

कैलासाने त्याची मान पकडून तोंड उघडले आणि त्याचे विषारी दात दाखवत बोलला- 'आला विश्वास किंवा आता पण काही शंका आहे?' मित्राने त्याचे दात पाहिले आणि चकित झाले. प्रत्यक्ष पुराव्यासमोर शंकेला जागा कोठे असते? मित्राची शंका दूर करण्यासाठी कैलासाने सापाची मान ढिल्ली सोडली आणि त्याला जमिनीवर ठेवण्याच्या प्रयत्नात होता, पण तो काळा गवती साप रागाने लाल झाला होता. मान ढिल्ली पडताच त्याने कैलासच्या बोटाचा चावा घेतला आणि साप पळून गेला. कैलासच्या बोटातून रक्त वाहू लागले. त्याने बोट जोराने दाबून धरले आणि त्याच्या खोलीकडे धावला. तिथे मजवर जडी बुटी ठेवली होती, जी घासून लावल्याने विष कमी होत होते. मित्र घाबरले. बोहर कार्यक्रमात देखील ही बातमी पसरली. डॉक्टर साहेब घाबरून पळाले. तात्काळ बोटाला आवळून बांधले आणि जडी बुटी घासायला दिली. डॉक्टर साहेबांना जडी बोटीतलं काही कळत नव्हतं. त्यांना त्या जागेवर थोडे कापायचे होते. पण कैलासला जडी बुटीवर पूर्ण विश्वास होता. मृणालिनी पियानोवर बसली होती. ही बातमी ऐकताच पळाली आणि कैलासच्या रक्त लागलेल्या बोटाला रूमालाने पुसू लागली. याच दरम्यान कैलासला गुंगी आल्यासारखे झाले, ओठ पिवळे पडू लागले. इतका की त्याला उभे रहाणे अशक्य होऊ लागले. फरशीवर बसला. सगळे पाहुणे खोलीत जमा झाले. कोणी काही तर कोणी काही बोलू लागले. इतक्यात जडी बुटीचा काढा आला. मृणालिनी बोटावर लेप लावला. एक मिनीट गेला आणि कैलासचे डोळे बंद झाले. तो झोपला आणि हाताने वारा घालण्याचा इशारा केला. आईने त्याचे डोके मांडीवर घेतले आणि वीजेचा टेबल फॅन लावला. डॉक्टर साहेबाने वाकून म्हटले-'कैलास, कशी आहे तबियत?' कैलासने हळूच हात वर केला, पण काही बोलला नाही. मृणालिनीने करूण स्वरात म्हटले-'जडी बुटीचा काही परिणाम होणार नाही?' डॉक्टर साहेबाने डोक्याला हात लावत म्हटले-'काय सांगणार, मी याचे ऐकले, आता तर कापून पण काही फायदा होणार नाही.'

अर्धा तास असेच राहिले. कैलासची आवस्था बिघडत चालली होती. इतकी की त्याचे डोळे थिजले. हात-पाय थंड पडले, चेहरा मलिन झाला. नाडीचे ठोके कमी झाले. मृत्यूची सगळी लक्षणं दिसू लागली. घरात गोंगाट झाला. मृणालिनी एकिकडे डोके आपटू लागली, आई दुसरीकडे. डॉक्टर चड्ढाला मित्राने पकडले, नाहीतर त्याने त्याची मान कापून घेतली असती.

एक महाशय बोलले-कोणी मांत्रीक सापडला तर बरे होईल, अजूनही जीव वाचू शकतो.'

दुसऱ्या सज्जनने समर्थन दिले-'अरे साहेब कबरीत नेलेले मुडदे जिवंत झाले आहेत. असे कमालीचे मांत्रीक आहेत.'

डॉक्टर चड्ढा बोलला-'माझी अक्कल चरायला गेली होती, याचे ऐकले. तिथे कापले असेते, तर ही वेळ नसती आली. अनेकदा सांगत होतो, बेटा सापांना पाळू नकोस पण कोण ऐकतय. बोलवा कोण्या मांत्रीकालाच बोलवा. माझ्याकडील सगळं देतो, सगळी संपत्ती देतो. लंगोटीवर घर सोडतो. पण माझा कैलास, माझा लाडका लेक वाचला पाहिजे. कोणालाही बोलवा.

एका महाशयाचा झाडपाला करण्याऱ्यासोबत ओळख होती. तो पळत गेला आणि त्याला बोलावले, पण कैलासची आवस्था पाहून मंत्र पठणाची हिंमत झाली नाही. बोलला-'आता काय होऊ शकतं, सरकार? जे काही होणार होते, झाले.'

तेच हिरवगार मैदान होते, तोच चंद्रप्रकाश आणि निःशब्द संगीताप्रमाणे निसर्ग होता. तिच मित्र मंडळी होती. तेच मनोरंजनाचे सामान होते. पण जिथे हास्य ध्वनी होता, तिथे करूण क्रंदण आणि अश्रू प्रवाह होता.

३

शहरापासून दूर एक लहानशा घरात एक वयोवृद्ध जोडपे शेकाटीसमोर बसून थंडीची रात्र काढत होते. म्हतारा नारळ पाणी पित होता आणि मध्ये मध्ये खोकत हाता. म्हतारी दोन्ही मांड्याच्या मध्ये डोके घालून जाळाकडे पहात होती. एक रॉकेलचा दिवा ओट्यावर जळत होता. घरात ना खाट होती ना बिछाणा. एका कोपऱ्यात एक गवताची पेंढी पडली होती. याच कोठडीत चूल होती, म्हतारी दिवसभर लाकडे गोळ करीत असे. म्हतारा दोरीला बांधून बाजारात विकून येत असे. हेच त्यांच्या जगण्याचे साधने होते. त्यांना ना कोणी रडताना पाहिले, ना हसताना. त्यांचा सगळा वेळ जिवंत रहाण्यातच जात होता. मृत्यू दारात उभा होता. रडण्याला आणि हसण्याला कुठे वेळ होता. म्हतारीने विचारले-'उद्या एखादा सण तर नाही काम काय करणार?'

'जाऊन दगडू साहकडून दहा शेर उधार आणतो.'

'त्याचे मागचे दिले नाहीत, उधार कसे देणार?'

'देईल किंवा नाही, गवत कुठे गेले आहे का? दुपारपर्यंत जमेल तेवढे कापतो.'

इतक्यात दरावाज्यावर एका व्यक्तीने आवाज दिला-'भगत, भगत, काय झोपी गेलात? जरा दरवाजा उघडा.'

भगतने दरवाजा उघडला. एक व्यक्ती आत येऊन बोलला-'काही ऐकले, डॉक्टर चड्ढाच्या मुलाला सर्प दश झाला आहे.'

भगतने दचकून म्हटले-'चड्ढा बाबूच्या मुलाला! तेच चड्ढा बाबु आहेत ना जे छावणीत बंगल्यात रहातात?'

हा हा तेच. शहरात खळबळ झाली आहे. जात असाल तर जा, काम होईल.'

म्हताऱ्याने निष्ठूर होत बोलला-मी नाही जात. तेच चड्ढा आहे. चांगले माहीत आहे. मुलासाठी त्याच्याकडेच गेलो होतो. खेळायला निघाले होते. पाय पकडले की एकदा पाहून

घ्या. साधं बोलेले नाहीत. आता माहीत होईल की मुलगा गेल्याचे दुःख काय असते. किती मुलं आहेत?

'नाही हा एकटाच मुलगा होता, सगळे बोलले.'

'ईश्वर दयाळू आहे, त्यावेळी माझ्या डोळ्यातून अश्रू आले होते, परंतु त्यांना थोडी पण दया आली नव्हती. मी त्याच्या घर असतो तरी विचारपूस केली नसती.'

तर जाणार नाही. आम्ही जे ऐकलं ते सांगितल.'

चांगले केले-चांगले केले. काळीज थंड पडले असेल, डोळे थंड पडले असेल, मुलगा देखील थंड पडला असेल. तुम्ही जा. आज आरामात झोप घेईन. (म्हतारीला) 'जरा तंबाखू तर घे. एक चिलम ओढणार. आता माहीत होईल लालाला. सगळी हेकडी निघून जाईल. आमचं काय गेलं. मुलगा मेल्याने रोजगार तर गेला नाही. जिथे सहा मुलं गेली होती तिथे आणखी एक गेला. तुझे तर जग विराण होईल. यासाठी सगळ्याना लुटले होते ना. आता काय करशील? एकदा पहायला जाईल, पण काही दिवसानंतर, काय चालले आहे, याची विचारपूस करायला जाईल.'

माणूस निघनू गेल्यावर दरवाजा बंद केला. चिलममध्ये तंबाखू टाकून ओढू लागला.

म्हतारी बोलली-इतक्या रात्री कोण जाईल?'

अरे दुपार असती तरी पण मी गेलो नसतो. दरवाज्यात गाडी आली असती, तरी पण मी गेलो नसतो. विसरलो नाही. पन्नाचा चेहरा आजही डोळयासमोरून जात नाही. या निर्दयाने एकदा पण पाहिले नाही. तो वाचणार नाही, हे मला माहीत नव्हतं का? चांगलं माहित होतं. चड्डा भगवान व्हता? त्यांनी एकदा पाहिल्यावर अमृताचा वर्षाव होईल. नाही, फक्त मनाची आशा होती. थोडं बरं वाटले असतं. त्यासाठीच त्यांच्याकडे गेलो होतो. आता एखाद्या दिवशी जाईल आणि म्हणेल-काय साहेब, काय चालले आहे? जग वाईट म्हणेल, म्हणू द्या. मला पर्वा नाही, लहान व्यक्ती मध्ये तर सगळे दोष असतात. मोठ्या लोकात दोष नसतात, देवता असतात.'

भगतच्या जीवनातली पहिली संधी होती की अशी बातमी ऐकल्यावर तो बसून राहिला. ८० वर्षाच्या आयुष्यात असे कधी घडले नव्हते की सर्प दंशाची बातमी एकून तो धावत गेला नाही. माघ-पुसाची अंधारी रात्र, चैत-बैसाखचे ऊन आणि थंडी, पाऊसाळ्यात नदीला आलेला पूर, त्याने कशाचीही पर्वा केली नव्हती. तो तात्काळ घराच्या बाहेर पडत असे. निःस्वार्थ, निष्काम. देण्या घण्याचा विचार कधी मनात आला नव्हता. हे काम असे नव्हते. जीवाची काय किंमत घेणार? हे एक पुण्य कर्म होतं. शेकडो निराश लोकांना त्याच्या मंत्राने जीवदान दिले होते, पण आज त्याचे पाय घरातून बाहेर निघत नव्हते. ही बातमी ऐकून झोपी जात आहे.

म्हतारी म्हणाली-तंबाखू शेकोटी जवळ ठेवली आहे. तिचे पण आज अडिच रुपये रूपये झाले.

असे बोलून म्हतारी झोपी गेली. म्हताऱ्याने दिवा विझवला, थोडा वेळ उभा राहिला, नंतर बसला. शेवटी जमिनीवर आडवा झाला. परंतु ही बातमी त्याच्या हृदयावर ओझ्यासारखी ठेवली होती. त्याला समजले होते, त्याचं काही हरवलं आहे, त्याच्या मनात

बसलेला त्याला घराच्या बाहेर काढत आहे. म्हतारी थोड्या वेळात घोरू लागली. तेव्हा भगत उठला, त्याची काठी घेतली आणि हळूच कवाड उघडले.

म्हतारीने विचारले-कुठे निघालात?'

'कुठे नाही, पहात होतो की किती रात्र झाली आहे.'

बरीच रात्र झाली आहे झोपी जा.'

'झोप नाही लागत.'

'झोप का नाही येत, झोपी जा.'

झोप कशी लागेल? मन तर चड्ढाच्या घराकडे लागले आहे.'

चड्ढा माझ्यासोबत कुठे चांगले वागला आहे, तिथे जायला? तो येऊन पाया जरी पडला तरी जाणार नाही.'

'उठले तर त्याचसाठी ना.'

नाही रे, मी इतका पागल नाही की ज्याने काटे अंथरले आहेत, त्याच्यासाठी फुलांची अंथरू.' म्हतारी पुन्हा झोपी गेली. भगतने पुन्हा दरवाजा उघडला, इतक्या हळूच की म्हतारीला जाग आली नाही. बाहेर आला. त्याचवेळी गावचा चौकीदार गस्त घालत होता. म्हणाला-कशाला उठलात भगत? आज तर खूप थंडी आहे. कुठे निघालात?'

भगत म्हणाला-नाही नाही, कुठे जाणार! पहात होतो, किती रात्र झाली आहे. कती वाजले असतील?'

चौकीदार बोलला-एक वाजले असतील, आता ठाण्यातून आलोय, डॉक्टर चड्ढाच्या बंगल्यावर मोठी गर्दी झाली होती. त्याच्या मुलाचे काय झाले तुला कळलेच असेल. सर्प दंश झाला आहे. कदाचित मृत्यू पावला असेल. तू गेलास तर कदाचित जीव वाचेल त्याचा. ऐकण्यात आले आहे, दहा हजार पण देण्यास तयार आहे.

भगत-मी तर जाणार नाही, दहा लाख दिले तरी. मला दहा हजार किंवा लाख रूपये घेऊन काय करायचे आहे? उद्या मरणार आहे, काय करणार त्या पैशाचं?

चौकीदार निघून गेला. भगतने आपल्या पायाचा वेग वाढवला. जसे की नशेत माणसाचे शरीर त्याच्या ताब्यात नसते. पाय कुठे ठेवतो, पडतात दुसरीकडेच. बोलतो एक, करतो दुसरेच. असेच हाल यावेळी भगतचे झाले होते. मनात विरोध होता, पण कर्म मनाच्या ताब्यात नव्हते. ज्याने कधी तलवार चालवली नाही, तो मनात असले तरी तलवार चालवणार नाही. त्याचे हात थरथरतात, उठत नाहीत.

भगत काठी खडखड करीत निघाला होता. चेतना थांबवत होती, पण अचेतना चालवत होती. सेवक मालकावर स्वार होता.

पण अचेत मनाने आता वेगळेच रूप धारण केले होते, जे हिंसे सोबत मिळते जुळते होते, तो इलाज करायला निघाला नव्हता, त्याला पहायचे होते लोक काय करीत आहेत, डॉक्टर सोहबाचे रडणे ऐकायचे होते त्याला, कशाप्रकारे डोक आपटून घेतात किंवा स्वतःला सावरतात. ही माणसं विद्वान असतात, स्वतःला सावरताताच. इतक्यात दोन व्यक्ती येताना दिसले. दोघे बोलत येत होते-चड्ढा बाबुचे घर उजाडले, एक तर मुलगा होता, भगतच्या कानात हा आवाज गेला. त्याचं चालणे अधिकच वेगवान झालं. थकल्यामुळे पाय उचलत

नव्हते. मधला भाग इतका पुढे झुकायचा की जणू तोंडावर पडेल. अशाप्रकारे तो १० मिनीटे चालला असेल, तोच डॉक्टर साहेबाचा बंगला दिसू लागला. विजेचे बल्ब जळत होते, पण शांतता होती. रडण्याचा आवाज पण येत नव्हता. भगतचे हृदय धडधड करू लागले. मला येण्यास फार वेळ तर नाही लागला? तो धाऊ लागला. इतक्या वयात तो कधी पळला नसेल. असे वाटत होते की त्याच्या मागे मृत्यू लागला आहे.

४

दोन वाजले होते. पाहुणे गेले होते. रडणाऱ्यात फक्त आकाशाचे तारे उरले होते आणि सगळे रडून थकले होते. मोठ्या उत्सुकतेन लोक आकशाकडे पहात होते की कधी सकाळ होईल आणि प्रेतावर गंगेत अंतिम संस्कार होतील.

अचानक भगतने दारावर पोहचल्यावर आवाज दिला. डॉक्टर साहेबाच्या लक्षात आले, कोणी पेशंट आला असेल, एखाद्या दिवशी त्याने पेशंटला काढून दिले असते पण आज बाहेर आला, पाहिले एक वृद्ध व्यक्ती उभा आहे, कमरेत वाकलेला-सुकलेला चेहर, भूवया पांढऱ्या झालेल्या. जरा पाहू. काठीच्या आधारे थरथरत होता. नम्रपणे बोलला-आज तर आमच्यावर असे संकट आले आहे की काय सांगणार. आता एक महिना तरी कोण्या पेशंटला पाहू शकणार नाही.

भगत म्हणाला-ऐकले आहे मी बाबुजी, त्यासाठीच तर आलोय. मुलगा कुठे आहे? ईश्वर मोठा दयाळू आहे. प्रेताला पण जागी करू शकतो, कोणास ठावे, आता पण त्याला दया आली तर.'

चड्ढाने दुःखी स्वरात म्हटले-या, पाहून घ्या. पण तीन चार तास झाले. जे काही व्हायचे होते, ते झाले आहे. अनेक मांत्रीक आले आणि गेले.'

डॉक्टर साहेबाला आता कुठली आशा कशी असेल. हो पण म्हताऱ्यावर दया आली. आत घेऊन गेले. भगतने प्रेताला एक मिनीट पाहिले. तेव्हा हसून बोलला-अजूनही काही बिघडले नाही. ईश्वराची मर्जी असेल तर मुलगा अर्ध्या तासात उठून बसेल. आपण विनाकारण मन लहान करीत आहात. जरा कहाराला पाणी आणायला सांगा.

कहाराने पाणी आणले आणि कैलासला स्नान घालणे सुरू केले. पाइप बंद झाला. कहारांची संख्या अधिक नव्हती. म्हणून पाहुण्यांनी बाहेरच्या विहीरीतून पाणी काढून दिले. मृणालिनी कळशीने पाणी आणत होती. म्हतारा हसत हसत मंत्र पठण करीत होता. जणू विजय त्याच्या समोर उभी होती. जेव्हा एक मंत्र समाप्त होई त्यावेळी तो एक जुडी कैलासला वास द्यायचा. अशाप्रकारे कितीतरी हांडे कैलासच्या डोक्यावर ओतण्यात अले. आणि कितीतरी वेळा भगतने मंत्रजाप केला. शेवटी सकाळच्या लाल सूर्यासोबतच कैलासचे पण डोळे उघडले. एकदा त्याने अंग मोडले आणि पिण्यासाठी पाणि मागितले. डॉक्टर साहेबाने धावतच नारायणीला मिठी मारली. नारयणी पळतच भगतच्या पायावर पडली आणि मृणालिनी कैलास समोर डोळ्यातले अश्रू पुसू लागली-आता कशी तबियत आहे?'

एका क्षण सगळी कडे वार्ता पोहचली. मित्रमंडळी शुभेच्छा देण्यासाठी येऊ लागले. डार्क्टर मोठ्या श्रद्धा भवाने प्रत्येकासमोर भगतचे गुणगाण गाऊ लागले, भगतला भेटण्याची

सर्वांना इच्छा होती. पण आत जाऊन पाहिले तर भगतचा काही पत्ता नव्हता. नोकर म्हणाले-आता तर ते इथे चिलम ओढत बसले होते. आम्ही त्याला तंबाखू देऊ लागलो, तर त्यांनी नाही घेतली. त्याच्या जवळची तंबाखू काढून भरली.

इकडे भगतचा सगळीकडे शोध घेण्यात येऊ लागला आणि भगत धावत पळत घरी निघाला होता, यामुळे की त्याची म्हतारी जागी होऊ नये.

ज्यावेळी पाहुणे निघून गेले, तेव्हा डॉक्टर साहेबांनी नारायणीला म्हटले-म्हतारा माहित नाही कुठे गेला. तंबाखू घेऊन एक चिलम पण ओढली नाही.

नारायणी-मी तर असे ठरवले होते की त्यांना मोठी रक्कम बक्षीस म्हणून द्यावी.

चड्ढा-रात्री मी नव्हते ओळखले, पण थोडे उजेडल्यावर मी ओळखले. एकदा एक पेशंटला घेऊन आला होता, मला आठवलं. मी खेळायला निघालो होतो. पेशंटला पहायला नकार दिला होता. आज त्या दिवसासाठी मला खूप वाईट वाटत आहे, सांगू शकत नाही. मी त्याला आता शोधून काढणार आणि त्याच्या पायावर पडून माझ्या गुन्ह्यासाठी माफी मागणार. तो काही घेणार नाही, मला माहीत आहे, त्याचा जन्म यशाचा वर्षाव करण्यासाठी झालेला आहे. त्याच्या सज्जनतने मला असा आदर्श घालवून दिला आहे, जो मरेपर्यंत माझ्या समोर असेल.

६) विटी - दांडू

इंग्रजांना दोस्त समजा किंवा नका, मी तर म्हणेल की विटी-दांडू हा सर्व खेळांचा राजा आहे. आज देखील मुलांना विटी-दांडू खेळताना पहातो तर मन भरल्यासारखं होतं. वाटतं त्याच्यांसोबत खेळावं, लॉनची गरज नाही, कोटची गरज नाही, जाळीची गरज नाही, बॅटची गरज नाही, आरामात एखाद्या झाडाची फांदी तोडली, विटी बनवली आणि दोघंजण आले, खेळ सुरु. इंग्रजी खेळांमध्ये सर्वात मोठा दोष हा आहे की त्यांचे सामान महाग आहे. जोपर्यंत शंभर रुपये खर्च होत नाही तोपर्यंत खेळ सुरुच होत नाही. आपल्याकडील विटी-दांडू प्रत्येक फटकाऱ्याला रंग देतो. पण आपण परदेशी वस्तूच्या मागे वेड्यासारखे धावतो की आपल्या स्वदेशी वस्तुकडे दूर्लक्ष करतो. आपल्या शाळेमध्ये मुलांकडून तीन-चार रुपये वर्षाला खेळाच्या नावावर वसूल केल्या जातात. इंग्लिश खेळ म्हणजे पैसे असणाऱ्यांचा खेळ आहे. गरीब मुलांच्या माथ्यावर असला खेळ कशाला लादता! ठीक आहे. विटीने डोळा फुटण्याची भीती असते. तर मग क्रिकेटने डोकें फुटण्याची, प्लीहा फुटण्याची, पाय जखमी होण्याची भीती नसते! माझ्या डोक्यावर तर विटी लागण्याची जखम असेल तर माझे असेही दोस्त आहेत. ज्यांनी बॅटच्या जागी हाती कुबड्या घेतल्या आहेत. असो, ही आपली आपली आवड आहे. मला विटी सर्व खेळापेक्षा बरी वाटते आणि लहानपणीच्या आठवणी पैकी विटी सर्वात प्रिय आहे. ते सकाळी घरातून निघूण जाणं, ते झाडावर जावून फांद्या तोडणं आणि विटी-दांडी बनवणं, तो उत्साह, ती तल्लीनता, ती मित्रांची लगबग, ते राज घेणं आणि देणं. ती भाडंणं, ज्यामध्ये स्पृष्य-अस्पृष्य, श्रीमंत-गरीब असला काहीच फरक नसायचा. ज्यात श्रीमंताच्या चोचल्यांचा जरासाही लवलेस नसायचा. त्यावेळेला त्याच वेळी विसरला येईल.....

घरातील मंडळी चिडू लागलीत, चुलीसमोर बसून वडील भाकरीवर आपला राग काढू लागलेत. आईची धाव केवळ दारापर्यंतच आहे, पण तिच्या बुद्धिनुसार माझं भविष्य वाट चुकलेल्या बोटीप्रमाणे आहे, आणि इकडे मी आहे जो राज घेण्यात सगळे विसरलो आहे. ना अंघोळीचं ध्यान ना खाण्याचं. विटी आहे तशी छोटीसीच पण तिच्यात जगातला गोडवा आणि अनेक तमाशांचा आनंद समावला आहे.

माझ्या मित्रमंडळीत जन्या नावाचा मुलगा होता. माझ्यापेक्षा दोन-तीन वर्षांने मोठा असेल. वाळलेला-माकडासारखी लांब-लांब बोटे, माकडासारखीच चपळता. विटी कशीही असो तिच्यावर तो असा तुटून पडायचा की जणू किड्यावर पाल. माहीत नाही त्याला आई-वडील होते किंवा नव्हते. कुठे रहात होता. काय खात होता. पण आमच्या विटी-दांडू संघाचा चॅम्पियन होता. ज्याच्या बाजून तो असायचा ते जिंकायचेच. तो दूरवरून येताना दिसताच त्याला आपल्या संघात घेण्यासाठी धावत.

एका दिवशी आम्ही आणि जिन्यावर खेळत होतो. तो राज घेत होता. राज देण्याची वेळ माझी होती. पण ही विचित्र गोष्ट आहे की राज देण्या-घेण्याचा हा खेळ दिवसभर चालायचा. राज घ्यायला थोडा वेळ लागला. मी सगळं करून पाहिलं, अशावेळी शस्त्र बाळगणं देखील गुन्हा ठरत नाही. पण जन्या राज घेतल्याशिवाय मला सोडत नव्हता.

मी घराकडे पळालो. मी डाव मध्येच सोडला होता.

जन्याने मला पळत येऊन पकडले आणि दांडू वर करत बोलला-माझं राज देवून जा. मोठ्या हुशारीनं राज घेतलंस, आता तुझ्यावर राज आहे तर पळून चाललास?

'तू दिवसभर पळायला लावशील तर मी काय दिवसभर पळत राहू?'

'होय, तुला दिवसभर पळावं लागेल'

'खाय-प्यायचं नको!'

'हो, पण माझं राज दिल्याशिवाय कुठेही जाता येणार नाही'

'मी तुझा गुलाम आहे?'

'होय, माझा गुलाम आहेस'

'मी घरी चाललो, पहातो तू माझं काय करतोस?'

'घरी जाणार आहेत, गमंत आहे का, राज दिलय राज घेईलं'

'मग काल मी तुला अमरस चारला होता तो परत कर'

'तो तर पोटात गेला'

'पोटातून काढ, तू का खाल्लेस माझा आमरस?'

'अमरस तू दिलास, त्यावेळी मी खाल्ला. मी तुला मागायला आलो नव्हतो'

'जोपर्यंत माझा अमरस देणार नाहीस. मी राज देणार नाही'

मी समजत होतो न्याय माझ्या बाजूने आहे. शेवटी त्याला अमरस मी कोणत्या तरी स्वार्थासाठी दिला होता. विनाकारण कोणी कोणाला काही देत नाही! भीक देखील स्वर्थापोटीच दिल्या जाते. जन्यानं माझा अमरस खाल्ला असेल तर त्याला माझ्याकडून राज घेण्याचा काय अधिकार आहे? पैसा देवून लोक तर खून पचवतात. हा माझा अमरस तसाचं करीन! एक पैशाला पाच इतके महाग होते आंबे. जन्याच्या बापानं तरी पाहिलेत का हा निव्वळ अन्याय होता.

जन्याने मला त्याच्याकडे ओढत म्हटले-माझं राज देवून जा, अमरस वगैरे मला माहीत नाही.

मी न्यायाच्या बाजूने होतो. तो अन्यायाचे समर्थन करीत होता. त्याचा हात झटकून पळायचं होतं मला. मी शिवी दिली. त्याने घाणेरडी शिवी दिली आणि केवळ शिवीच नाहीतर एक चापटही मारली. मी त्याच्या हाताला चावलो. त्याने माझ्या पाठीवर दांडू मारला. मी रडायला लागलो. जन्याला काय करावं ते समजेना पळालो. मी तात्काळ रडणं थांबवलं, दांडूचां मार विसरलो आणि हसत-हसत घरी आलो. मी पोलिसाचा छोकरा पण एका खालच्या जातीच्या मुलानं मला मारलं होतं. हे मला त्यावेळी अपमानजनक वाटलं. पण घरातल्या कोणालाही सांगितले नाही.

त्याच काळात वडिलाची त्या ठिकाणाहून बदली झाली. नवीन ठिकाण इतक चांगलं होतं की आपल्या सवंगड्यांना सोडून आल्याचं दुखचं विसरलो. वडील नाराज होते. इथंही चांगली मिळकतीची जागा होती. आई सुद्धा दुःखी होती. इथं सगळया गोष्टी स्वस्त होत्या आणि गल्लीतल्या बायांसोबत चांगली गट्टी जमली होती. पण मी आनंदानं बेहाष झालो होतो. नव्या मित्रांसमोर बढाया मारत होतो की तेथिल घरे असे थोडे असतील. असे असे उंच घर आहेत की जणू आभाळाला स्पर्श करतील. तेथिल इंग्लिश शाळेत एखाद्या शिक्षकाने मारहान केली तर त्याला जेल होईल. माझ्या मित्राचे विस्फारलेले डोळे आणि विस्मित चेहरे सांगत होते की त्यांच्या नजरेत मी किती मोठा आहे. लहान मुलांना खोट्याला खरं समजण्यासाठी अशी शक्ती आहे ज्यामुळे आपण खऱ्याला खोटं ठरवू शकतो, काय समजलं. ते बिचारे माझ्यासारखं होण्याचा प्रयत्न करू लागले. जणू काही मनात म्हणत होते की, तू नशीबान आहेस बेट्या, आम्हाला तर असल्याच उजाड गावात जगायचं अन मरायचं आहे.

वीस वर्ष झालेत. मी इंजिनिअर झालो आणि त्याच जिल्ह्याचा दौरा करीत त्याच भागात एका डाक बंगल्यात थांबलो. त्या भागाला पहाताच माझ्या साऱ्या बाल आठवणी जाग्या झाल्या, मी लागलीच हातात छडी घेतली आणि भटकायला निघालो. डोळे त्या वाटसरू प्रमाणे बालपणीच्या त्या खेळायची जागा शोधण्यासाठी व्याकुळ झाली होते. पण त्या ओळखीच्या जागेशिवाय इथं कसलाही बदल झाला नव्हता. जिथं पडझड झाली होती तिथं आता पक्की घरं होती. जिथं वडाच झाड होतं तिथं आता सुंदर बाग झाली होती. जागेचा कायापालट झाला होता. पण मला त्या जागेचं नाव आणि परिस्थिती माहीत नसती तर या जागेला ओळखू शकलो नसतो. बालपणीच्या त्या साठवलेल्या आठवणी दिलखुलास त्यांच्या गळयात पडायला उतावीळ झाल्या होत्या. पण ते जग आता बदलले आहे. असे वाटत होते की मातीला उराशी घेऊन रडावं आणि म्हणावं काय तू पण मला विसरलीस? मी तर आजही तुला त्याच स्थितीमध्ये पाहू इच्छितो.

अचानक एका मैदानात ती दोन तीन मुलांना विटी-दांडू खेळताना पाहितं. क्षणभर मी स्वतःला विसरून गेलो. मी अधिकारी असल्याचा तो थाट, रूबाब आणि अधिकाराच्या मर्यादा.

त्यांच्याकडे जाऊन विचारले, काय मुलांनो-इथं कुणी जन्या नावाचा माणून रहातोय का?

एका मुलानं विटीला दांडूने दूर उडवत बुजऱ्या अवाजात म्हटलं-कोण जन्या? जन्या चांभार?

मी असंच म्हटलं, होय तोच तोच. जन्या नावाचं किमान कोणी आहे तरी? कदातिच तोच असावा.

'होय आहे तर'

'जरा त्याला बोलवू शकता?'

पोरगा पळाला आणि क्षणार्धात एका पाच हाताच्या काळ्या माणसासोबत येताना दिसला. मी दुरवरूनच ओळखलं. त्याच्याकडे धावत जाऊन त्याच्या गळयात पडू इच्छित होतो. पण कसल्यातरी विचारानं मला थांबवलं. म्हणालो-काय जन्या मला ओळखतोस? जन्याने वाकून नमस्कार केला. हो साहेब, मी कसं विसरेन बरं? आपण मजेत आहात?

'खूप मजेत, तुझं सांग'

'डिप्टी साहेबांचा पोतदार आहे'

'गण्या, मोहन, सर्जा हे सगळे कुठे आहेत? काही खबर?'

'गण्या तर देवाघरी गेला आणि मोहन आणि सर्जा पोस्टमन झालेत आपण'

'मी तर जिल्ह्याचा इंजिनिअर आहे'

'आपण तर पहिल्यापासूनच हुशार होतात'

'आता कधी विटी दांडू खेळतोस?'

जन्याने माझ्याकडे प्रश्नार्थक नजरेने पाहीलं-आता विटी-दांडू काय खेळणार साहेब, धंद्यापासून वेळ तरी कुठे मिळतोय.'

'चळ आज खेळू, तू पळव मी पळतो, तुझं एक राज माझ्यावर आहे, ते आज घे'

जन्या कसाबस तयार झाला. तो ठरला साधा कामगार मी एका मोठा ऑफिसर, माझी आणि त्याची काय बरोबरी! बिचारा संकोचत होता. मला कसलाही

संकोच वाटत नव्हता. यामुळे नाही की मी जन्यासोबत खेळणार होते, यामुळे की आमच्या या खेळण्याला आश्चर्य समजून तमाशा पहायला चांगलीच गर्दी करतील. त्या गर्दीत खेळण्याची मजा कुठे राहील पण खेळल्याशिवाय जमणार नव्हतं. शेवटी दोघांनी ठरवलं की गावापासून दूर जाऊन खेळायचं. तिथे कोणी असणार नाही पहायला. गंमतीनं खेळू आणि लहानपणीचा तो गोडवा आनंदानं चाखु. मी जन्याला घेऊन डाक बंगल्यावर आलो आणि गाडीवर बसवून मैदानाकडे घेऊन गेलो. सोबत एक कुऱ्हाड घेतली. मी गंभीर झालो होतो. परंतु जन्याला अजूनही ही गंमतच वाटतच होती. तरी देखील त्याच्या चेहऱ्यावर उत्सुकता किंवा आनंद असे कोणतेच चिन्ह दिसत नव्हतं. कदाचित आमच्या दोघामध्ये जो फरक झाला होता, त्या बद्दल विचार करण्यात मग्न होता.

मी विचारले, 'तुला कधी माझी आठवण येत होती जन्या' खर सांगायचं

जन्या संकोचत म्हणाला-मी आपल्याला कशाला लक्षात ठेवू साहेब, आपली बरोबरी तरी आहे का! तुमच्यासोबत काही दिवस खेळणं हे माझ्या नशीबात होतं, नाहीतर माझी लायकी काय!

थोडसं उदास होतं मी म्हटलं-पण मला तर तुम्हा सर्वांची आठवण यायची. तुझा तो दांडू माझ्या पाठीत चांगला बसवला होतास. लक्षात आहे ना?

जन्याने पश्चातापदग्द होत म्हटले-ते बालपण होतं साहेब, त्याची आठवण नका करून देवू.'

अरे! ती बालपणीची सर्वांत गोड आठवण होती, तुझ्या त्या दांड्यामध्ये जो गोडवा होता, आता तो आदर सत्कारामध्ये ना संपत्तीमध्ये. असा काही गोडवा होता तो ज्याच्या आठवणीने आजही मन गोड होऊन जातं

इतक्या वेळात गावापासून आम्ही तीन-चार मैल दूर आलोत, सगळीकडे सन्नाटा होता. पश्चिमीकडे कोसापर्यंत एक जंगल पसरलेले आहे ज्यामधील कमळ पुष्प तोडून न्यायचोत आणि त्याचे झुमके बनवून कानामध्ये घालायचोत. दिवस मावळतीला चालला होता. मी एका झाडावर चढलो आणि एक फांदी तोडून घेतली. ताबडतोब विटी-दांडी तयार केली.

खेळ सुरू झाला. मी गलीमध्ये विटी ठेवून मारली. विटी जन्याच्या समोरून निघून गेली. त्याने मासा पकडावा तसा हात केला. विटी त्याच्या मागे जाऊन पडली. हा तोच जन्या

आहे ज्याच्या हातात विटी आपोआप येऊन बसत होती. मग तो कोणत्याही बाजूने असो. विटी त्याच्याच हातात येऊन पडत होती. जणू त्याने विटीवर जादू केलीय. नवी विटी, जुनी विटी, छोटी विटी, मोठी विटी, टोकदार विटी, सपाट विटी, सगळ्या त्याच्या हातात जाऊन बसत. जणू त्याच्या हातात काही चुंबक होतं. जे विटीला त्याच्याकडे आकर्षित करीत होते. परंतु आज विटींच त्याच्यावर ते प्रेम राहीलं नव्हतं. नतंर मी पळायला लावलं. मी कसातरी खेळत होतो. अभ्यासाची कसर बेईमानीने पूर्ण करीत होतो. नेम हुकल्यावरही दांडू चालवत असे. वास्तवीक नियमानुसार जन्यावर राज यायला पाहिजे होतं. विटीवर आडवा फटका बसे आणि ती जरा दूर पडली की मी झेप घेऊन तिला घ्यायचो आणि दुसऱ्यादा दांड्यावर मारायचो. जन्या हे सारं नियमात न बसणारं पहात होता पण काही बोलत नव्हता. जणू काही तो सारे नियम विसरून गेला होता. त्याचा नेम किती अचूक होता. विटी त्याच्या हातातून निघून सरळ दांड्यावर पडायची. त्याच्या हातातून निसटून दांड्यावर पडतच नव्हती. कधी डावीकडे तर कधी उजवीकडे, कधी पुढे, कधी मागे.

अर्धा तास पळवल्यानंतर एकदा कुठे विटी दांडूला स्पर्शून गेली. मी घाई केली. विटी दांडुला लागली नाही, अगदीच जवळून गेली पण लागली नाही.

जन्याने कसलेच असमाधान व्यक्त केले नाही.

'नसेल लागली'

'दांड्याला लागण्यासाठी बेईमानी थोडीच करता येते?'

अरे नाही बंधु, तू कशाला बेईमानी करशील?

लहानपणी माझी काय हिंमत अशी बेईमानी करण्याची. ह्याच जन्याने गर्दन धरली असती. पण आज त्याला किती सहज फसवत होतो. गाढव आहे! सगळं काही विसरून गेलाय.

अचानक विटी दांडीला लागली आणि इतक्या जोराने लागली की जणू बंदुकची गोळी. या वेगाची बरोबरी करण्याची हिंमत माझ्यात आज देखील नव्हती. परंतु बघू, एकदा खऱ्याचं खोटं करून? काय हरकत आहे. ऐकलं तर ठीकय, नाहीतर चार हात पळावं लागेल. अंधाराचा फायदा घेत लवकरच सुटका करुन घेईल. मग राज द्यायला कोण येईल. जन्या जिंकल्याच्या अविर्भावात म्हणाला-लागली, लागली, आवाज आला.'

मी माहीत नसल्याचं दाखवत म्हणालो-तू लागलेली पाहिली! मी तर नाही पाहीली.

'आवाज आला साहेब!'

आणि जी एक ईटवर देखील आदळली असेल तर? माझ्या तोंडून हे वाक्य त्यावेळी कसं बाहेर आलं याचेंच मला आश्चर्य वाटतय. या सत्याला नाकारणे म्हणजे दिवसाला रात्र ठरविण्यासारखं होतं. आम्ही दोघांनी विटीला दांडूला लागलेलं पाहीलं होतं पण जन्या काहीच बोलला नाही.

होय, एखाद्या ईटेवर आदळली असेल. दांड्यावर पडली असती तर इतका आवाज आला नसता.

मी पुन्हा पळवू लागलो पण इतका खोटारडा खेळ खेळूनही जन्याच्या सरळमार्गीपणाची दया आली. म्हणून तिसऱ्या वेळी जेव्हा विटी दांड्यावर आदळली त्यावेळेस मी राज द्यायला तयार झालो.

जन्याने म्हटलं-आता तर अंधार पडला आहे साहेब, उद्या खेळू.

मी विचार केला-उद्या बराच वेळ मिळेल. हा माहीत नाही किती वेळ पळायला लावीन म्हणून प्रकरण इथेच स्पष्ट केले पाहिजे.

'नाही, नाही, अजून वेळ आहे, तू तुझं राज घे'

'विटी दिसणार नाही'

'तू काही काळजी करु नको'

जन्यानं पळायला लावलं. पण तो खेळाचे नियम विसरला होता. त्याने दोन वेळा दांड्यावर विटी मारण्याचा प्रयत्न केला, पंरतु दोन्ही वेळा हुकली. दोन मिनीटाच्या आत त्याने खेळ संपवला. बिचारा एक तास पळाला, पण एकाच मिनीटांत त्यानं राज घेतलं. मी मनाचा मोठेपणा दाखवला.

'एक डाव अजून खेळू. तू तर अगोदरच हार मानलीस'

'नाही साहेब, आता अंधार पडलाय'

'तू सगळे नियम विसरलास, आता खेळत नाहीस'

'खेळायला कुठे वेळ मिळतो साहेब!'

आम्ही दोघं मोटारीत बसलोत आणि दिवा लागणीला गावात आलोत. जन्या जाता-जाता म्हणाला-उद्या इथे विटू दांडू खेळू. सगळे जुने दोस्त असतील. तुम्ही देखील याल? तुम्हाला वेळ असेल त्यावेळी मित्रांना बोलावतो.

मी सायंकाळचा वेळ दिला आणि दुसऱ्या दिवशी खेळ पहायला गेलो. असेल दहा-दहा जणांचा टोळी. अनेकजण माझे बालपणीचे मित्र निघाले. तरूणच जास्त होते त्यात, ज्यांना मी ओळखू शकलो नाही. खेळ सुरु झाला. मी मोटारीवर बसून तमाशा पाहू लागलो. आज जन्याचं खेळणं पाहून मी तर चकीतच झालो. फटका मारताच विटी आकाशात जायची. कालच्या सारखं त्याचं संकोचन किंवा खेळायचं म्हणून खेळणं नव्हतं. बालपणीच्या गुणाला आता प्रौढत्व आलं होतं. काल त्यानं आज सारखा खेळ दाखवला असता तर मी रडवेला झालो असतो. त्याच्या दांडूचा फटका मिळताच विटी दोनशे गज इतक्या उंचीची बातमी अणायची. पळणाऱ्या एका तरूणानं थोडी गडबड केली. त्याच्या म्हणण्यानुसार त्यानं विटी झेलली होती. जन्याचं म्हणणं होतं विटी जमिनीला लागून उडाली होती. पण यामुळे वादाचा मुद्दा निर्माण झाला होता. तरूणाने माघार घेतली नसती तर जरूर मारामारी झाली असती. मी खेळत नव्हतो. पण त्यांना खेळताना मला लहानपणीची ती आठवण येत होती, जे आम्ही तल्लीन होऊन खेळत होतो. आता माझ्या लक्षात आलं होतं की काल जन्यानं माझ्या सोबत खेळण्याचं केवळ नाटक केलं होतं. मला पूर्ण माफ करीत तो खेळत होता. मी गडबड केली, बेईमानी केली, पण त्याला थोडाही राग आला नाही. म्हणून तो खेळत नव्हता. मला खेळवत होता. केवळ माझ्या समाधानासाठी. तो मला पळवून माझ मूड घालवू इच्छित नव्हता. मी आता अधिकारी होतो. ही नोकरी त्याच्यात आणि माझ्यात अडथळयासारखी उभी आहे. आता त्याचा आदर सत्कार मिळवू शकतो त्याची मैत्री नाही. बालपण होतं, त्यावेळी मी त्याच्या सारखा होतो. आमच्यात कसलाही भेद नव्हता. हे पद मिळवून मी आता त्याच्या केवळ दयेस पात्र आहे. ती मला त्याचा मित्र समजत नाही तो मोठा झालाय अन मी लहान.

७) बुध्दिबळाचे खेळाडू

वाजिद अली शहाची बारी होती. लखनौ विलासामध्ये बुडाला होता. लहान-मोठे, श्रीमंत-गरीब, सगळेच विलासामध्ये रममाण होते. कोणी नृत्य आणि ठुमरीची मजा घेत होता. तर कोणी अफीमचे झुरके मारत होता. जीवनाच्या प्रत्येक भागात प्रसन्नतेचं साम्राज्य पसरलं होतं. सरकारी विभागात, साहित्य क्षेत्रात, सामाजिक व्यवस्थेत, कला-कौशल्यामध्ये, उद्योग धंद्यात, आहारा-विहारात सगळीकडेच विलास व्याप्त होता. कर्मचारी विषय-वासनेत, कविगण प्रेम आणि विरहाच्या वर्णनात, करागीर कलावस्तू आणि चिकन शिजविण्यात, व्यापारी अंजन, अत्तर, शाई आणि उटणं यापासून नफा कमविण्यात व्यस्त होते. सर्वांच्या डोळयात विलासीतेचा मद दिसत होता. जगात काय चाललय याची कोणाला काही खबर नव्हती. होलार पक्षी लढत आहेत. तितराच्या लढाईसाठी नंबर लागले आहेत. अनेक चौकोण ठेवण्यात आले आहेत. ओरडण्याचा आवाज ऐकू येतोय. कुठे बुद्धिबळाचा घोर संग्राम सुरू आहे. रावापासून रंकापर्यत आपल्याच मस्तीत मस्त होतं. बुद्धिबळ, पत्ते आणि जुगार खेळण्याने बुद्धी तीव्र होते. विचारशक्तीचा विकास होतो. गुंतागुंतीची प्रकरणं सोडवेण्याची सवय लागते. असे दावे या खेळाच्या समर्थनात समोर केली जातात. (या पंथाची मंडळी या जगात काही कमी नाहीत) म्हणून जर मिर्जा सज्जाद अली आणि मीर रौशन अली आपला जास्तीत जास्त वेळ बुद्धी तीव्र करण्यासाठी घालवत असतील तर कोणा बुद्धिवादी माणसाला आक्षेप असल्याचं काही कारण होतं का? दोघांकडेही वडीलोपार्जीत संपत्ती होती. पोटापाण्याची काही चिंता नव्हती. घरात बसून वेळ घालवत. मग करणार तरी काय? सकाळी दोन्ही मित्र नास्ता करून सोंगट्याचा पट टाकून बसत. मुहरे तयार होत आणि लढाईचे डावपेच सुरू. नंतर माहीत देखील होत नाही की दुपार कधी झाली, तिसरा प्रहर कधी झाला. कधी संध्याकाळ झाली. घरातून अनेकदा बोलावणं येत असे 'जेवण तयार आहे' इकडून उत्तर मिळायचं, 'आलोच पान लावा' इतकेच नाही तर स्वयंपाकी विवश होऊन त्यांच्याजवळच जेवण आणून ठेवायचा आणि दोन्ही मित्र कोणतीही गोष्ट सोबतच करत होते. मिर्जा सज्जादअलीच्या घरात कोणी वयोवृद्ध नव्हतं. म्हणून त्यांच्या दिवाणखान्यात खाटा होत्या. पण याचा अर्थ असा नाही की मिर्जाच्या घरची इतर मंडळी या व्यवहारामुळे खुश होती. बायकोचे तर विचारूच नका, गल्लीतली मंडळी घरच्या नोकर-चाकराकडे नेहमीच द्वेषपूर्ण टोमणे मारत होते. फारच वाईट खेळय. घराला बर्बाद करतो. ईश्वर न करो कुणाला असला नाद लागो. माणूस दिवसाढवळया कसल्या कामाचा राहात नाही. ना घर का ना घाटका, वाईट रोग आहे. इतकेच नाही तर मिर्जाच्या पत्नीला याचा इतका द्वेष होता की संधी शोधून नवऱ्याला टोमणे मारायची. पण तिला अशी संधी फारच कमी वेळा मिळायची. तिचा विचार करणं चालू असेपर्यंत ईकडं डाव सुरु आणि रात्री झोपल्यावर कुठे मिर्जा आत यायचे. होय, हे खरे आहे. नोकरांवर ती आपला राग काढायची-

काय पान सांगितलेत? त्यांना सांग घेऊन जायला. जेवायला देखील वेळ नाही? डोमल्यावर ठेव नेऊन जेवण, खाऊ अथवा कुत्र्याला देवू पण तोंडावर ती काही बोलू शकत नव्हती. तिला आपल्या नवऱ्याचं काही वाटत नव्हतं पण मीर साहेबाबद्दल वाटायचं. तिनं त्यांचं नाव बिघडलेला मीर असं ठेवलं होतं. कदाचित यामुळे असे असेल की मिर्जा साहेब सगळ्या भानगडी मीर साहेबाच्या माथ्यावर मारत.

एका दिवशी बेगम साहेबांचं डोकं दुखू लागलं. तिनं पोरीला सांगितलं. मिर्जा साहेबांना बोलावून आण. एखाद्या हकीमकडून दवा आणतील. पळ, लवकर जा पोरगी गेल्यावर मिर्जाने म्हटलं, चल येतोच बेगम साहिबा आधीच भडकलेल्या होत्या. इतका वेळ कुठे होता की डोकं दुखतय आणि तिकडे नवऱ्यानं डाव मांडावा. चेहरा लालबुंद झाला. पोरीला सांगितलं. जाऊन सांग, ताबडतोब या नाहीतर मी स्वतः हकीमकडे निघून जाईल. मिर्जाजी मोठं तल्लीन झाले होते खेळण्यात. दुसऱ्याच डावात मीर साहेब जिंकले असते, चिडत म्हणाले- क्या ऐसा दम लबों पर हे? जरा सब्र नही होता?'

मीर - होय साहेब, जाऊन पहाना, बायका भावनीक असतात.

मिर्जा - होय, कसा जाऊ, दुसऱ्याच डावात तुम्ही जिंकाल.'

मीर - साहेब, काही खात्री नाही, डाव आखला आहे की तुमचे मोहरे अडवून धरलेत. ज्यामुळे मी जिंकेन. पण जा, ऐकून जा, का विनाकारण बेगम साहेबांना नाराज करता?'

मिर्जा - या विषयावर जिंकूनच जातो.

मीर - मी खेळणारच नाही, जा आणि त्यांचं ऐकून या.

मिर्जा-अरे यार, जावेच लागेल हकीमकडे, कसली आलीय डोके दुखी. मला मनस्ताप देण्याचा प्रकार आहे.

मीर - काहीही असो, त्यांची सेवा तर करावीच लागेल.'

मिर्जा - ठिक आहे, एक डाव होऊन जाऊ दे.

मीर - अगदीच नाही, जोपर्यंत जाऊन येत नाही तोपर्यंत मी मोहऱ्यांना हात लावणार नाही.

मिर्जा साहेब नाईलाजाने आत गेले तर बेगम साहेबांनी रंग बदलून पण कण्हत म्हटले. तो बेशर्म खेळ इतका प्रिय आहे तुम्हाला. कोणी मेलं तरी तुम्ही उठायचं नाव घेत नाही. अल्लाह न करो, तुमच्या सारखा पती कोणाला न मिळो!

मिर्जा -काय करणार, मीर साहेब ऐकतच नव्हते, स्वतःची सुटका करून आलोय कसा बसा.

बेगम - काय त्यांच्यासारखेच ते इतरांना बिनकामाचे समजतात? त्यांना लेकरं बाळं असतील, का त्यांनाही सोडून आले कुठे?

मिर्जा -फारच व्यसनी माणूस आहे. आला म्हणजे नाइलाजाने मला खेळावच लागतं.

बेगम -नाही म्हणून का सांगत नाहीत साफ?

मिर्जा -बरोबरीचा माणूस आहे. वयाने, प्रतिष्ठीने, माझ्यापेक्षा वरचा. इज्जत करावीच लागते.

बेगम -मीच धुडकावून लावते. नाराज होतील. होऊ द्या. कोण कोणाला देत-घेत नाही. राणी रूसली तर नवऱ्याला वाचवील. हिरिया, बाहेरचा बुद्धिबळाचा पट घेऊ ये. मीर साहेबांना सांग, मिर्जा साहेब यानंतर खेळणार नाहीत. आपण आराम करायला जावं.

मिर्जा अरे, अरे, असं कशाला करतेस. अपमान करू लागलीस, थांब हिरिया, कुठे चाललीस?'

बेगम -का जाऊ देत नाहीत? माझं रक्त पहाल त्यांना थांबवलं तर. ठीक अहे त्याला थांबवलं, मला थांबवून दाखवा.'

असे म्हणत बेगम साहिबा चिडून दिवाणखान्याकडे गेली. मिर्जाचे तोंड पाहण्यासारखे झाले होते. बेगमची विनंती करु लागले. अल्लाहसाठी. तुला हजरत हुसैनची शपथ. माझेच मढे पहा, तिकडे गेलो पण बेगमने काहीही ऐकलं नाही. दिवाणखान्याच्या दाराजवळ गेली. पण अचानक परपरूषाजवळ जायला मन धजावलं नाही. आत डोकावलं, योगायोगानं दिवाणखाना रिकामा होता. मीर साहेबाने एक दोन मोहरे इकडे-तिकडे करून आपली बाजू मांडण्यासाठी फेरफटका मारू लागले. मग काय, बेगमने तर डाव अगदीच उलटाच करून टाकला. मोहरे काही खुर्चीच्या खाली, फेकले, काही बाहेर आणि कवाड आतून बंद करून कडी लावली. मीर साहेब दरवाज्याजवळ तर होते. मोहरे बाहेर फेकतांना पाहिले. बांगड्यांचा आवाजही कानी आला होता. नंतर दरवाजा बंद झाला, त्यांनी समजून घेतलं की बेगम साहिबांचं डोकं फिरलं आहे. घराचा रस्ता धरला.

मिर्जाने म्हटलं, तू तर कमालच केलीस.'

बेगम -आता, मीर साहेब ईकडे आले तर उभ्या-उभ्याच परत पाठवील, इतकी भक्ती अल्लाहची केली तर काय भिकारी होतील? तुम्ही तिकडे डाव मांडावा आणि इकडे मी खाण्या पिण्याच्या चिंतेन डोकं दुखी करून घ्यावी. सांगा, हकीम साहेबाकडे जाता की अजूनही जिवावर आलंय?'

मिर्जा घरातून बाहेर तर गेले पण गेले मीर साहेबांच्या घरी, तिथे त्यांनी घडलेला सारा वृत्तांत कथन केला. मीर साहेब म्हणाले, मोहऱ्यांना बाहेर फेकताना पाहूनच माझ्या लक्षात आले होते, तात्काळ घर गाठलं. फारच रागीट दिसतेय. पण तुम्ही त्यांना उगीच डोक्यावर चढवून ठेवलय हे काही बरोबर नाही. त्यांना काय करायचे की तुम्ही बाहेर काय करता. घरातील कामे पहावीत, इतर कामात लुडबुड करण्याची काय गरज?

मिर्जा -असो, हे तर सांग, आत्ता कुठे बसायचं?'

मीर -त्याची कशाला काळजी? इतकं मोठं घर कशासाठी? इथेच बस्तान मांडू.'

मिर्जा -पण तुझ्या बेगमला काय सांगणार? माझ्या घरी थांबत होता त्यावेळी इतका रागराग करायची आणि आत्ता तर ईथेच डाव मांडायचा म्हणजे जीवच घ्यायची.'

मीर -करू द्या काय बडबड करायची ते. दोन-चार दिवसात ठिकाणावर येईल. तुम्ही आता जर निःसंकोच होऊन खेळा.'

मीर साहेबांची बेगम कसल्या अज्ञात कारणामुळे त्यांचं बाहेर राहाणं सहन करीत होती. यामुळे ती त्यांच्या बुद्धिबळाच्या खेळाची कधी निंदा करीत नव्हती. उलट मीर साहेबांना अधून-मधून त्याची आठवण करून द्यायची. या कारणामुळेच मीर साहेबांचा गैरसमज झाला होता की त्यांची बेगम विनयशील आणि गंभीर आहे. पण ज्यावेळी दिवाणखान्यात बैठका बसू लागल्या आणि मीर साहेब दिवसभर घरीच थांबू लागले, त्यावेळी त्यांना त्याचा फारच त्रास होऊ लागला. त्यांच्या स्वातंत्र्यावर गदा येऊ लागली. दिवसभर घराच्या दरवाज्याकडे डोळे लागलेले असत.

इकडे नोकरांमध्ये कुजबुज होऊ लागली. आतापर्यंत दिवसभर खुशाल माशा मारत होते. घरात मग कोणी येवो अथवा जावो. त्यांना काही देणं-घेणं नव्हतं. आता तर दिवसभर धाक होता, कधी पानासाठी हुकूम तर कधी मिठाईसाठी आणि हुक्का तर एखाद्या प्रेमीच्या हृदयाप्रमाणे सारखा चालूच होता. ते बेगम साहेबांना जाऊन विचारत, बेगमसा, साहेबांचा खेळ म्हणजे डोकेदुखी झाली आहे. दिवसभर धावपळ करून पायाला फोडं आलीत. हा ही काही खेळ आहे, सकाळी बसले की संध्याकाळीच उठले. तास अर्धा तास वेळ घालविण्यासाठी खेळणं वेगळी गोष्ट आहे. असो, आमची काही तक्रार नाही. सरकारचा आदेश पाळावाच लागतो, पण हा खेळ काही चांगला नाही. हा खेळ खेळणाराचं भलं तर होत नाही पण समस्या मात्र निर्माण करतो. इतकेच नाहीतर अशी चर्चा होत असते. सरकारचं मीठ खात आहोत. आपल्या मालकाबद्दल बरं-वाईट ऐकूण कंटाळा आलाय. पण काय करणार? यावर बेगम साहिबा म्हणते -माल स्वतःला तर ते आवडत नाही. ते कोणाचे ऐकतही नाहीत तर काय करायचं?

गल्लीमध्ये दोन-चार जुन्या जमान्यातील मंडळी होती. ते आपसामध्ये कसलं-कसलं बोलत असतात, आता काही खरं नाही. आमच्या सारख्या श्रीमंताचे हे हाल आहेत तर यांना अल्लाहच वाचविल. राजे-महाराजे या खेळानं बर्बाद झाले, परिणाम वाईट आहे.'

राज्यात हाहाकार माजला होता. प्रजेचं राजरोस शोषण चालू होतं. कोणी तक्रार ऐकून घेणारं नव्हतं. खेड्यातली सारी पुंजी लखनौमध्ये गोळा होत होती आणि ती वेश्यांवर, कलाकारांवर आणि विलासाच्या इतर प्रकारात गुंतले होते. इंग्रजी कंपन्याचं कर्ज दिवसेंदिवस वाढत चाललय. घोंगडी रोज वापरुन वापरून झिजून चालली होती. देशात सुव्यवस्था नसल्यामुळे वार्षीक कर सुद्धा होत नव्हता. रेजीडेंट वारंवार सूचना देत होता, पण इथे तर प्रजा विलासात दंग होती. पण एकाच्याही कानावरची माशी उठत नव्हती.

असो, मीर साहेबांच्या दिवाणखान्यात बुद्धिबळाचा पट सुरू होऊन एक महिना झाला होता. नव्या-नव्या युक्त्या शोधत होते, नवे नवे पुल बांधले जात होते, रोज रोज रवे डावपेच आखले जात. कधी-कधी खेळ सरू असताना गर्दी व्हायची. गोष्ट भांडणापर्यंत जायची. पण लवकरच दोघांत समेट घडून यायचा. कधी-कधी असेही व्हायचे की खेळ मध्येच सोडला जायचा, मिर्जाजी नाराज होऊन निघून जायचे. मीर साहेब आपल्याच घरी थांबायचे. पण रात्रीच्या झोपेनंतर साऱ्या गोष्टी पुसल्या जायच्या. सकाळ होताच दोन्ही मित्र दिवाणखान्यात हजर होत.

एका दिवशी दोन्ही मित्र बुद्धिबळाच्या खेळात आकंठ बुडालेले असताना घोड्यावर एक बादशाही फौजमधला एक अधिकारी मीर साहेबांचे नाव विचारत आला. मीर साहेबांच्या तर पायाखाली जमीन राहीली नाही. आता ही कसली भानगड? ही कारवाई कशामुळे झाली? आता काही खरं दिसत नाही. घराचे दरवाजे बदं करुन घेतले. नोकराला सांगितलं, घरी नाहीत म्हणून सांग.

घोडेस्वार -घरी नाहीत तर मग कुठे आहे?'

नोकर -ते मला माहीत नाही, काय काम आह?'

घोडेस्वार -तुला कशाला सांगू? कारवाई करायची आहे, मला वाटतं आणखी काही शिपाई मागवलेत. जागीरदार आहेत की गंमत? पकडून नेल्यावर सगळं आठवायला लागले.

नोकर -ठीक आहे आपण निघा. मी निरोप देईन.'

घोडेस्वार -निरोपाचा विषय नाही. मी उद्या स्वतः येईल, सोबत घेऊन जाण्याचा आदेश आहे.

घोडेस्वार निघून गेला. मीर साहेबांचा थरथराट झाला.

मिर्जाजीला म्हणाले, बोला साहेब, आता काय पुढे.

मिर्जा - मोठेच संकट दिसतय, काही माझ्यावर तर कारवाई होणार नाही.

मीर - रांडेचा उद्या येईल म्हणून सांगून गेलाय.

मिर्जा - संकटच आहे दुसरं काय. लढाईसाठी नेलं तर विनाकारण मरावं लागेल.'

मीर -हाच एकमेव उपाय आहे की घरी सापडूच नाही आणि कुठेतरी बस्तान मांडावं. मग कशी खबर लागेल? साहेब येतील अन् जातील.

मिर्जा -अरे व्वा! चांगली कल्पना आहे. या शिवाय दुसरा उपायच नाही.

इकडे मीर साहेबांची बेगम त्या घोडेस्वाराला सांगत होती, तुम्ही चांगलाच दम भरलात.

त्याने उत्तर दिलं. असल्या झोटिंगाना तर बोटावर नाचवतो मी त्यांना बुद्धिबळाशिवाय येतय तरी काय. काहीही झालं तरी आता ते घरी सापडणार नाही.

दुसऱ्या दिवशी पहाटेच दोन्ही मित्र घराच्या बाहेर पडले. बगलेत काहीतरी लपवलेलं. डब्ब्यात पानाचं साहित्य भरवलेलं. गोमती नदी ओलांडून एका जुन्या विराण मस्जिदमध्ये गेले. जिचं बांधकाम कदाचित आसफ उद्दोलाने केलं होतं. रस्त्यात तंबाखु, चितिम आणि मदरिया घेऊन जात आणि मस्जिदमध्ये पोहचत. संतरंजी अंथरत. हुक्का भरत, बसत बुद्धिबळाच्या डावावर. मग त्यांना जगाचं काही देणं-घेणं राहात नव्हतं. 'हप्ता', 'मात' आदीक एक-दोन शब्दाशिवाय तोंडातून दुसरा शब्द निघत नव्हता. कोणी योगी सुद्धा इतका समाधिस्त होत नसेल. दुपारी भूक लागल्यावर दोन्ही मित्र एखाद्या बाईच्या खानावळीत जाऊन भोजन करत आणि एक चिलम हुक्का पिऊन पुन्हा युद्धावर हजर. कधी-कधी त्यांना जेवणाची देखील आठवण येत नसे.

ईकडे देशातील राजकीय परिस्थिती गंभीर होत चालली होती. कंपनीचं सैन्य लखनौकडे सरकत होतं. शहरात खळबळ माजली होती, लेकरा-बाळांना घेऊन ग्रामीण भागाकडे पळू लागले होते, पण आपल्या ह्या दोन्ही बुद्धिपटुंना या सगळ्याचं काही देणं-घेणं नव्हतं. ते घरी येत तर गल्ली बोळातून. भीती होती की एखाद्या बादशाही अधिकाऱ्याची नजर आपल्यावर पडणार नाही याची. नाहीतर उगीच पकडले जातील. हजारो रूपयाची जागीर फुकटात गिळंकृत करू इच्छित होते बादशहाचे अधिकारी.

एका दिवशी दोन्ही मित्र मस्जिदीच्या खंडहरमध्ये बुद्धिबळाचा खेळ खेळत होते. मिर्जाची बाजू कमजोर होती. मीर साहेब त्यांना मात वर मात देत होते. तशातच कंपनीचे सैनिक त्यांना येताना दिसले. ती गोऱ्यांची फौज होती. जी लखनौवर आक्रमण करायला आली होती.

मीर साहेब म्हणाले -इंग्रजी फौज येत आहे. अलाहच आता वाचवो.

मिर्जा - येऊ दे, किश्त वाचवा, ही घ्या किश्त.

मीर - जरा पाहीलं पाहिजे, इथे आड उभा राहून पाहू.

मिर्जा - पाहून घेऊ. घाई काय आहे, पुन्हा किश्त!

मीर - तोफखानाही आहे, पाच हजार सैनिक असतील, जवान आहेत सगळेच. माकडासारखं लाल तोंड आहे. चेहरा पाहूनच भीती वाटतेय.

मिर्जा -जबाब, हालचाल करू नका. असले चकमे दुसऱ्या कोणाला द्या. ही किश्त.

मीर -तुम्ही पण ना विचित्रच आहात. इथं शहर संकटात सापडलय आणि तुम्हाला किश्तच पडलय. कधी याचा विचार केला आहे का शहरावर इंग्रजाची सत्ता आली तर घर कसं चालवायचं?

मिर्जा -उद्याचं उद्या पाहून घेऊ. ती किश्त तुमच्या डावावर ही मात.

सैनिक निघून गेले. दहा वाजण्याची वेळ होती. पुन्हा बिस्तरा अंथरण्यात आला. मिर्जा म्हणाले, आज खाण्यापिण्याचं काय?

मीर - अहो, आज तर रोजा आहे, काय तुम्हाला भूक जास्त लागलीय?

मिर्जा - नाही जी, शहरात माहीत नाही काय होऊ लागलय?

मीर - शहरात काहीही होत नाही लोक रोजा सोडून आरामाने झोपी जात आहेत. हुजूर नवाब देखील विलासात बुडाले असतील.

दोन्ही सभ्य गृहस्थ खेळायले बसले तर तीनच वाजले. आता मिर्जाची बाजू कमजोर होती. चार वाचण्याचा भोंगा वाजला तर सैनिक परत येत असलयाची चाहूल लागली. नवाब वाजिदअली शहाली कैद करण्यात आले होते आणि त्यांना कसल्याही अज्ञात स्थळी घेऊन चालले होते. शहरात कसलीच हालचाल नव्हती. ना दंगा-मस्ती. एक थेंब सुदधा रक्तपात झाला नव्हता. आजपर्यंत कोण स्वतंत्र देशाच्य राजाचा पराभव इतक्या शांततायम मार्गाने, रक्तपात न घडता झाला नसेल. ही अहिंसा नव्हती, ज्याच्यावर देवगण प्रसन्न होतात. हा भ्याडपणा होता. ज्यावर मोठमोठे भित्रे अश्रू गाळतात. अवधच्या विशाल साम्राज्याच्या नवाबाला कैद करुन चालविले होते आणि लखनौ इकडे आरामात झोपी गेलं होतं. ही राजकीय अधः पतनाचे सर्वोच्च टोक होते.

मिर्जान म्हटले - हुजूर नवाबला जालिमांनी कैद केले आहे.

मीर - असेल, ही घ्या मात.

मिर्जा - जनाब, जरा थांबा. यावेळी मन नाही लागत. बिचारे नवाब साहेब किती संकटात सापडले आहेत.

मीर - असतील, ही ऐश त्यांच्या कुठे नशीबात आहे? ही मात.

मिर्जा - सगळेच दिवस सारखे नसतात. किती दुःखदायक आहे.

मीर - होय, तसे तर आहे. ही घ्या पुन्हा मात! बस आत्ताच्या किश्तमध्ये मात आहे.

मिर्जा - खुदा की कसम, आपण फारच निष्ठूर आहात. इतकी मोठी घटना घडूनही तुम्हाला काही वाटत नाही. अरेरे! बिचारे वाजिदअली शाह!

मीर - पहिल्यांदा आपल्या बादशहाला तर वाचवा, नंतर बादशहा साठी शोक करा. ही किश्त आणि मात, खेळ सुरु कर!

बादशहाला घेऊन सैनिक समोरुन निघून गेले. ते जाताच मिर्जाने पुन्हा डाव मांडला. पराभवाची जखम खोल असते. मीरने म्हटलं, या! नवाबच्या दुःखावर एक शोकगीत गाऊ. पंरतु मिर्जाची राज्यभक्ती आपल्या पराभवात रुपातंरित झाली होती. ते पराभवाचा बदला घेण्यासाठी अधीर झाले

८) जेष्ठ बंधू

माझे बंधू माझ्यापेक्षा पाच वर्षाने मोठे होते. पण फक्त तीन वर्गाने पुढे. आम्हा दोघांना एकाच वेळी शाळेत घातले होते. परंतु अभ्यासासारख्या विषयाला ते पाहिजे तसे महत्व देत नव्हते. अभ्यासाची इमारत ते जरा मजबूत बांधू इच्छित होते. ज्याचा अलिशान महाल तयार होऊ शकेल. एका वर्षात होणाऱ्या अभ्यासाला ते दोन वर्ष लावत होते. कधी तीन वर्ष देखील लावत. पायाच मजबूत नसेल तर घर कसे तयार होईल?

मी लहान होतो, ते मोठे होते. मी नऊ वर्षाचा तर ते चौदा वर्षाचे. माझ्या सुरक्षेचा आणि देखभालीचा त्यांना अगदी जन्मसिद्ध अधिकार होता आणि माझं कल्याण यामध्ये होतं की त्यांचा आदेश मी कायदा म्हणून पालन करावा.

स्वभावाने ते अभ्यासू होते. पुस्तके उघडून सतत बसायचे आणि कदाचित मेंदूला आराम मिळावा म्हणून कधी कॉपीवर, कधी पुस्तकाच्या कोऱ्या जागेवर चिमण्या, कुत्रे आणि मांजरीचे चित्रे काढायचे. कधी-कधी एकच नाव किंवा शब्द किंवा वाक्य दहा वीस वेळा लिहून काढायचे. कधी कधी वाघाच्या चित्रावर रेघोट्या मारण्याचे काम करायचे. कधी अशा शब्दरचना करायचे. ज्याचा आणि अर्थाचा काही ताळमेळ नसायचा, उदाहरणार्थ एकदा मी त्यांच्या वहीवर अशी करामत पाहीली- स्पेशल, अमीना, भाऊ-भाऊ, वास्तवात, बंधु-बंधु, राधेश्याम, श्रीयुत राधेशाम एका तासापर्यंत-त्यानंतर एका व्यक्तिचा चेहरा तयार झाला. मी खूप वेळा प्रयत्न करून हे कोडे सोडवण्याचा प्रयत्न केला. पण काही निघाला नाही. त्यांना विचारण्याचं धाडस काही माझं झालं नाही. ते नवव्या वर्गात होते. मी पाचवीत होतो. त्यांची निर्मिती समजून घेणं माझ्यासाठी लहान तोंडी मोठा घास घेणे ठरले असते.

अभ्यासात माझं काही लक्ष लागत नसायचं. एक तास सुद्धा पुस्तक घेऊन बसणं मला जड जायचं. संधी मिळताच मी हॉस्टेलमधून निघून मैदानात यायचो आणि वाळू खेळायचो, कधी कागदाचे विमानं उडवायचो आणि एखादा मित्र भेटला तर विचारलाय नको! कधी भिंतीवर चढायचं, तर कधी फाटकावर चढून मागे-पुढे करून मोटारीत बसल्याचा आनंद मिळवायचा. पण घरी येताच मोठ्या बंधूचा तो रौद्र आवतार पाहून घशाला कोरड पडायची. त्यांचा पहिला प्रश्न असायचा कुठे होता? नेहमीच हा प्रश्न त्याच आवाजात विचारण्यात यायचा आणि त्याचं उत्तर माझ्याकडे असायचं ते मौन. माहीत नाही माझ्या तोंडून जरा बाहेर खेळत होतो असं वाक्य का निघत नव्हतं. माझं मौन राहाणं हे सिद्ध करीत असायचं की मला माझा गुन्हा मान्य आहे आणि बंधूकडे याशिवाय दुसरा मार्ग नव्हता की प्रेम आणि रागयुक्त शब्दाने माझं स्वागत करतील.

अशा पद्धतीने इंग्रजी वाचली तर आयुष्यभर वाचत राहिले तरी एक अक्षरही येणार नाही. मनाप्रमाणं कसंही इंग्रजी वाचणं काही गंमत नाही. नाहीतर कोणीही चिम्बा-गोम्या

इंग्रजासारखां विद्वान झाला असता. त्यासाठी रात्रंदिवस डोळे फाडावे लागतात आणि रक्त आटावं लागतं. तेव्हा कुठे इंग्रजी येते. येते म्हणजे काय नावाला येते. मोठमोठे विद्धानही शुध्द इंग्रजी नाही लिहू शकत. बोलणे तर दूर, मी म्हणतो तू किती मूर्ख आहेस की माझ्याकडूनही काही धडा घेत नाहीस. मी किती अभ्यास करतो हे तू तुझ्या डोळ्यांनी पहातोस आणि जर पहात नसशील तर हा तुझ्या डोळ्याचा आणि बुद्धीचा दोष आहे. इतक्या जत्रा होतात मला कधी जाताना पाहिलस? रोजच क्रिकेट आणि हॉकीच्या मॅच होतात मी जवळ उभा राहात नाही. सतत अभ्यास करीत असतो. असे करून एकाच वर्गात दोन-दोन, तीन-तीन वर्ष पडून असतो. मग तुला असं कसं वाटतं की तू अशा उनाडक्या करूनही पास होशील? मला तर दोन तीन वर्ष लागतात तू आयुष्यभर त्याच वर्गात खितपत पडशील. तुला जर अशाच तऱ्हेने वेळ वाया घालवायचा असेल तर घरी जाणेच उत्तम ठरेल आणि मग काय खेळाचे ते खेळ. वडिलांची कमाई अशी का बर्बाद करू लागलास?

त्याचं असं फटकारणं ऐकून मी लागलो रडायला. सांगणार तरी काय होतो! गुन्हा तर मी केलाच होता, बोलणं कोण दुसरं ऐकेल? बधूराज उपदेश करण्यात पुढे होते, असं झोंबणारं बोलत, अशा वर्मावर बोट ठेवत की मनोधैर्य खचून जाई. त्याच्या सारखी मेहनत घेण्याची शक्ती माझ्यात येत नसायची आणि तशा निराश अवस्थेत मी विचार करू लागे की काय मी घरी परत जायला हवय. जे काम माझ्या कुवतीच्या बाहेर आहे ते करून का मी माझं जीवन उद्धवस्त करून घेऊ. मला बावळट राहणं परवडलं असतं पण त्यांच्या इतकं कष्ट करण्याच्या कल्पनेनेच चक्कर येत होती. परंतु तास दोन तासानी निराशेचे ढग फुटत आणि स्वतःला बळ द्यायचो की यानंतर खूप अभ्यास करील. ताबडतोब एक टाइम टेबल तयार केला. आराखडा तयार न करता, एखादी योजना न बनवता, काम कसं करायचा? टाईम-टेबलमधून तर उनाडक्या करण्याचा तक्ता तरं लिहावाचं लागणार नाही. सकाळी उठणे, सहा वाजता हात-पाय धुणे, नास्ता करणे, अभ्यासाला बसणे, सहा ते आठ इंग्रजी, आठ ते नऊ गणित, नऊ ते साडे नऊ पर्यंत इतिहास, नंतर जेवन आणि आराम, चार ते पाचपर्यंत भूगोल. पाच ते सहापर्यंत ग्रामर, अर्धा तास हॉस्टेलच्या समोरच फेरफटका मारणे, साडे सहा ते सात पर्यंत इंग्रजी निबंधरचना नंतर जेवन करून आठ ते नऊ पर्यंत भाषांतर. नऊ ते दहापर्यंत हिंदी. दहा ते अकारापर्यंत उर्वरीत विषय, नंतर झोप.

पण टाइम टेबल तयार करणे वेगळी गोष्ट असून त्याची अंमलबजावणी करणे वेगळी गोष्ट आहे. पहिल्याच दिवसापासून त्याची अवहेलना सुरू होते. मैदानातली ती हिरवळ, हवेची मंद झुळूक, फुटबॉलच्या त्या उड्या, कब्बडीतली धावपळ, व्हॉलीबाल मधली गती आणि चपळता मला नकळत आणि अनिवार्यपणे आकर्षित करते आणि तिथे जाताच मी सगळं काही विसरून जातो. तो जीवघेणा टाइमटेबल, ती झोपमोड करणारी पुस्तके कोणाची आठवण येत नाही आणि पुन्हा बंधुराजचे सल्ले आणि फजिती करण्याची त्यांना संधी मिळते. मी त्यांच्या सावलीला देखील घाबरतो. त्यांच्या नजरेपासून दूर राहाण्याचा प्रयत्न

करतो. खोलीमध्ये पायाचा कसलाचा आवाज न करता येतो. त्यांची नजर माझ्यावर पडली की समजा मी ठार. आपल्या डोक्यावर नेहमीच टांगती तलवार असल्यासारखं वाटायचं. तसं असलं तरी माणूस मृत्यू आणि संकटाच्या दरम्यान देखील मोह आणि मायेच्या बंधनात अडकलेला असतो. मी बोलणं आणि धमक्या खाऊन देखील खेळण्याकडे दूर्लक्ष केलं नाही.

वार्षीक परीक्षा झाली, बंधुराज नापास झाले. मी पास झालो आणि वर्गात प्रथम आलो, माझ्या आणि त्यांच्या वर्गात आता दोन वर्गाचे अंतर राहीले होते. मनात आलं-बंधुला जरा धारेवर धरावं आणि विचारावं की तुमची घोर तपश्चर्या कुठे गेली? मी बघ, आनंदाने खेळत ही राहिलो आणि वर्गात पहिला देखील आलो. पण तेच इतके दुःखी आणि उदास होते की मला त्यांची दया आली आणि त्यांच्या जखमेवर मीठ चोळण्याचा विचारच मला लज्जास्पद वाटला. हे खरे आहे की मला माझा अभिमान वाटू लागला आणि आत्मविश्वास देखील वाढला. बंधुराज आता माझ्यावर रूबाब करेनात. खेळामध्ये मुक्तपणे सहभागी होऊ लागलो. खंबीर होतो मनाने. त्यांनी पुन्हा जर माझी फजिती केली तर स्पष्ट शब्दात सांगपार होतो. तुम्ही स्वतःचे रक्त आटवून काय दिवे लावलेत. मी तर उनाडक्या करून पहिला आलो. तोंडातून 'ब्र' शब्द काढायची हिंमत होत नव्हती पण वागण्यातून ते स्पष्ट जाणवत होतं की बंधुराजला मी जुमानत नाही. बंधुराजच्या ते लक्षात आलं. त्यांची समज तीव्र होती आणि ज्यावेळी मी पहाटेचा सर्व वेळ विट्टी-दांडूमध्ये घालवून जेवनाच्या वेळी परत आलो. तर बंधुराज जणू तलवार काढून माझ्यावर तुटून पडले-मी पाहतोय, यावर्षी पास काय झालास आणि वर्गात प्रथम काय आलासः पण बंधुराज घमेंड तर भल्या-भल्याचे उतरले आहे. तुम्ही काय चिज आहात? इतिहासात रावणाची फजिती तर वाचलीस असेल. त्यापासून काय बोध घेतलात? किंवा नुसतीच वाचली? केवळ परीक्षा पास होणं मोठी गोष्ट नाही. मोठी गोष्ट बद्धीचा विकास. जे काही वाचता त्याचा अर्थ समजून घ्या. राजा मोठ्या भूप्रदेशाचा मालक होता. अशा राजाला चक्रवर्ती म्हणतात. अलिकडच्या काळात इंग्रजी राजवटीचा विस्तार वाढला आहे. पण त्यांना चक्रवर्ती नाही म्हणता येणार. जगातले अनेक राष्ट्र इंग्रजी राजवटीचा स्वीकार करायला तयार नाहीत. अगदी स्वायत्त आहेत. रावण चक्रवर्ती राजा होता. त्या क्षेत्रातील मांडलीक त्याला कर देत होते. मोठमोठे देवता त्याची गुलामी करायचे. अग्नी आणि पाण्याची देवता देखील त्याच्या स्वाधीन होती. पण त्याचा शेवट काय झाला? पण गर्वाने त्याची माती केली. कोणी त्याला ओंजळभर पाणि देणारं उरलं नाही. माणसाने वाईट कृत्य जरी केलं तरी त्याचा अभिमान बाळगू नये, गर्व करू नये, गर्व केला आणि ना घर का घाटका राहिलेल्या सैतानाची गोष्ट तुम्ही वाचलीच असेल. त्याला याचा गर्व झाला की देवाचा त्याच्यापेक्षा मोठा भक्त कोणीच नाहीच. शेवटी स्वर्गातून नरकात फेकण्यात आलं. तू तर केवळ एक वर्ग पास केलास आणि एव्हढ्यानेच तुझे डोके फिरले आहे, तू पुढच्या वर्गात गेला आहेस. असे समजू नकोस की अभ्यास करून पास झालास. अंधळयाच्या हाती बटर लागलं आहे, पण बटर केवळ एकदा हाती लागू शकतं, वारंवार नाही. कधी-कधी विट्टू-दांडूने देखील अंधळा अंदाजे वार करू शकतो. यामुळे कोणी यशस्वी खेळाडू ठरत नाही. यशस्वी खेळाडू त्याला म्हणतात ज्याचा एकही वार निरर्थक जात नाही. माझ्या नापास होण्यावर जाऊ नको, माझ्या वर्गात आलास तर घाम फुटेल, ज्यावेळी भूमिती आणि

भूगोलाचे दळण दळावे लागेल. इंग्लडचा इतिहास वाचावा लागेल, बादशहाचे नाव लक्षात ठेवणे सोपे नाही. आठ-आठ हेन्री होऊन गेलेत. कोणती घटना कोणत्या हेन्रीच्या वेळी घडली. काय हे लक्षात ठेवणं सोपं समजतोस? सातव्या हेन्रीच्या ठिकाणी आठव्या हेन्रीचे नाव लिहीले की खेळ खत्म. शून्य सुद्धा मिळणार नाहीत. शून्य सुध्दा. कुठल्या जगात आहेस! डझनभर जेम्स होऊन गेलेत. डझनभर विलियम, कवडीभर चार्ल्स! डोक्यात मुंग्या येतात. आंधळेपणा आल्यासारखं वाटतं. ह्या उपटसुंभाना नावही ठेवता येत नव्हते, नावाच्या पुढे दुसरा, तिसरा असे जोडत राहायचे. भूमिती तर देवालाच समजो! अ ब क च्या जागी अ क ब लिहीलं की मिळाले शून्य, कोणी या महाशयांना विचारत नाही की शेवटी अ ब क आणि अ क ब मध्ये फरकच काय आहे आणि निरर्थक गोष्टीसाठी विद्यार्थ्यांचं का नुकसान करता? दाळ भात किंवा भात दाळ जेवलो. दोन्ही एकच झालं. पण ह्या परीक्षकांना कशाची पर्वा? जे पुस्तकात लिहीलं आहे, त्यांना वाटतं विद्यार्थ्यांनी शब्दन शब्द पाठ करावा आणि असल्या रठाळ अभ्यासाचं नाव शिक्षण ठवेलं आहे. शेवटी असल्या निरर्थक गोष्टी पाठ करून तरी काय फायदा? या रेषेवर तो लंब छेदला गेला तर पाया लंबापेक्षा दोनपट झाला, विचारा पण काय कामाचं? दोनपट नाही, चौपट होऊ द्या किंवा अर्धा ही राहू द्या. मला काय त्याचं, पण परीक्षेत पास व्हायचे आहे तर ही सगळी भानगड लक्षात ठेवावी लागेल. सांगतात वेळेचे बंधन या विषयावर निबंध लिहा. जो चार पानांपेक्षा कमी नसावा. आता कागद समोर ठेवणार, पेन हातात घेणार, विषय सुचतोय कोणाला माहीत नाही की वेळेचे बंधन ही चांगली गोष्ट आहे. यामुळे व्यक्तीच्या जीवनात संयम येतो. दुसऱ्याला त्याच्याबद्दल प्रेम वाटू लागतं. त्याच्या व्यापारात वाढ होऊ लागते. पण या विषयावर चार पाने कशी लिहायची? जी गोष्ट एका वाक्यात सांगितल्या जाऊ शकते तिला चार पाने लिहिण्याची काय गरज? मी तर याला मूर्खपणा म्हणतो. हा वेळेचा सदुपयोग नाही तर दुरूपयोग आहे. निरर्थक गोष्ट सांगण्यासाठी वेळ घालविणे. मी तर म्हणतो माणसाला जे काही सांगायचे ते सांगून आपला रस्ता धरावा. पण नाही तुम्हाला चार पानं काळी करावीच लागतील. मग काहीही लिहा आणि तेही पूर्ण भरून. हा विद्यार्थ्यांवर अन्याय नाही तर काय आहे? सत्यनाश तर पुढेच आहे, म्हणतात थोडक्यात लिहा. वेळेच्या बंधनावर थोडक्यात एक निबंध लिहा जो चार पानांपेक्षा कमी असून नये, ठीक! थोडक्यात चार पाने झाली नाहीतर कदाचित शंभर-दोनशे पाने लिहून घ्यायचे, जोरानं पळा आणि हळूहळू सुद्धा. उलटीच गोष्ट आहे की नाही? लहान मुलांना ही गोष्ट समजेल पण ह्या शिक्षकांना इतकीही अक्कल नाही. वरून त्यांचा दावा आहे की ते शिक्षक आहेत. माझ्या वर्गात येशील ना बच्चु तेव्हा हे सगळं करावं लागेल, त्यावेळी माहीत होईल दाळ आणि पीठाचा भाव. या वर्गात पहिला आलास तर जमीनीवर पाय नाही, म्हणून माझं ऐक. नापास झालो असेल, पण तुझ्यापेक्षा मोठा आहे. जगाचा अनुभव तुझ्यापेक्षा जास्त आहे. जे काही सांगतोय ते लक्षात ठेव नाहीतर पश्चाताप करशील. शाळेची वेळ झाली होती. नाहीतर ईश्वरच जाणो ही व्याख्यान मालिका किती वेळ चालली असती. जेवण आज मला बेचव लागत होतं. पास झाल्यावर ही फजिती तर नापास झाल्यावर कदाचित जीवच घेतला असता, बंधुराजने त्यांच्या वर्गाचे जे भयंकर चित्र रेखाटले होते. त्याने मला भयभीत केलं होतं. शाळा सोडून मी पळालो नाही याचेच आश्चर्य वाटतेय. पण इतके सांगुनही पुस्तकाबद्दलची अरूची काही बदली नाही. खेळण्याची

एकही संधी हातातून जाऊ देत नव्हतो, अभ्यास सुद्धा करायचो, पण फार कमी, इतका की रोजचा होमवर्क करणे म्हणजे वर्गात अपमानीत व्हावं लागणार नाही. स्वतःबद्दल जो विश्वास निर्माण झाला तो पुन्हा कमी झाला आणि चोरांसारखं जीवन जगू लागलो.

नंतर वार्षीक परीक्षा झाली आणि योगायोगाने असे झाले की मी पुन्हा पास झालो आणि बंधुराज नापास, मी जास्त अभ्यास नाही केला पण माहीत नाही वर्गात कसा पहिला आलो. मला स्वतःलाच आश्चर्य वाटायला लागलं. वडील बंधुने खूप परीश्रम घेतले. अभ्यासक्रमाला शब्दन शब्द पाठ केला होता. रात्री दहा पर्यंत इथे, पहाटे चारपर्यंत तिकडे. सहा ते साडे नऊपर्यंत शाळेत जाण्यापूर्वी. चेहरा निस्तेज झाला होता. पण बिचारे नापास झाले. मला त्यांची दया येत होती. निकाल सांगितला तर त्यांना रडायला आलं. मी पण रडू लागलो. स्वतः पास होण्याचा आनंद अर्धा झाला. मी सुद्धा नापास झालो असतो, तर बंधुराजला इतके दुःख झाले नसते. पण विधीलिखीत कोण टाळू शकतं.

माझ्यात आणि बंधुमध्ये फक्त एक वर्गाचे अंतर राहीले होते. माझ्या मनात एक कुटील भावना उत्पन्न झाली की बंधुराज आणखी एकदा नापास झाले की आम्ही दोघं एकाच वर्गात असतो. मग ते कोणत्या आधारावर माझी फजिती करतील. पण मी अशा दुष्ट विचाराला मोठ्या कष्टाने बाजूला सारले. शेवटी मला ते माझ्या फायद्यासाठीच तर बोलतात. त्यांचं बोलणं मला त्यावेळी अप्रिय वाटतं. पण कदाचित हा त्यांच्याच बोलण्याचा परिणाम होता की पास होत असायचो आणि ते ही चांगल्या मार्क्सने.

आता बंधुराज थोडे नरम झाले होते. अनेकदा मला बोलण्याची संधी असतानाही त्यांनी ते टाळलं होतं. कदाचित त्यांच्या हे लक्षात आहे असेल की मला बोलण्याचा अधिकार त्यांना राहीला नाही किंवा राहीला असेल तर जास्त राहीला नव्हता. माझा स्वैरपणा देखील वाढला. मी त्यांच्या सहिष्णुतेचा योग्य फायदा घेऊ लागलो. माझी अशी धारणा झाली होती की, मी कसाही पास होईलच. अभ्यास करो अथवा न करो. माझं नशीब माझ्या बाजूनं होतं. म्हणून बंधुराजच्या धास्तीने जे काही थोडंफार वाचत होतो ते ही आता मी बंद केलं, मला पंतग उडविण्याचा नवा छंद जडला होता आणि आता सारा वेळ पतंग उडविण्यातच जात होता. असे असले तरी मी बंधुराजचा आदर करायचो आणि त्यांची नजर चुकवून पतंग उडवायचो. दोरा देणे, काड्या बांधणे, पतंग स्पर्धेची तयारी अगदीच गुप्त पद्धतीने केल्या जायची. मी बंधुराजला शंका घ्यायला जागा ठेवत नव्हतो की माझ्या नजरेत त्यांच सन्मान आणि इज्जत कमी झालेला नाही.

एका दिवशी सायंकाळी हॉस्टेलपासून दूर मी एक पतंग कट करायला जीव तोडून पळत होतो. डोळे आकाशाकडे होते मन आकाशातील पतंगाकडे. जो मदंगतीने डुलत चालेल्या पतंगाकडे चालले होते. जणू कोणी आत्मा स्वर्गातून निघून विरक्त मनाने नवीन संस्कार ग्रहण करायला जात आहे. बालकांची पूर्ण फौज लांब आणि टोकदान बांबू घेऊन त्याच्या स्वागताला धावत येऊ लागली होती. कोणालाही आपल्या मागच्या-पुढच्याचे ध्यान नव्हते. जणू सगळेजण पतंगासोबत आकाशात उडू लागले होते. जिथे सगळं काही सपाट होतं. ना मोटार गाड्या, ना ट्राम, ना रिक्षा.

अचानक बंधुराजसोबत माझी टक्कर झाली. जे कदाचित बाजारावरून परत आले होते. त्यांनी माझ्या हाताला धरलं आणि रागाने म्हणाले-या बाजारू मुलांसाठी कवडीमोल

किंमतीच्या पतंगासाठी पळायला तुला लाज वाटत नाही? तुला याची काही जाणीव नाही की आता तू खालच्या वर्गात नाहीस तर चांगला आठवीच्या वर्गात आहेस तेही माझ्यापेक्षा केवळ एका वर्षाने मागे. माणसाने आपल्या पोझिशनचा कधी तरी विचार करायला हवा. एक वेळी होती की ज्याकाळी केवळ आठवा वर्ग पास केल्यावर नायब तहसिलदार बनायचे. मी किती तरी शेंबड्या पोरांना ओळखतो की जे आज अव्वल दर्जाचे डिप्टी मॅजिस्ट्रेट किंवा सुपरिंटेंडेंट आहेत. आठवी पास झालेले कितीतरी आपले नेते आणि वर्तमानपत्राचे संपादक आहेत. मोठमोठे विद्वान त्यांच्या हाताखाली काम करतात आणि तू त्या आठव्या वर्गात आलास तरी असल्या टुकार मुलांसोबत पतंगाच्या मागे पळू लागलास. मला तुझ्या अशा बिनडोकपणाचे दुःख होते. तू हुशार आहेस. यात काही शंका नाही, पण अशी हुशारी काय कामाची जी आपल्या आत्मगौरवाचा खून करून टाकेल? तुला आता वाटत असेल की मी आता बंधुराजपेक्षा फक्त एका वर्गाने मागे आहे आणि त्यांना आता मला काही म्हणण्याचा अधिकार नाही. पण ही तुझी चूक आहे. मी तुझ्यापेक्षा पाच वर्षाने मोठा आहे आणि अगदी तू माझ्या वर्गात येशील आणि परीक्षकांचं वागणं असेच राहीले तर निःसंशयपणे पुढच्या वर्षी तू माझ्या वर्गात असशील आणि कदाचित एक वर्षानंतर पुढच्या वर्गातही जाशील. पण तुझ्या-माझ्यात जे पाच वर्षाचे अंतर आहे ते तुच काय ईश्वरही कमी करु शकत नाही. मी तुझ्यापेक्षा पाच वर्षाने मोठा आहे आणि नेहमीच राहील. मला जगाचा आणि जीवनाचा अनुभव आहे. तुला त्याची बरोबरी नाही करता येणार. मग तू एम.ए., डी.फिल. आणि डि.लिट झालास तरी पुस्तके वाचून अक्कल येत नाही ती येते जगात वावरल्याने. आपल्या आईने शाळेचे तोंड पाहीले नाही आणि बाबादेखील पाचवी-सहावीच्या पुढे गेले नाहीत. पण आपण दोघांनी सगळ्या जगातली विद्या आत्मसात केली. तरी आई-बाबांना आपल्याला मार्गदर्शन करण्याचा अधिकार आहे. केवळ यामुळे नाही की ते आपले जन्मदाता आहेत. यामुळे की त्यांना जगाचा जास्तीचा अनुभव आहे आणि राहील, अमेरिकेत कसल्या प्रकारची राज्य व्यवस्था आहे आणि आठव्या हेन्रीने किती विवाह केले आणि आकाशात किती नक्षत्र आहेत याचे ज्ञान त्यांना नसेलही पण अशा हजारो गोष्टी आहेत ज्याचं ज्ञान त्यांना आपल्यापेक्षा जास्त आहे, ईश्वर न करो, आज मी आजारी पडलो, तर तुझे हात पाय सुजतील, बाबाला तार पाठविण्याशिवाय तुला काहीही सुचणार नाही. पण तुझ्या जागी बाबा असतील तर ते कोणालाही तार पाठविणार नाहीत, घाबरणार नाहीत, धीर सोडणार नाहीत. पहिल्यांदा दुखणं ओळखून इलाज करतील. त्यांना नाही जमल्यास एखाद्या डॉक्टरला बोलावतील. आजार तर मोठी गोष्ट झाली. तुला-मला तर हे देखील माहीत नाही की, महिन्याचा खर्च कसा भागवाला जातो? जे काही बाबा पाठवतात. तेच आपण वीस-बावीसपर्यंत खर्च करतो नंतर कवडी-कवडीसाठी तरसतो. नास्ता बंद होतो. धोबी आणि न्हाव्यापासून लपून राहातो. परंतु जितका तू आणि मी आज खर्च करतो त्याच्या अर्धा हिस्सा बाबाने आपल्या आयुष्याचा मोठा भाग इज्जत आणि प्रामणिकपणात घालवला आहे आणि आपल्या कुंटूंबाचे पालन-पोषण केले आहे. नऊ लोकांना संभाळले आहे त्यांनी. आपल्या हेडमास्तर साहेबालाच पहा, एम.ए आहेत की नाही आणि इथले एम.ए नाही तर ऑक्सफर्डचे. एक हजार रूपये मिळवतात. पण त्यांचं घर कोण चालवतं. त्यंची वयोवृद्ध

आई. हेडमास्तर साहेबांची डिग्री या ठिकाणी व्यर्थ आहे. पहिल्यांदा स्वतः घराची सोय करतात. खर्च भागत नव्हता. कर्ज घेत होते, पण आईने ज्या वेळेपासून घरचा कारभार हाती घेतला जणू लक्ष्मी नांदू लागली आहे. म्हणून बच्चू हा विचार डोक्यातून काढून टाक की तू माझ्या बरोबरीला आला आहेस आणि वाट्टेल ते करू शकतोस. मी (हात उगारत) याचा उपयोग देखील करू शकतो. माझं बोलणं तुला झोंबू लागलय.

मी त्यांच्या नग्या युक्तीने नतमस्तक झालो. मला आज खरोखरच मी लहान असल्याचा भास झाला आणि बंधुराजबद्दल माझ्या मनात श्रद्धा उत्पन्न झाली. मी डोळयात पाणी आणत म्हटले. अगदीच नाही, आपण जे सांगत आहात ते अगदी बरोबर आहे ते सांगण्याचा आपल्याला पूर्ण अधिकार आहे.

बंधुराजने मला ह्रदयाशी कवटाळले आणि म्हणाले-पतंग उडविण्याला मना नाही करू लागलो, मलाही वाटंत, पण काय करू, स्वतःच भरकटलो तर तुला कसं सांभाळणार? तुझी जबाबदारी तर आहे माझ्यावर.

योगायोगाने त्याचवेळी एक तुटलेला पतंग आमच्या जवळून गेला. त्याला दोरा लहरत होता. मुलांचा एक घोळका मागे-मागे पळत येता होता. बंधुराज उंच होतेच. उडी मारून त्याची शेपटी पकडली आणि स्वैरपणे हॉस्टेलकडे पळाले, मी मागे-मागे पळत होतो.

९) भरपाई

असा क्वचितच महिना जात असेल ज्या महिन्यात अल्लारक्खीच्या पगारातून काही भरपाई घेतली जात नव्हती. कधी-कधी तर तिला ६ रूपयाचे ५ रूपयेच मिळत, पण हे सगळं सहन करून सुद्धा ती सफाईचे ठेकेदार मु.खैरातअली खाँ यांच्या नादी कधी लागली नाही. खाँ साहेबाच्या हाताखाली शेकडो भंगिणी होत्या. कोणाकडूनही कसली मागणी होत नव्हती, कोणाकडून भरपाई घेतली जात नव्हती. ना बोलणं बसत. खाँसाहेब नामदार होते, दयाळू होते. पण अल्लारक्खी त्यांच्याकडून बरोबर मार खात होती. ती कमजोर नव्हती. उद्धट नव्हती, बावळट नव्हती, कुरूप सुद्धा नव्हती. थंडीच्या रात्रीसुद्धा ती हाती झाडू घेऊन निघे आणि नऊ वाजेपर्यंत एकाग्र होऊन काम करी. तरीपण तिला दंड द्यावा लागायचा. तिचा पती हुसैन वेळ पडल्यास तिचं काम करायचा. पण अल्लारक्खीच्या नशीबी दंड भरणे होणे. पगाराचा दिवस इतरांसाठी हसण्याचा दिवस ठरे तिच्यासाठी रडण्याचा. त्या दिवशी तिला जणू फाशी देणार आहे असं व्हायचं. माहीत नाही किती पैसे कमी होतील. ती परीक्षा देणाऱ्या विद्यार्थ्यांसारखी वारंवार दंडाच्या रक्कमेची हिशेब करायची.

त्या दिवशी थकून थोडा आराम करण्यासाठी बसली होती. त्याचवेळी ठेकेदार त्याच्या ठाण्यावर आला होता. ती कितीही म्हणत राहीली की हुजूरअली, मी पुन्हा काम करीन, पण त्याने काहीही ऐकलं नव्हतं. आपल्या रजिस्टरमध्ये तिचं नाव लिहून घेतलं होतं. त्याच्यानंतर अनेकदा असेच झाले. ती मिठाई वाल्याकडून एक पैशाच्या सेवया नेऊन खाऊ लागली. माहीत नाही त्याचवेळी ठेकेदार कोठून आला होता. त्यानं पुन्हा तिचं नाव लिहून घेतलं होतं. माहीत नव्हतं कुठे लपून बसतो? थोडा आराम करावं म्हटलं की भूतासारखा आलाच. नाव तर त्यानं दोन वेळाच लिहीलं पण दंड कितीचा लावलोय अल्लाह जाने! आठ आण्यापेक्षा जास्त नसायला पाहिजे. ती खाली मान घालून पगार घ्यायला जायची आणि तिनं हिशेब केल्यापेक्षा जास्तच दंड कपात झालेला पहायची. थरथरत्या हाताने डोळ्यात अश्रू आणत परत यायची. कोणाकडे तक्रार करायची. ठेकेदारासमोर तिचं ऐकणार तरी कोण?

आज पुन्हा तोच पगाराचा दिवस होता. या महिन्यात तिच्या दुध पित्या मुलीला खोकला आणि ताप येऊ लागला होता. थंडी सुद्धा येत होती. थंडी आणि तिच्या रडण्या-ओरडण्याच्या आवाजाने तिला रात्रभर जागावे लागले होते. अनेक दिवस कामावर जायला उशीर होता. ठेकेदारानं तिचं नाव लिहीलं होतं. आता तर अर्धाच पगार कपात होईल. अर्धे

मिळाली तरी मेहरबानी, माहीत नाही किती कपात होते ती? तिने आजारी मुलीला काखेत घेऊन झाडूसहित रस्त्यावर आली. पण ती दुष्ट मुलगी खाली रहायचं नाव घेत नव्हती. तिने अनेकदा तिला ठेकेदार येण्याची भीती दाखवली. आत्ता येतच असेल. मला हो मारेल. तुझेही कान-नाक कापील. पंरतु पोरीला स्वतःचे कान-नाक कापणे मंजूर होते, कडेवरून खाली नाही. शेवटी तिला भीती दाखवून, प्रेमानं सांगून. काहीही करुन ती ऐकत नसल्याचे पाहून अल्लारक्खीनं तिला कडेवरुन खाली ठेवलं आणि तिला तसच रडत-ओरडत सोडून झाडून काढू लागली. पण ती दुर्दैवी मुलगी एका ठिकाणी थांबून मनसोक्त रडूनही घेत नव्हती. अल्लारक्खीच्या मागे लागून तिची साडी ओढे तिच्यामागे घुटमळे, कधी जमीनीवर लोळण घेई आणि क्षणार्धात पुन्हा रडू लागे.

तिनं झाडू उगारून म्हटलं-शांत बस, नाहीतर झाडूने मारेल, जीवच जाईल. आता ते दाढीवाले ठेकेदार येतच असतील.'

धमकी अद्याप पूर्णही झाली नव्हती. तितक्यात ठेकेदार खैरातअली खाँ समोरून येत सायकलीवरून उतरला. अल्लारक्खीचा चेहरा पडला, काळीज धडधड करू लागलं, अरे अल्लाह! याने ऐकलं तर नाही. माझे डोळे फुटले होते काय. समोरून आलेला मला दिसला नाही. कोणाला माहीत, आज सायकली वरून येत आहे? रोज तो टाग्यांन येत होता. धमन्यामधलं रक्त वाहणं बंद झालय अशी ती झाडू घेऊन स्तब्ध उभी होती.

ठेकेदारानं दरडावून विचारलं-काम करायला निघालीस तर सोबत ही कार्टं कशाला. हिला घरीच का नाहीस ठेवत? अल्लारक्खीने कंपीत स्वरात म्हटले-हिची तबियत ठीक नाही हुजूर, कोणाकडे ठेवू हिला घरी?

'काय झालय हिला?'

'ताप येतोय हुजूर!'

'आणि तू हिला इथं सोडून रडवू लागलीस, मरण्यासाठी?'

'कडवेर घेऊन काम कसं करू हुजूर!'

'सुट्टी का नाही घेत?'

'पगारातून कपात होतो हुजूर, खायचं काय?'

'हिला घेऊन घरी जा. हुसैनी आला तर त्याला झाडू मारायला सांग'

अल्लारक्खीने मुलीला उचललं आणि जायला निघाली, थांबवून ठेकेदारानं विचारलं-मला शिव्या का देत होती?

अल्लाक्खीचा उरलेला जीव देखील निघून गेला. कापलं तरी रक्त निघणार नाही. थरथर कापत म्हणाली-नाही हुजूर. मी आंधळी होईल, तुम्हाला शिवी दिली असेल तर.'

आणि ती ओक्साबोक्सी रडू लागली.

सांयकाळच्या वेळी हुसैनी आणि अल्लारक्खी दोघेही पगार घ्यायला निघाले. अल्लारक्खी खूप उदास होती. हुसैनी यांनी सांत्वन केलं-तू इतकी उदास का आहेत?

पगारात कपातच होइल ना होऊ दे. आता तुझी शपथ घेऊन सांगतो, यापुढे दारुचा एक घोट किंवा ताडी पिणार नाही.

मला भीती वाटतेय, कामावरुन तर काढून टाकणार नाही. माझ्या जिभेला आग लागली.

तुम्ही मला विनाकारण घेऊन चाललात, सगळे हसतील:

काढून टाकलं तर विचारेल की कोणत्या कारणासाठी कामावरुन कमी केलं? शिवी देताना कोणी ऐकलं? जंगलराज आहे, वाट्टेल तेव्हा, त्याला कामावरून काढलं आणि जर न्याय मिळाला नाही तर पंचाकडे तक्रार करील. चौधरीकडे कैफियत मांडेल.

इतकी एकजूट असती तर ठेकेदाराने इतकी मनमानी केली असती?

जितका मोठा आजार, त्याच्यावर तितकेच जालीम औषध असतं, वेडे!

तरीपण अल्लारक्खीचं समाधान झालं नव्हतं. चेहऱ्यावर दुःखाची दाट सावली पसरली होती. ठेकेदार शिवी ऐकून का नाही भडकला त्याचवेळी तिला का नाही कामावरुन कमी केलं. हे तिला काही समजत नव्हतं. तो थोडा दयाळू सुद्धा वाटत होता. हे काय रहस्य आहे तिच्या लक्षात येत नव्हतं आणि जी गोष्ट तिच्या लक्षात येत होती, तिची तिला भीती वाटत होती. केवळ दंड वसुल करायचा असता तर रजिस्टमध्ये तिचं नाव लिहून घेतलं असतं. मुलीला घेऊन घरी जायला सांगितले हा त्याचा दयाळूपणा होता. तिनं ऐकलं होतं की ज्याला फाशी द्यायचं आहे त्याला जे पाहीजे ते पदार्थ खाऊ घातले जातात. जे काही करायचं ते करू दिल्या जातं. निश्चितच कामावरुन काढून टाकील.

म्युनिसिपॉलिटीचे आफीस आले. हजारो भंगिणी जमा झाल्या होत्या. रंगी-बेरंगी कपडे घातलेल्या. साज-शृंगार केलेल्या. पान सिगारेटवाले सुद्धा आले होते. पखालीवालासुद्धा, पठांणाचा एक गट देखील आपल्या-आपल्या कर्जदाराकडून वसूल करायला आला होता. हे दोघेही जाऊन उभा राहीले.

पगाराची वाटप सुरू झाली. पहिला भंगिणीचा नंबर होता. जिचं नाव घेतल्या जायचं ती लगबगीनं जायची अन्‌ ठेकेदाराला फुकटाचा आशीर्वाद देवून यायची. चंपाच्या नंतर अल्लाक्खीचां नाव नेहमीच घेतल्या जायचं. आज अल्लाक्खीचं नावच नव्हतं. चंपाच्या नंतर जहूरनच नाव घेतल्या गेलं. ती अल्लारक्खी नंतर असायची.

अल्लारक्खीनं हतबल चेहऱ्यानं हुसैनीला पाहीलं. भंगिणी तिला पाहून कुजबुजत होत्या. तिच्या मनात आलं. घरी जावं, इथला उपहास सहन नाही होत. जमिनीला तडा जाऊन तिनं स्वतःला पोटात घ्यावं असंही तिला वाटलं.

एकानंतर एकाचे नाव पुकरण्यात आले आणि अल्लारक्खी समोरच्या झाडाकडे पहात राहिली. आता तिला याची पर्वा नव्हती की कोणाचे नाव घेतल्या जात आहे. कोण जातय. कोण तिच्याकडे पहातय आणि कोण तिला हसतय.

अचानक तिचं नाव तिच्या कानावर पडल्यावर ती दचकली. हळूच उठली आणि नववधू सारखी हळू पावलानी पगार घ्यायला आली. खजिनदाराने पूर्ण सहा रुपये तिच्या हातावर टेकवले.

तिला आश्यर्च वाटलं. खजिनदाराने चूक तर केली नाही. या तिन वर्षात तिला पूर्ण पगार कधीच मिळाला नव्हता आणि आता तर अर्धा मिळाला तरी खूप होता. ती क्षणभर तिथेच थांबली की कदाचित खजिनदार तिला रूपये परत मागतो की काय. ज्यावेळी खजिनदारानं विचारलं, 'आता का उभी आहे, जात का नाही? त्यावेळी ती हळूच म्हणाली, हा तर पूर्ण पगार आहे'

खजिनदाराने आश्चर्यमुक्त नजरेनं तिच्याकडे पाहिलं

'तर मग काय कमी मिळावा, असं तुला वाटत होतं?'

'काही दंड वगैरे नाही?'

'नाही, आता कसलाही दंड नाही'

अल्लारक्खी आली, पण तिचं मन प्रसन्न होतं, ती पश्चाताप करीत होती की ठेकेदाराला तिन अपशब्द का वापरला.

१०) मोठ्या घरची लेक

बेनीमाधवसिंह गौरीपुर गावचे जमीनदार आणि प्रमुख होते. त्यांचे आजोबा कधीकाळी धनवान होते. गावचे पक्के तळे आणि मंदिर ज्याची आता डागडुजी करणे पण कठीण होती, त्यांनीच बांधले होते. असे म्हणतात, त्या दरवाज्यावर हत्ती असायचा, आता तिथे म्हैस होती, जिच्या शरीरात हड्डीशिवाय दुसरे काही बाकी नव्हते. पण दुध कदाचित चांगले देते, कारण कोणी ना कोणी व्यक्ती कटोरा घेऊन तिच्या जवळ असायचा. बेनीमाधवसिंहाने त्यांची अर्धी संपत्ती वकिलाना देऊन टाकली होती, त्याचं वर्तमान उत्पन्न एक हजार वार्षीक यापेक्षा अधिक नव्हते. ठाकुर साहेबांना दोन मुलं होती. थोरल्याचं नाव श्रीकंठसिंह होते. त्याने खूप प्रयत्न केल्यावर बी. ए. ची पदवी संपादन केली होती. आता एका कार्यालयात नोकर होता. धाकटा मुलगा लालबिहारीसिंह धष्टपुष्ट शरीराचा सुंदर असा तरूण होता. भरलेला चेहरा, रूंद छाती. म्हशीचे दोन लिटर दुध तो सकाळी उठून फस्त करायचा. श्रीकंठसिंहची परिस्थिती यापेक्षा उलट होती. हे सगळे गुण त्याने बी. ए. पूर्ण करण्यासाठी वापरले होते. या दोन अक्षराने त्याचे संपूर्ण शरीर कमजोर आणि चेहरा कांतीहीन केला होता. यामुळेच चिकित्सा संबंधी ग्रंथावर त्याचे खास प्रेम होते. आयुर्वेदिक औषधावर त्यांचा अधिक विश्वास होता. सकाळ संध्याकाळ त्याच्या खोलीतून उखळात औषधी कुटण्याचा कर्णमधूर असा ध्वनी ऐकायला मिळत असे. लाहौर आणि कलकत्ता या ठिकाणच्या वैद्यासोबत लिखापढी चालत असे.

श्रीकंठ या इंग्रजी पदवीचे प्राप्तकर्ते असूनही इंग्रजी सामाजिक पंरपरांचे विशेष प्रेमी नव्हते. उलट अधिकप्रमाणात त्यांची निंदा करायचे. त्यामुळे गावात त्यांचा मोठा सन्मान होत. दशऱ्याच्या दिवशी ते मोठ्या उत्साहाने रामलीला पहायला जात आणि रामलीलेत एखादे पात्र करायचे. गौरीपुरात रामलीला त्यांच्यामुळेच असायची. प्राचीन हिंदू संकस्कृतीचे गुणगाण गात. एकत्र कुटूंब पद्धतीचे ते एकमेव समर्थक होते. आजकल एकत्र कुटूबात रहाणे स्त्रींयाना आवडत नाही, यामुळे जात आणि देश दोन्हीसाठी हे नुकसानकारक आहे, असं ते समजत. यामुळेच गावातल्या स्त्रीयां त्यांना पसंत करीत नसत. कोणी तर त्यांना शत्रू पण समजत. स्वतःची पत्नी यामुळेच त्यांच्या विरोधात असायची. हे यामुळे नव्हते की आपले सासु-सासरे, दीर किंवा मोठा दीर हे नको आहेत, तर त्यांचे मत होते की बरेच सहन करूनही कुटूंबासोबत रहाणे कठीण असेल, तर रोजची भांडणं करून जीवन बर्बाद करण्यापेक्षा वेगळं रहाणे बरे.

आनंदी एक उच्चकुलीन मुलगी होती. तिचे वडील एका लहानश राज्याचे अधिकारी होते. विशाल भवन, एक हात्ती, तिन कुत्रे, बाज आदी सगळं तिथे होते. नाव होते भूपसिंह. मोठे उदार हृदयाचे आणि योग्य पुरूष होते. पण दुर्देवाने मुलगा नव्हता. सात मुलीच झाल्या

आणि सुर्देवाने सगळळ्या जगल्या. सुरूवातीला तर त्यांनी तीन लग्न मोकळ्या मनाने केले. पण पंधरा-वीस हजराचे कर्ज डोक्यावर झाले. मग डोळे उघडले. आनंदी चौथी मुलगी होती. ती तिच्या सर्व बहिणीत गुणवान आणि रूपवान होती. त्यामुळे ठाकुर भूपसिंहाची ती लाडकी होती. सुंदर संतान असेल तर आई-वडील पण त्याचा लाड करतात. ठाकुर साहेब चिंतित होते की हिचा विवाह कुठे करावा? कर्ज अधिक वाढावे असेही त्यांना वाटत नव्हते आणि हे पण मान्य करीत नव्हते की ते स्वतःला कम नशीबान समजावे. एक दिवशी श्रीकंठ त्यांच्याकडे कसली वर्गणी मागण्यासाठी आले. कदाचित गावात कसला कार्यक्रम असावा. भूपसिंहाला त्याचा स्वभाव बरा वाटला आणि मोठ्या थाटामाटात आनंदीचा विवाह त्यांच्यासोबत केला.

आंनदी सासरी आली तर इकडचे वातावरण जरा वेगळेच वाटले. ज्या दिखाव्याची तिला बालपणापासून सवय होती, तो अजिबात नव्हता. हात्ती घोडे तर सोडा साधी बैलगाडी पण नव्हती. रेशमी स्लीपर सोबत आणली होती, पण इथे बाग कुठे होता? घराला खिडक्या देखील नव्हत्या. ना जमीनीवर फरशा, ना भिंतीवर फोटो. हे अगदीच खेडूत माणसाचे घर वाटत होते. परंतु आनंदीने लवकरच असं जुळवून घेतले की जणू तिने आरामाच्या वस्तू कधी पाहिल्याच नव्हत्या.

एक दिवशी दुपारच्या वेळी लालबिहारी दोन कबुतरे घेऊन आला आणि वहिणीला बोलला, याला शिजव, मला भूक लागली आहे. आंनदीभोजन तयार करून त्यांची प्रतिक्षा करीत होती. हांडीमध्ये पाहिले तर तूप पावशेर पेक्षा जास्त नव्हते, मोठ्या घरची लेक, बचत काय समजणार, तिने सर्व तूप मटणासाठी वापरले. लालबिहारी जेवायला बसला, तर दाळीत तूप नव्हते, म्हणाला, दाळीत तूप का टाकले?'

आनंदी म्हणाली, 'सगळं तूप मटणात पडले.'

लालबिहारी मोठ्याने बोलला, आता परवा तूप आणले हाते. इतक्या लवकर संपले?'

अनंदीने उत्तर दिले-'आज तर एकूण पावशेर उरले होते, ते सगळं मी मटणात टाकले.'

वाळलेली लाकडं ज्याप्रमाणे लवकर जळतात, त्याप्रमाणे भुकेने व्याकूळ मनुष्य थोड्या थोड्या कारणासाठी चिडतो. लालबिहारीला भावजयीचा हा आघावपणा बरा वाटला नाही. चिडून बोलला, 'तुझ्या माहेरात तुपाची नदी वहात असेल.'

स्त्री शिव्या सहन करू शकते, मार सहन करू शकते पण तिच्या माहेरबद्दल ती सहन करू शकत नाही. आनंदी तोंडाला लागत बोलली, 'हात्ती मेला तरी नऊ लाखाचा असतो, तिथे कहार आणि स्वयपाकी इतके तूप खातात रोज.'

लालबिहारीचा जळफळाट झाला, 'असे वाटते की जीभ तोंडातून बाहेर काढावी.'

आनंदीला पण राग आला, तोंड लाल झाले, म्हणाली, 'ते असते तर आज यांना दाखवले असते.'

आता अनपढ-आघाव ठाकुरला रहावले नाही. त्याची बायको एक सामान्य जमीनदाराची मुलगी होती. पाहिजे त्यावेळी तिला मारहाण करायचा. बूट उचलून आनंदीकडे फेकला आणि बोलला, 'ज्याच्या जीवावर बोलतेस ना, त्याला आणि तुलाही पाहून घेतो.'

आनंदीने हाताने बुट रोखला, डोके वाचले पण बोटाला चांगला मार लागला. क्रोधाने हवेने हलणाऱ्या पानाप्रमाणे थरथरत घरात येऊन उभी राहिली. स्त्रीशक्ती आणि धाडस,

आदर आणि सदाचार पतीमर्यादित आहे, तिला आपल्या पतीचा घमंड असतो. आनंदी रक्ताचा घोट पिऊन गप्प राहिली.

श्रीकंठसिंह शनिवारी घरी यायचे. गुरूवारी ही घटना घडली होती. दोन दिवस आनंदी रागातच राहिली. खाणे-पिणे काहीच केले नाही. फक्त नवऱ्याची प्रतिक्षा करीत राहिली. शेवटी शनिवारच्या दिवशी रात्री ते घरी आले आणि बोहर बसून इकडच्या तिकडच्या गप्पा. काही देशाबद्दल गप्पा काही नवीन खटले आदींची चर्चा करू लागले. हा विषय रात्री दहा बारापर्यंत चालला. गावच्या लोकांना यात इतका रस असायचा की पोटापाण्याचे सुचत नसे. श्रीकंठला त्याचा ससेमिरा चकवणे कठीण जात असे. हे दोन तीन तास आनंदीने मोठ्या कष्टाने घालवले. भोजनाची वेळ झाली. लोकांनी आपापली घरे जवळ केली. एकांत झाला, तेव्हा लालबिहारी म्हणाला, तुम्ही जरा वहिणीला समजून सांगा, तोंड सांभाळून बोलायला सांगा, नाहीतर एक दिवशी समस्या निर्माण होईल.'

बेनीमाधवसिंहाच्या मुलाने बापाची बाजू घेतली. 'हो, लेकीबाळीनं पुरूषाच्या तोंडला लागणे चांगले नाही.'

लालबिहारी-ती मोठ्या घरची आहे, तर आपणही काही कुर्मी-कुहार नाहीत.

श्रीकंठने काळजीच्या सुरात विचारले, 'शेवटी झाले तरी काय?'

लालबिहारी म्हणाले, 'काही नाही, विनाकारण तोंडाला लागली. माहेरच्या लोकासमोर आपल्याला काही समजतच नाही.'

श्रीकंठ भोजन झाल्यावर आनंदीजवळ गेला. ती रागाने लाल होऊन बसली होती. हे महोदय देखील स्वभावाने रागीटच होते. आनंदीने विचारले, 'चित्त तर प्रसन्न आहे?'

आनंदी रागाने फणफणत होती, रागामुळे देहभर आग पडली होती. म्हणाली, 'ज्याने ही आग लावली आहे, त्याला पाहून घेईल, तरच शांत बसेल.'

श्रीकंठ-इतकी का रागवालीस? काय झाले?'

आनंदी-काय सांगणार, हे माझ्या नशीबात आहे, नाहीतर अनपढ व्यक्ती, ज्याला कोणी नोकर म्हणूनही ठेवणार नाही. मला बुट फेकून मारून वर माझ्यावरच आरोप केले नसते.'

श्रीकठ-जे झाले ते सगळं स्पष्टपण सांग, मला तर काहीच माहीत नाही.

आनंदी-परवा तुमच्या लाडक्या बंधुने मला मटण करायला सांगितले. हंडीत तूप पावशेरपेक्षा अधिक नव्हते. ते मी सगळं मटणात टाकलं. खायले बसले तर म्हणाले दाळीत तूप का नाही? झालं, याचेच त्यांना वाईट वाटले. मला रहावले नाही. मी म्हणाले इतके तूप तर आमच्याकडे कहार स्वयंकापकी खातात कोणाला कळतही नाही. इतक्या गोष्टीसाठी त्यांनी मला बूट फेकून मारला, हाताने रोखले नसते तर डोके फुटले असते माझे. त्यांनाच विचारा, मी जे काही बोलले ते खरे होते की खोटे.

श्रीकंठचे डोळे लाल झाले. म्हणाले, 'ईतके झाले, माझ्या भावाची इतकी हिंमत.'

आनंदी स्त्रीस्वभानुसार रडू लागली. कारण अश्रू त्यांच्या पदरातच असातात. श्रीकंठ फारच खंबीर आणि शांत व्यक्ती होते. त्यांना फारच कमी वेळा राग येत असे. परंतु स्त्रीचे अश्रू आगीत तेल ओतण्याचं काम करतात. रात्रभर बेचैन राहिले. बेचैन असल्यामुळे झोपले

पण नाहीत. सकाळी बापाकडे जाऊन बोलले, 'दादा, आता या घरात मला रहाता येणार नाही.'

अशा प्रकारे वेगळे रहाण्याची भाषा करणाऱ्या लोकांना श्रीकंठने धारेवर धरले होते. पण दुर्दैव, आज त्यांना स्वतःलाच आज ही भाषा वापरावी लागली. इतरांना उपदेश करणे किती सोपे आहे.

बेनीमाधवसिंह घाबरले आणि म्हणाले, 'का?'

श्रीकंठ-यामुळे मला पण काही मान मर्यादा इज्जत आहे. आपल्या घरात अन्याय आणि हट्ट वाढला आहे. ज्याने मोठ्याचा आदर सन्मान करायला हवा, ते डोक्यावर बसू लागलेत. मी नोकदार आहे, घरी रहाणे जमत नाही. इथे मी नसल्यावर माझ्या बायकोवर बुटाचा मारा होतो. कठोर शब्दाचा वापर. कोणी एकाचे दोन सांगेन, मी ऐकू शकतो, परंतु असे कधी होणार नाही, माझ्या बायकोवर कोणी जोडे फेकून मरावेत आणि मी शांत बसावे.'

बेनीमाधवसिंह काही उत्तर देऊ शकले नाहीत. श्रीकंठ नेहमी त्यांचा आदर करीत असत. त्याचा असा आवतार पाहून म्हणणारा ठाकुर गप्प बसला. फक्त इतकेच बोलला, बेटा, तुला समजत असून असे बोलतोस? स्त्रीया अशाप्रकारे घर फोडण्याचं काम करतात. तिला डोक्यावर बसवणे चांगली गोष्ट नाही.

श्रीकंठ-मला इतके समजते, आपल्या आशीर्वादाने मी इतका मूर्ख नाही. तुम्हाला स्वतः माहीत आहे की माझ्याच समजून सांगण्याने अनेक घर तुटले नाहीत. पण ज्या स्त्रीच्या मान प्रतिष्ठेसाठी मी ईश्वराच्या दरबारात जबाबदार आहे, तिचा झालेला असा घोर अन्याय, आणि जनावरांसारखा व्यवहार मी सहन करणार नाही. तुम्ही विश्वास ठेवा, माझ्यासाठी हे काही कमी नाही की लालबिहारीला कसलीच शिक्षा देत नाही.'

आता बेनीमाधसिंहला राग आला, अशा गोष्ट आणखी ते ऐकू शकत नव्हते, म्हणाले, 'लालबिहारी तुझा भाऊ आहे. त्याच्याकडून चूक झाल्यास त्याचे कान पकडा पण...'

श्रीकंठ-लालबिहारीला मी माझा भाऊ समजत नाही.

बेबनीमाधवसिंह-स्त्रीमुळे?'

श्रीकंठ-नाही नाही, त्याची क्रुरता आणि अडमुठेपणामुळे.

दोघे थोडावेळ गप्प राहिले. ठाकुर साहेब मुलाला शांत करू इच्छित होते. परंतु आपल्या मुलाने काही चुकीचे काम केले आहे, हे मान्य करायला तयार नव्हते की लालबिहारीने काही चुकीचे काम केले आहे. याच दरम्यान गावातली काही मंडळी हुक्का चिलमच्या बहाण्याने तिथे गोळा झाले. अनेक स्त्रीयांनी जेव्हा ऐकले की श्रीकंठ पत्नीसाठी वडीलासोबत भांडण्यास तयार आहे, तेव्हा त्यांना फार आश्चर्य वाटले. दोन्ही बाजूची भांडणं ऐकण्यासाठी त्यांची कानं उत्सुक होती. गावात काही हुशार माणसे पण होती. जे या कुटूंबाच्या चांगल्या व्यवहाराबद्दल मनातली मनात जळत होते. ते म्हणायचे-श्रीकंठ त्याच्या बापाला घाबरतो. म्हणून तो दबलेला आहे. तो शाळा शिकला म्हणून तो पुस्तकी किडा आहे. बेनीनाधव सिंह त्यांचा सल्ला घेतल्याशिवाय कोणतेच काम करीत नाही. हा त्याचा मूर्खपणा आहे. या लोकांचा खरा रंग आज पहायला मिळाला. कोणी हुक्का ओढण्याच्या बहाण्याने, कोणी कराची पावती दाखवायला येऊन बसले. बेनीमाधवसिंह अनुभवी व्यक्ती होते. त्यांच्या

लक्षात आले. त्यांनी ठरवले की काहीही झाले तरी या चांडाळ चोकडीला टाळी वाजवण्याची संधी मी देणार नाही. तात्काळ मधूर शब्दात म्हटले, 'बेटा, मी तुझ्यापेक्षा वेगळा नाही, मुलाकडून चुक झालीच आहे.'

इलाहाबादचा अनुभवरहित क्रोधीत झालेला पदवीधर हे समजू शकला नाही. त्याला वाद विवाद करण्याची सवय होती. हे असले फंडे त्याला काय माहित? बापाने ज्या पद्धतीने बाजू पलटी केली होती, ते त्याच्या लक्षात आले नाही. म्हणाला, 'लालबिहारीसोबत मी या घरात राहू शकत नाही.'

बेनीमाधव-बेटा, बुद्धिमान माणसं मुर्खाच्या बोलण्याकडे लक्ष देत नाहीत. त्याला काही समजत नाही. त्याच्याकडून जी काही चुक झाली आहे, मोठा या नात्याने तू त्याला माफ कर.'

श्रीकंठ-त्याची नीचता मी कधी सहन करू शकत नाही. एकतर तो तरी या घरात राहिल. तुम्हाला तो जर अधिक प्रिय असेल तर मला घराच्या बाहरे काढा. मी माझे पाहून घेईल. मला घरात ठेवणार असाल तर त्याला कुठेही जायला सांगा. हाच माझा अतिम निर्णय आहे.

लालबिहारीसिंह दरवाज्यात बोलणे ऐकत उभा होता. तो त्याचा फार आदर करीत असे. श्रीकंठ असताना खाटावर बसण्याचे धाडस पण त्याचे होत नसे. ते हुक्का ओढत असेल, किंवा पान खात असेल. वडीलाचा पण इतका आदर तो करीत नसे. श्रीकंठचे पण त्याच्यावर जीव होता. समज आल्यापासून त्याला कधी रागावला पण नव्हता. जेव्हा तो अलाहाबादवरून येई, त्याच्यासाठी कोणती ना कोणती वस्तू आणत. मुगदरची जोडी त्याने बनवली होती. गेल्या वर्षी जेव्हा त्याने त्याच्या पेक्षा वरचढ पेहलवानला नागपंचमीच्या दिवशी कुस्तीत पछाडले होते, तेव्हा खुश होऊन त्याने आखाड्यातच जाऊन त्याला गळ्याला लावले होते. अशा भावाच्या तोंडून अशी भाषा ऐकून त्याला खूप वाईट वाटले, तो रडू लागला. यात काही शंका नव्हती की त्याने केलेल्या कृतीचा त्याला पश्चाताप झाला होता. भाऊ येण्याच्या अगोदरच्या दिवशीच त्याच्या हृदयात धडधड सुरू होती की भाऊ काय बोलणार? मी त्यांच्यासमोर कसा जाऊ, त्यांना कय सांगू, त्यांच्या नजरेला नजर कशी भिडवू. त्याला त्याने दगडाची मूर्ती बनलेले पाहिले होते. तो मूर्ख होता. परंतु त्याचे मन सांगत होते की भैया माझ्यासोबत अन्याय करीत आहेत. श्रीकंठने एकट्याला बोलावून दोन चार कडवे शब्द बालले असते किंवा एखादी झापड मारली असती तरी वाईट वाटले नसते. परंतु माझे तो तोंड पहाणार नाही, असे बोलणे, लालबिहारीला सहन झाले नाही. तो रडतच घरी गेला. कोठरीत जाऊन कपडे परिधान केले, डोळे पुसले, रडत होता असे कोणी बोलणार नाही. आनंदीच्या दरात येऊन बोलला, 'वहिनी, बंधुने ठरवले आहे की तो माझ्यासोबत या घरात रहाणार नाही, आता त्याला माझे तोंड पहायचे नाही, आता मी निघालो, त्यांना पुन्हा माझे तोंड दाखवणार नाही. माझ्याकडून जी चूक झाली त्याबद्दल मला माफ करावे.'

असे बोलताना लालबिहारीचा गळा भरून आला.

ज्यावेळी लालबिहारीसिंह मान खाली घालून आनंदीच्या दारात उभा होता, त्यावेळी श्रीकंठसिंह देखील डोळे लाल करून बाहेरून आले. बंधुला दारात पाहिले तर न पाहिल्यासारखे केले. जणू त्याची सावली देखील नको होती त्याला.

आनंदीने लालबिहारीची तक्रार तर केली होती, पण मनात पश्चाताप करीत होती, ती स्वभावाने दयाळू होती. गोष्ट या थराला जाईल याची तिला थोडी पण कल्पना नव्हती. तिला तिच्या पतीसोबत इलाहाबादला जायचे होते, पण बोलणार कसं. तशात तिने लालबिहरीला दारात उभा राहून ऐकले होते की आता मी जातो, माझ्याकडून काही गुन्हा झाला असल्यास माफी करावी. तिचा उरला सुरला राग पण निघून गेला होता. ती रडू लागली. मन धुऊन काढण्यासाठी अश्रूपेक्षा चांगले जल नाही.

श्रीकंठला पाहून आनंदी म्हणाली, 'लाला बाहेर खूप रडत आहेत.'

श्रीकंठ-मग मी काय करू?'

आनंदी-आत बोलावा. माझ्या जीभेला आग लागली. मी हे भांडण लावले.

श्रीकंठ-मी नाही बोलावत.'

आनंदी-पाश्चाताप. त्यांना खूप ग्लानी आली आहे. असे होऊ नये की कुठे निघून जाऊ नयेत.'

श्रीकंठ जागचे उठले नाहीत. तितक्यात लालबिहारी म्हणाले, 'वहिणी, बंधुला माझा प्रणाम सांगा. त्यांना माझे तोंड पहायचे नाही. म्हणून मी माझे तोंड दाखवणार नाही.

लालबिहारी इतके बोलून परत आला आणि तात्काळ दरवाज्याकडे गेला. शेवटी आंनदी खोलीतून बाहेर पडली आणि त्याचा हात धरला. लालबिहारने मागे वळून पाहिले आणि अश्रूसहित बोलला-मला जाऊ द्या.'

आनंदी-कुठे जाणार?'

लालबिहारी-जिथे माझे तोंड कोणी पहाणार नाही.'

आंनदी-मी नाही जाऊ देणार.'

लालबिहारी-मी तुमच्यासोबत रहाण्यालायक नाही.'

आनंदी-तुम्हाला माझी शपथ, आता एक पाऊलही पुढे टाकू नका.'

लालबिहारी-जोपर्यंत मला हे समजणार नाही की माझ्याबद्दल बंधुच्या मनात काही वैर नाही, तोपर्यंत मी इथे रहाणार नाही.

आनंदी-मी ईश्वराच्या साक्षीने सांगते की माझ्या मनात तुमच्याबद्दल थोडेही वैर नाही.'

आता श्रीकंठचे हृदय वितळले. त्याने बाहेर येऊन लालबिहारीला गळ्याला लावले. दोघे भाऊ खूप रडले.

लालबिहारी रडत रडत बोलला-बंधु, आता पुन्हा कधी म्हणू नकोस तुझे तोंड पहाणार नाही. कोणतीही शिक्षा दिली तरी चालेल.

श्रीकंठने थरथरत्या स्वरात म्हटले, 'लल्लू! या गोष्टी अगदीच विसरून जा. ईश्वराच्या कृपेने पुन्हा अशी वेळ येणार नाही.'

बेनीमाधवसिंह बाहेर येत होते. दोन्ही भाऊ ऐकमेकांच्या गळयात पडलेले पाहून आनंदले. म्हणाले, 'मोठ्या घरची लेक अशीच असते. घर अखंड ठेवते.'

गावात ज्यानी कोणी हे ऐकलं, त्यांनी पुढील प्रमाणे आनंदीच्या उदारतेचे कौतूक केले-मोठ्या घरच्या लेकी अशाच असत्यात.'

११) मोटेरामजी शास्त्री

पंडित मोटेरामजी शास्त्रीला कोण ओळखत नाही? हे अधिकाऱ्यांचा कल पाहून काम करतात. स्वदेशी आंदोलनाच्या काळात यांनी मोठे योगदान दिले होते. स्वराज्याच्या आंदोलनाच्या त्या काळातही त्यांनी आपल्या अधिकाऱ्याकडून देशभक्तीचे प्रमाणपत्र मिळवले होते. इतक्या मोठ्या उलाढाली नंतरही त्याच्या नशीबाची गाढ निद्रा भंग पावली नाही आणि अभ्यासातून बाहेर पडले नाहीत तर त्यांनी एक नवी युक्ती शोधली. घरात जाऊन धर्मपत्नीला म्हणाले, 'या वृद्ध पोपटांची पोपटपंची ऐकून कान तर आंबट झाली आहेत. इतक्या दिवसापासून शिकवण्याचं काय फळ मिळालं. जे आणखी काही मिळण्याची आशा करू?'

धर्मपत्नीने चिंतीत होत म्हटले, 'दोन घासाची तर सोय झाली पाहिजे?'

मोटेराम-पहावं त्यावेळी तुला दोन घासाची चिंता पडलेली असते. असा एखादाच दिवस जात असेल ज्या दिवशी निमंत्रण मिळत नाही. मग कोणी निंदा का करीना, पण मी काही घेतल्याशिवाय येत नाही. काय आजच सगळे यजमान मसणात गेलेत? जन्मभर पोटच जाळलं, दुसरं काय केलं? जीवनाचा आंनद तर घेतला पाहिजे. मी वैद्य होण्याचा निर्णय घेतला आहे.

पत्नीने आश्चर्याने म्हटले, 'वैद्य कसं होणार, काही कळतं का त्यातलं?'

मोटेराम-वैद्य होण्याचा अभ्यास करून काही होत नाही. जगात विद्येचं इतकं महत्व नाही. जितकं बुद्धीचं आहे. दोन-चार सरळ गोष्टी आहेत बाकी काही नाही. पदवीधारक आहे किंवा नाही? कोणाला काय पडलय, जे माझी परीक्षा घेत फिरेल, एक मोठा साइनबोर्ड तयार करून घेईल. त्याच्यावर हे शब्द लिहीलेले असतील. इथे स्त्री-पुरुषावरचा इलाज खास करून केला जातो. दोन-चार रूपयाची जडी-बुटी देईन ठेवून. झालं, या कामासाठी इतकं सामान पुरेसं आहे. आणखी वर्तमान पत्रातून जाहीरात देईन आणि नोटीसा काढील. ज्यामध्ये लंका, मद्रास, रंगून कराची आदी दूर प्रदेशातल्या लोकांच्या प्रतिक्रिया असतील. त्यांना माझ्या इलाजानी गुण आलेला असेल. लोकांना काय माहीत की त्या ठिकाणावरुन ईलाज करून घ्यायला कोणी आलं होतं किंवा नाही. मग पहा, दवाखाना कसा चालतो.

पत्नी-पण काहीच माहीत नसताना औषध पाणी कराल तर गुण कसा येईल?
मोटेराम-गुण येणार नाही. मला काय त्याचं. वैद्याचं काम असतं औषध देणं, मरणापासून वाचवण्याचा ठेका नसतो घेतला त्यानं आणि जितकी माणसं आजारी पडतात ती सारी तर मरत नाहीत. माझा तर असा अनुभव आहे की ज्यांना कसलेच औषध दिले जात नाही. ते वेदना बऱ्या झाल्यावर आपोआप दुरूस्त होतात. त्याचं श्रेय विनाकारण वैद्याला जातं. पाच आजारी माणसामागे एक जरी बरा झाला की त्याचं श्रेय मला मिळेल. समजा उर्वरित चार

मेले तर माझी निंदा नालस्ती करायला ते थोडीच येतील. मी खूप विचार केलाय या गोष्टीवर. यापेक्षा दुसरे चांगले काम नाही. मला लेख लिहीता येतात, कविता मी तशा लिहीतोही. वर्तमान पत्रातून आयुर्वेदच्या महत्वावर एखादा लेख लिहून काढील. त्यामध्ये अधून-मधून दोन-चार कवितेच्या ओळी मांडील आणि भाषा देखील जरा प्रभावी असेल. मग पहा किती महाभाग फसतात. असं समजू नको की इतक्या दिवसापासून मी केवळ पोपटपचीच करतोय. मी शहरातील वैद्य मंडळी काय करतात याचा अभ्यास केला आहे. आणि इतक्या दिवसानंतर मला त्याच्या यशाचे रहस्य उलगडले आहे. ईश्वराची कृपा झालीच तर तुला पायापासून डोक्यार्पंत सोन्यानं मढवीन.

पत्नीने आपली अभिलाषा मनातली मनात ठेवत म्हटले-मी या वयात आता काय दागिने घालू. आता ती अभिलाषाही राहीली नाही. पण हे तर सांगा तुम्हाला औषध तयार करता येते का, कसे बनविणार, रस कसा काढणार, औषधाची ओळखही नाही?'

मोटेराम-प्रिये! तू खरोखरच फार मूर्ख आहेस. अगं, वैद्य होण्यासाठी यापैकी एकाही गोष्टीची वास्तवात गरज नसते. वैद्याने दिलेली चमूटभर राखच रस असतो, भस्म असतो, रसायन असतं. फक्त गरज आहे थाट-बाटाची एक मोठा कक्ष पाहिजे. त्यामध्ये एक चटई असावी. टेबलावर पाच-दहा काचेच्या बाटल्या असाव्यात. याशिवाय दुसऱ्या कोणत्याही गोष्टीची गरज नसते. नंतरच बुद्धीला आपोआप सुचतं. माझ्या साहित्य-मिश्रित लेखांचा चांगला प्रभाव पडेल. तू पहाच. अलंकारिक भाषेची मला किती आवड आहे, हे तर तुला माहीतच आहे. आज पृथ्वीतलावर मी असा कोणी पाहीला नाही, ज्याला अलंकाराच्या संदर्भात माझ्यापेक्षा जास्त समजतं. शेवटी इतके दिवस काही गोट्या खेळलो नाही. दोन-चार जण तर मी कवी आहे म्हणूनच ये-जा करतील. झालं तेच माझ्यासाठी काम करतील. त्यांच्यामार्फतच रोगी येतील. मी आयुर्वेदाच्या जोरावर नाही तर नाडी पाहून आजाराचे निदान करीन तू पहाच आता.

पत्नीने अविश्वास व्यक्त करीत म्हटले-मला तर भीती वाटतेय की हे विद्यार्थी देखील तुमच्या हातून जातील. मग ना इकडचे राहाल ना तिकडचे. तुमच्या नशीबात तर मुलांना शिकवणे हे आहे. आणि सगळीकडून पराभूत झाल्यावर पुन्हा तुम्हाला तेच करावे लागेल.

मोटेराम-तुला माझ्या योग्यतेवर विश्वास कसा बसत नाही?

पत्नी-यामुळे की तिथेही तुम्ही धूर्तपणा कराल. मला तुमच्या धूर्तपणाची चीड येते. तुम्ही जे नाही आणि होऊ शकत नाहीत तसे होण्याचा का प्रयत्न करताय? तुम्हाला नेता होता आले नाही, काय वाट्टेल ते करून पाहीले. तुमचा धूर्तपणा जागा होतो आणि याचीच मला चीड येते. मला वाटतं की तुम्ही सभ्य गृहस्थ म्हणून जगावं निष्कपट जीवन घालवावं पण तुम्ही माझं ऐकताय कधी?

मोटेराम-शेवटी माझा नाडीचा अभ्यास कधी कामाला येईल?'

पत्नी-एखाद्या श्रीमंताकडे का नाही राहात? तिथे दोन चार कविता ऐकविल्या तर खुश होईल आणि काही ना काही देईल. वैद्यक असल्याचं नाटक कशाला करता?

मोटेराम-मला अशी, अशी औषधं माहीत आहेत की वैद्याच्या बापजाद्यांनाही माहीत नसतील. सगळे वैद्य एक-एक, दोन-दोन रूपयासाठी वणवण फिरतात. मी माझी फीस

पाच रुपये घेईल. घरपोच सेवेची फीस वेगळीच. लोक समजतील की कुणी मोठा वैद्य आहे. नाहीतर इतकी फीस कशाला घेतली असती?

पत्नीला आता कुठे विश्वास आला. म्हणाली-इतक्या वेळानंतर ही गोष्ट तिला पसंत पडली. पण एक लक्षात ठेवा. इथं तुमचं काही चालणार नाही. दुसऱ्या शहरात जावं लागेल.

मोटेराम-(हसून) काय मला इतकेही समजत नाही? लखनौमध्ये बस्तान बसवू. वर्षभरात असा जम बसवू की सारे वैद्य घरी बसतील. मला आणखीही काही मंत्र येतात. मी बिमार माणसाला पाहिल्याशिवाय त्याच्यावर इलाजच करणार नाही. मी बिमार माणसाला जोपर्यंत चांगलं तपासणार नाही. म्हणाले, जमेल ना?'

पत्नीचा चेहरा खुलला. म्हणाली-मी तुम्हाला मानलं. जरूर चालेल तुमची वैद्यक आता मला कसालाही संशय राहीला नाही. पण हा मात्रा गरीबांना लागू करू नका. नाहीतर घात होईल.

वर्ष लोटलं.

औषधाचार्य पंडित मोटेरामजी शास्त्रीने लखनौमध्ये खळबळ माजवली. अलंकारीक भाषेचं ज्ञान तर त्याला होतं. काही गाणं-भजनही म्हणता येत होतं. वरून गुप्त रोगांचा विशेषज्ञ. रसिकांचं नशीब फळाला आलं. पंडितजी त्यांना कविता ऐकवत. हसत आणि शक्तीवर्धक औषधी चारत आधि ते श्रीमंतामध्ये, ज्यांना शक्तीवर्धक औषधाची विशेष आवड होती. त्याच्या स्तुतीचे पुल बांधत. वर्षभरातच वैद्यजीचा जम बसला, या किंवा त्या मार्गाने, गुप्तरोगाचे एकमेव चिकित्सक कोण असतील तर ते होते मोटेरामजी, गुप्त पद्धतीने चिकित्सा देखील करत. विधवा स्त्रीयांत आणि शौकीन अदूरदर्शी श्रीमंतामध्ये त्यांना मोठा मान मिळू लागला. कोणाला ते काहीच समजूत नव्हते.

पण पत्नी त्यांना योग्य सल्ला द्यायची की विधवांच्या भानगडीत पडू नका. नाहीतर एक दिवशी पश्चाताप कराल.

कुणी लाख समजावलं तरी त्यांचं जे होते तेच चालू होतं. पंडितजीच्या भक्तगणात एक राणी देखील होती. राजा साहेब ह्यात नव्हते. राणी साहेबांना माहीत नाही कसला जीर्ण आजाराने ग्रासले होते. पंडितजी तिच्या घरी दिवसातून पाच-पाच वेळा येत. राणी साहेबांना त्यांना पाच मिनिटासाठी देखील तिच्यापासून दूर होऊ देत नव्हती. पंडितजीला यायला उशीर झाला तर बैचेन व्हायची. एक मोटर सतत तिच्या दारासमोर उभी असायची. आता पंडितजीने पेहरावात खूप बदल केला होता. मलमलीचा झब्बा घालत, गळ्यात पंचा असे आणि पायात आवाज देणारा जोडा घालत. मित्र-मंडळी देखील गाडीत बसून गोंगाट करायची. अनेक मित्रांना राणी साहेबांच्या दरबारात नोकर म्हणून ठेवले. राणी साहेबा आपल्या गुरूजींची आज्ञा कशी बरे टाळेल?

परंतु परमेश्वराच्या मनात काही वेगळेच होते. एक दिवशी पंडितजी, राणी साहेबांचे गोरे गोरे मनगट हातात धरून नाडी पहात होते. आणि दुसरा हात त्यांची स्पदने पहाण्यासाठी त्यांच्या वक्षावर ठेवले होते. इतक्यात काही मंडळी हातात सोटे घेऊन रंग महालात आले आणि पंडितजीवर तुटून पडले. राणी दुसऱ्या महालात पळून गेली आणि कवाड आतून बंद केलं. पंडितजीवर तुटून पडले. तसे तर पंडितदेखील धष्टपुष्ठ देहाचे होते.

सोबत सतत एक गुप्ती बाळगत. पण धोक्याने त्यांना असं घेरलं असेल तर ते काय करणार होते? एका-एकाचे हात-पाय धरून पाहिले, क्षमायाचना केली, चुकलो, चुकलो असं अनेकदा म्हणाले पण त्या निर्दयी लोकांना त्यांची थोडीही दया येत नव्हती. एकाने जोराची एक लाथ मारून म्हटले-या दुष्टाचे नाक कापून टाका.

दुसरा म्हणाला-यांच्या तोडाला चुना आणि काळा रंग लावा.

तिसरा-काय वैद्यजी महाराज, सांगा काय करायचं? नाक कापायचे की तोंडाला काळे फासायचे?

पंडित-अहो! अहो! ठार झाले. जे काय करायचे ते करा पण नाक कापून घेऊ नका.

एक-आता ईकडे येणार नाहीस ना?

पंडित-चुकूनही नाही. सरकार! अरे बापरे ठार झालो.

दुसरा-आजच लखनौ शहराला रामराम ठोका, नाहीत वाईट होईल.

पंडित-सरकार, मी आजच निघून जातो, जानव्याची शपथ घेऊन सांगतो, माझं थोबाड दाखवणार नाही पुन्हा.

तिसरा-तर ठीक आहे, पण पाच पाच लाथा मारून सोडून द्या.

पंडित- अरे सरकार, मरून जाईल, थोडी दया दाखवा.'

चौथा-तुझ्या सारखा ढोंगी माणूस मेलेलाच बरा. चला, करा सरू पंचाच्या लाथा पडू लागल्या. मारण्याचा आवाज ऐकू येऊ लागाला.

वाटतं होतं की, वाद्यावर कोणी बडवत आहे. प्रत्येक लाथेगणिक एक मेलोचा ध्वनी कानी पडत होता. जणू त्याची प्रतिध्वनी होती.

पंचलाथेची पूजा समाप्त झाल्यानंतर त्या झुंडीन मोटेरामजीला ओढत-ओढत बाहेर काढलं आणि मोटारीत बसून घरी पाठवलं. जाता-जाता बजावून ठेवलं की उद्या सूर्यास्तापूर्वी शहरात दिसला नाही पाहिजे, नाहीतर पहा.

मोटेरामजी, लंगडत, कण्हत, काठीच्या आधार घेत घरात गेले आणि एकदाचे खाटेवर आडवे झाले. बायकोने घाबरुन विचारले-हे काय आहे? काय हाल केलेत तुमचे? बाई-बाई! तुमचं थोबाड तर पार बिघडून टाकलय?

मोटेराम-अरे देवा, ठार झालो.'

पत्नी-कुठे लागलय? यामुळेच म्हणत होते. जास्त भानगडीत पडू नका. हळद गरम करू?

मोटेराम-अरे बापरे! चांडळांनी मारलं. त्या चांडाळणीमुळे माझी अशा अवस्था झाली आहे. मारून मारून सर्वानी अशी हाल केलेत.'

पत्नी-तर मार खाऊन आलात असं सांगा ना. बरं झालं. लातों की भूत बातोसे नही मानते. सांगत होते की राणीच्या इथे जाणं-येणं कमी करा. पण माझं ऐकतय कोण?'

मोटेराम-अरे देवा! तुला देखील मला दोषी ठरविण्याची संधी मिळाली. माझं असे हाल झालेत अन् तुझं तोफा डागणं सुरू झालय. कोणाला एखादी गाडी आणायला सांग, रातोरात हे शहर सोडायला सांगितले आहे. नाहीतर सकाळी जीव जाईल.

पत्नी-नाही, अजून तुमची खोड गेली नाही. अजून काही दिवस तुमचे नाटकं चालू ठेवा. किती आनंदानं मुलं शिकत होते तिथे. तुम्हालाच पडलं होतं वैद्य व्हायचं. बरं झालं. आता आयुष्यभर विसरणार नाहीत. कुठे होती ती सखी तुम्हाला लोक मारत होते तेव्हा?

पंडित-अगं बाई! ती चांडाळाण तर पळून गेली, तिच्यामुळेच हे घडले आहे. काय माहीत अशी परिस्थिती ओढवेल. नाहीतर तिच्यावर इलाजच कशाला केला असता?

पत्नी-आहेतच तुम्ही फुटक्या नशीबाचे. दवाखाना चांगला चालू होता. पण तुमच्या कृष्णकृत्यानं सगळा बट्ट्याबोळ झाला. शेवटी तेच पुन्हा करावा लागले. फुटक्या नशीबाचे.

सकाळी मोटेरामच्या दरवाज्यावर समोर गाडी उभी होती. बघ्यांची तोबा गर्दी झालेली, मित्र एकही नव्हता त्यात पंडितजी कण्हत होते आणि त्यांची पत्नी गाडीत सामान भरवत होती.

१२) दोन बैलांची कथा

प्राण्यांमध्ये गाढवाला सर्वांत निर्बुद्ध समजल्या जातं. एखाद्या व्यक्तिला आपल्याला अतिशय मूर्ख म्हणायचे असेल तर त्याला आपण गाढव म्हणतो. गाढव खरोखरच मूर्ख आहे किंवा त्याला त्याच्या साधेपणामुळे सहिष्णुतीमुळे ही पदवी देण्यात आली आहे. हे ठरविल्या जावू शकत नाही. गायी सिंग मारतात, व्यालेली गाय तर शिंहनी सारखी वागते. कुत्रादेखील अतिशय गरीब प्राणि आहे. पण कधी-कधी त्याला देखील खूप राग येतो पण गाढवाला कधी राग आलेला कधी पाहिले नाही ना ऐकले. त्या गरीब बिचाऱ्याला किर्तीही मारा, वाट्टेल तितका खराब चारा त्याच्या समोर टाका, त्याच्या चेहऱ्यावर कधी नाराजी दिसणार नाही. वैशाखाच्या महिन्यात एखाद गाढवं आरडाओरड करून घेतं, पण आपण त्याला कधी खुश होताना पाहीलं नाही. त्याच्या चेहऱ्यावर एक कायमस्वरूपी दुःख पसरलेलं पहायला मिळतं. सुख-दुःख, नुकसान-फायदा अशा कोणत्याही परिस्थितीत त्याचे भाव बदलत नाहीत. ऋषी-मुनीमध्ये असणारे सर्व त्यागाचे, कष्टाचे गुण त्याच्यात उतरले आहेत पण माणूस त्याला मुर्खच समजतो. सद्गुणाचा इतका गैरप्रकार दुसरीकडे कुठे नाही दिसत. कदाचित साधेपणा समाजासाठी उपयुक्त नसावा. पहा ना, भारतीयांची आफ्रिकामध्ये का दुर्दशा होत आहे? अमेरिकेत त्यांना का नाही प्रवेश दिला जात? बिचारे दारू पीत नाहीत, अडल्या-नडल्या वेळेसाठी दोन पैसे बाळगून असतात, ढोर मेहनत करतात. कोणासोबत भांडण-तंटा करीत नाहीत. बोलणं ऐकून मनात झुरत बसतात. तरीदेखील बदनाम आहे. असे म्हणतात की जीवनाच्या आदर्शाला कमी करण्याचं काम करतात. जशास तसे उत्तर देवू लागले तर कदाचित सभ्य ठरविल्या जातील. जपानचे उदाहरण सभ्य लोकांत मोजल्या जात आहे.

पंरतु गाढवाला त्याचा आणखी छोटा बंधु आहे, तो त्याच्यापेक्षा कमी प्रमापात गाढव आहे. 'बैल' ज्या अर्थाने आपण 'गाढवं' शब्दाचा उपयोग करतो. तशाच प्रकारच्या अर्थाने कालवडीचा चुलता अशा अर्थानेही उपयोग करतात, काहीजण बैलाला मुर्खांमध्ये सर्वश्रेष्ठ समजतील पण आमचे मत तसे नाही. बैल कधी-कधी मारतो देखील. कधी-कधी आडमुठे बैल देखील पहायला मिळतात. आणखी इतर मार्गाने देखील तो त्याची नापसंती व्यक्त करतो. म्हणूनच त्याचे स्थान गाढवा नंतरचे आहे.

सखारामच्या दोन्ही बैलाचे नाव आहे हीरा आणि मोती. दोन्ही खिल्लारी जातीचे गावरान होते. पहायला सुंदर, कामात तरबेज, उंच ठेवणीचे अनेक दिवस सोबत काम केल्यानं बंधुभाव निर्माण झाला होता. दोघं समोरा-समोर किंवा जवळ-जवळ बसल्यावर एक दुसऱ्यासोबत मुक संवाद करीत. एकमेकांच्या मनातलं कसं ओळखत होते, नाही सांगता येणार. जरूर त्यांच्यात अशी एखादी गुप्त शक्ती होती. ज्यातून सर्व प्राण्यांत सर्वश्रेष्ठ असल्याचा दावा करणारा मनुष्य वंचित आहे. दोघं एकमेकांना चाटून आणि वास घेऊन प्रेम व्यक्त करतात. कधी-कधी दोघं एकमेकांना त्यांची सिंग देखील घासतात.

वेगळ्यापणाच्या भावनेपोटी नाही तर गंमतीने. आत्मीयतेने जसे की मित्रामध्ये मैत्री वाढली की गप्पा-टप्पा सुरू होतात. त्याशिवाय मैत्री काहीसी अपूर्ण, काहीशी वरवरची राहते. जिच्यावर जास्त विश्वास नाही ठेवल्या जाऊ शकत. ज्यावेळी ह्या दोन्ही बैलांना नांगराला किंवा गाडीला जुंपल्या जात होतं आणि मान हालवत हालवत चालायचे. त्यावेळी प्रत्येकाचा प्रयत्न असायचा की जास्तीत जास्त ओझं माझ्या मानेवर असावं. दिवसा दुपारी किंवा संध्याकाळी मोकळं सोडल्यावर एक दुसऱ्यांना जिथेन स्पर्श करून आपला थकवा घालवत. वैरण टाकल्यावर दोघेही सोबतच उठत, सोबतच वैरण खाण्यासाठी डोके खाली घालत आणि सोबतच बसत. एकाने तोंड काढून घेतले तर दुसरा देखील काढून घेत होता. योगायोगाची गोष्ट, सखारामने एकदा जोडीला सासुरवाडीला पाठवलं. बैलांना काय माहीत की त्यांना कुठे पाठविण्यात येत आहे. वाटलं मालकाने त्यांना विकून टाकले.

त्यांना असं विकून टाकणं चांगलं की वाईट, कोणाला माहीत. पण सखारामच्या मेव्हण्याला ही जोडी घरापर्यंत घेऊन जायला घाम फुटला होता. मागुन हाकावा तर दोघे दोन्ही दिशांना पळत. पाय वाकडे करत खाली जमीनीला हुंगत. ईश्वराने त्यांना जर वाणी दिली असती तर त्यांना सखारामला निश्चीतच विचारले असते की तुम्ही आम्हा गरीबांना का विकत आहात? आम्ही तर तुमची सेवा करण्यात कसलीच कसर ठेवली नाही. इतके करून समाधान झाले नसेल तर दुसरं काम सांगायचं. आम्हाला तर तुमची सेवा करून मरण्यातच धन्यता वाटत होती. आम्ही तर खाण्या-पिण्याबद्दल कधी तक्रार केली नाही. तुम्ही जे काही दिलं ते गुमानं ग्रहण केलं. मग तुम्ही आम्हाला या निर्दयाला का विकलं? सायंकाळपर्यत दोन्ही बैल आपल्या नव्या ठिकाणी पोहोचले. दिवसभराचे भुकेले होते. परंतु ज्यावेळी वैरण टाकण्यात आली. त्यावेळी एकानेही तोंड लावले नाही. ह्दय जड झालं होतं. ज्याला आपलं घर समजलं होतं ते आज राहीलं नव्हतं. हे नवे घर, नवीन गाव, नवी माणसं सगळे त्यांना परके वाटत होते

दोघांनी आपल्या मूक भाषेत इशारा केला. एक दुसऱ्याकडे तिरप्या नजरेचा कटाक्ष टाकला आणि झोपी गेले. गावाला झोप लागल्यावर दोघांनी जोर लावून चऱ्हाटं तोडले आणि घराच्या दिशेने निघाले. चऱ्हाटं अतिशय मजबूत होते. कोणी कल्पनाही करणार नाही की एखादा बैल ते तोडू शकतील. पण त्या दोघांमध्ये एक नवी शक्ती संचारली होती. एका एका झटक्यात चऱ्हाटं तुटली होती.

सखाराम रात्री झोपून सकाळी जागा झाला अन् पहातो तर दोन्ही बैल दावणीला हजर. दोघांच्या गळयात अजूनही अर्धे चऱ्हाट लोंबकळत होते. गुडघ्यापर्यंत पाय चिखलाने भरलेले आणि दोघांच्या डोळ्यात विद्रोहसदृष्य प्रेम झळकत होतं.

बैलांना पाहून सखाराम आनंदून गेला. धावत जाऊन त्यांना गळयाला लावलं. प्रेमालिंगन आणि चुंबनाचे दृश्य मोठेच मनोहरी होते.

घर आणि गावातील मूलं जमा झाले आणि टाळया वाजवून त्यांचं स्वागत करू लागले. गावच्या इतिहासात ही घटना अभूतपूर्व नसूनही महत्वपूर्ण होती. बालसभेने निश्चय केला की दोन्ही बैलांचे अभिनंदन करावे. कोणी आपल्या घरून भाकरी आणल्या, कोणी गुळ, कोणी कोंडा, कोणी भुसा आणला.

एका बालकाने म्हटले-अशी बैलं कोणाकडेही नसतील.'

दुसऱ्याने दुजोरा दिला-इतक्या दुरवरून एकटे आलेत.'

तिसऱ्याने म्हटले-ते बैलं नाहीत, या जन्मातले माणसं आहेत.'

याचा प्रतिवाद करण्याचे धाडस कोणाकडेही नव्हते.

सखारामच्या पत्नीने बैलांना दरवाज्यातून पाहिलं, वैतागून बोलली, 'कसले हरामखोर बैलं आहेत, एक दिवस सुद्धा तिथे काम नाही केले आणि आले परत.'

सखारामला त्याच्या बैलाबद्दल बोललेलं आवडलेलं नाही. हरामखोर कसले? वैराण-पाणी दिले नसतील तर काय करतील?

बाई मोठ्या थाटात बोलल्या-पहा बाई, तुम्हीच फक्त बैलाना चारा-पाणी देतात, बाकीचे वाऱ्याकडे तोंड करायला लावतात.

सखारामने तिला डिवचले-चारा मिळाला असता तर कशाला आले असते पळून?'

बाई चिडल्या-यामुळे पळाले की ते तुमच्यासारख्या बुद्धिप्रमाणे बैलांना लाड करीत नाहीत. खाऊ घालतात तसे कामही करून घेतात. हे दोघं तर आहेत कामचोर पळून आलेत. आता पाहू कोण पेंड आणि कोंडा देतय ते? कोरड्या भुसा देईन फक्त, खा किंवा मरा.

तेच झालं. गड्याला सक्त ताकीद देण्यात आली की बैलांना फक्त कोरडा भुसा देण्यात यावा.

बैलांना टोपलीत तोंड घातले तर कोरडे-कोरडे, ना कसले हिरवे, ना काही गवताळ, मोठ्या आशेने दरवाज्याकडे नजर लावून बसले. सखारामने गड्याला सांगितले - थोडी-सी पेंड का नाही टाकत रे?

'मालकीन मला जिवंत ठेवणार नाही'

'गपचुप टाकून ये'

'नाही दादा. नंतर तुम्ही त्याच्याच बाजुने बोलाल'

दुसऱ्या दिवशी सखारामचा मेव्हणा पुन्हा आला आणि बैलांना घेऊन गेला. आता त्याने बैलांना गाडीला जुंपले.

दोन चार वेळा मोतीने गाडीला खड्ड्यात टाकण्याचा प्रयत्न केला. पण हीराने साथ दिली नाही. तो जास्त सहनशील होता. संध्याकाळपर्यंत घरी गेल्यावर त्याने दोघांना मोठ्या दोरखंडाने बांधले आणि कालच्या प्रकरणाचा वचपा काढला. पुन्हा तोच कोरडा भुसा टाकला. आपल्या स्वतःच्या बैलाला पेंड. वैरण सगळं दिल. दोन्ही बैलाचा असा अपमान कधी झाला नव्हता. सखाराम त्यांना फुलाच्या छडीने देखील कधी स्पर्श करीत नव्हता. त्याच्या आवाजानेच दोघं सावध व्हायचे. इथे मार खावा लागला. आत्मसन्मानाची गोष्ट असताना मिळाला कोरडा भुसा. टोपली कडे वर नजर करुन पाहिलं नाही.

दुसऱ्या दिवशी गोविंदने बैलाला नांगराला जुंपले. पण जणू या दोघांनी पाय न उचलण्याची शपथ घेतली होती. तो मारून-मारून थकला पण दोघांनी पाय नाही उचलले. एकदा त्या निर्दयाने हिराच्या नाकात अनेकवेळा दांडा टोचल्यावर मोती स्वतःला रोखू शकला नाही. नांगर घेऊन पळाला. नांगर, दोरी, जू सगळं कसं अस्तव्यस्तं झालं. गळयात मोठमोठं दोरखंड नसते तर ते सापडलेही नसते.

हिराने मूक भाषेत सांगितले-पळणे व्यर्थ आहे.'

मोतीने त्याच भाषेत उत्तर दिलं -तुझा तर यानं जीवच घेतला होता. आता मार खावा लागेल.'

खाऊ दे, बैलाचा जन्म घेतलाय, तर मार खाणे टाळणार कसे?

'गोविंदा दोन माणसाबरोबर धावत येतोय. दोघांच्या हातात काठ्या आहेत.'

मोती म्हणाला-म्हणशील तर दाखवून देवू का गंमत, काठ्या घेऊन आलेत.'

हिराने समजावलं-अरे नाही, शांतपणे उभा रहा.'

'मला मारले तर मी एक दोघांना खाली पाडेल'

'नाही, आपल्या जातीचा हा धर्म नाही'

मोती मनातून नाराज झाला. गोविंद आला आणि दोघांना पकडून घेऊन

गेला. ठीक झालं. यावेळी मार बसला नाहीः नाहीतर मोती धावला असता. त्याचा अवतार पाहून नरम झाला आणि त्याचे सहकारी समजून गेले की हा प्रसंग टाळलेलाच बरा.

आज दोघांच्या पुढे पुन्हा तोच वाळलेला चारा ठेवण्यात आला. दोघं गुमानं उभे होते. घरातील मंडळी भोजनाला बसली. त्याच वेळी एक लहानसी मुलगी दोन भाकरी घेऊन आली आणि दोघांच्या एक-एक तोंडी दिली. त्या एका भाकरीने त्यांची भूक थोडीच शांत होणार होती पण जणू दोघांच्या मनाला भोजन मिळाल्याचे समाधान झाले. इथे देखील कोणीतरी सज्जन माणूस राहतोय, भैरवाची पोरगी होती ती. तिची आई या जगात नव्हती. सावत्र आई तिला मारत असायची, म्हणून या बैलांसोबत तिला लळा लागला होता.

दोघांना दिवसभर जुंपले जायचे, डंडे पडायचे, रात्रीला त्यांच्या ठिकाणी बांधल्या जात आणि ती मुलगी रोज त्यांना दोन भाकरी खाऊ घालायची. प्रेमानं भरवलेल्या त्या भाकरीचे महात्म्य असे होते की दोन-दोन टोपले वाळलेली वैरण खाऊनही ते अशक्त झाले नाहीत. पण दोघांच्या डोळ्यात, नखसिखांत विद्रोह भरलेला दिसत होता.

एक दिवशी मोतीने मूक भाषेत म्हटले-आता सहन होत नाही हिरा.

'काय करायचं म्हणतोस?'

'एखाद्याला सिंगावर घेऊन फेकून देतो'

'पण माहीतय ती गोड छोकरी, जी आपल्या भाकरी खाऊ घालते याचीच मुलगी आहे, जो या घरचा मालक आहे. ती बिचारी पोरकी होईल.'

'तर मग मालकीनीला घेऊ, ती तर त्या मुलीला सारखी मारत असते'

'परंतु स्त्रीयांवर वार करणं चांगलं नाही, हे तू विसरून जातोस'

'तू तर काहीही करून सुटकाचं करून घ्यायची नको म्हणतोस, तर मग आज सर्वांना तुडवून जाऊ'

'होय, मला मान्य आहे पण इतकी मोठी दोरी तुटेल कशी?'

'यावर मार्ग आहे. पहिल्यांदा दोरीला थोडं चावून टाक. मग एका झटक्यात तुटून जाईल.'

रात्रीच्याला ती लहान मुलगी भाकरी खाऊ घालून गेल्यावर दोघांना दोरीला चावायला सुरूवात केली. बिचारे वारंवार जोर लावत होते.

अचानक घराचा दरवाजा उघडल्या गेला आणि ती मुलगी बाहेर आली. दोघं मान खाली घालून तिच्या हाताला जिभेने चाटू लागले. तिने त्यांच्या मानेभोवती मायेनं हात फिरवला आणि म्हणाली सोडून देते तुम्हाला गुपचुप पळून जा. नाहीतर ही माणसं तुम्हाला ठार करतील. आताच घरात चर्चा चालू होती; तुमच्या नाकात वेसन टोचण्या संदर्भात.

तिने खुंटीतून दोरखंड सोडवलं. पण दोघे शांतपणे उभे होते.

मोतीने त्याच्या भाषेत विचारलं-आता निघत का नाहीस?'

हिराने म्हटलं-हरकत नाही पण उद्या या बिचारीला ते त्रास देतील. सगळेजण हिच्यावरच संशय घेतील. अचानक ती मुलगी ओरडू लागली. आत्याकडून आणलेले दोन्ही बैल पळून जाऊ लागलेत, अहो दादा! दोन्ही बैलं पळून चाललेत लवकर या.

गोविंद धडपडत आतून बाहेर आला आणि बैलांना धरायला गेला. ते दोघं पळाले. गोविंदने पाठलाग केला. ते अधिक जोराने पळू लागले. गोविंदने आरडाओरड केली. नंतर गावातल्या काही लोकांना सोबत घेण्यासाठी परत आला. दोन्ही बैलांना पळून जाण्याची संधी मिळाली होती, सरळ धावत गेले. इतक्या दूर की कुठे निघालोत याचेही भान राहीले नाही, नवीन गावं लागले. नंतर दोघं एका शेताच्या काठावर उभा राहून विचार करू लागले, आता काय केले पाहिजे.

हिराने म्हटलं-असं वाटतयं की आपण रस्ता विसरलोय.'

'तू तर कशाचीच तमा न बाळगता पळालास, त्याला तिथेच गारद करायला पाहिजे होतं'

'त्याला गारद केलं असतं तर जग काय म्हणलं असतं? त्यांनी त्यांचा धर्म सोडला म्हणून आपण धर्म का सोडावा? दोघांना जोराची भूक लागली होती. शेतामध्ये मटर उभी होती. चरू लागले. थांबून-थांबून अंदाज घेत होते कोण येत का. पोट भरल्यावर दोघांनी स्वतंत्र्याचा उपभोग घेतला. खूश होऊन बागडायला लागले. पहिल्यांदा दोघांनी ढेकर दिला. नंतर सिंगामध्ये सिंग घालू लागले. मोतीने हिराला काही पाऊलं मागे रेटलं. इतके की तो खड्ड्यात गेला. मग त्याला देखील राग आला. सावरत उठला आणि पुन्हा मोतीसोबत टक्कर घेऊ लागला. मोतीने पाहिलं, खेळताना भांडण होण्याची शक्यता दिसतेय, बाजूला झाला.

अरे! ते काय! कोण रेडा डरकाळ्या फोडत येऊ लागला आहे होय. रेडाच आहे. तो समोर उभा. दोन्ही मित्र पाय झटकत होते. रेडा म्हणजे दुसरा हाथीच. त्याच्या नादी लागणं म्हणजे जीव गमावणं आहे. पण नादी नाही लागलं तरी जीव वाचण्याची शक्यता कमीच आहे, इकडेच येत आहे. किती भेसूर आहे.

मोतीने मूक भाषेत म्हटले-फसलोत आता! जीव कसा वाचवायचा? काही मार्ग काढ.

हिराने चिंताग्रस्त आवाजात म्हटले-आपल्याच मस्तीत आहे. अर्ज - विनंत्याची भाषा समजणार नाही त्याला.

'पळून जायचं'

'पळणं भोकडपणा आहे'

'तर मग मरायला तयार रहा. पञ्च्या तर एक-दोन-तीन मोजतोय.'

'आणि त्याने पळवलं तर?'

'तर मग काही मार्ग काढ लवकर!'

'मार्ग एकच आहे की आपण दोघानीही एकदाच त्याच्यावर हल्ला करावा' मी समोरून आणि तू मागून दोन्हीकडून हल्ला झाल्यावर जाईल पळून. माझ्यावर हल्ला करू लागताच त्याच्या पोटात सिंग ठोकून दे. कठीण आहे पण दुसरा मार्ग नाही.

दोन्ही मित्र जीव मुठीत घेऊन धावले. रेड्याला संघटीत शत्रुवर हल्ला करण्याचा अनुभव नव्हता. त्याला तर शत्रु सोबत कुस्ती खेळायची सवय होती. जसा तो हिरावर धावला, मोतीने त्याला मागून फरफटत पुढे नेले. रेडा त्याच्यावर धावताच समोरून हिराने चिरडले. एका-एकाला खाली पाडण्याचा रेड्याचा विचार होता. पण हे दोघे वस्ताद निघाले. ते त्याला संधीच देत नव्हते. एकदा रेड्याने झेप घेत हिरावर झडप घालून त्याला ठार करण्याचा इरादा असतानाच मोतीने त्याच्या पोटात सिंग खुपसले, रेडा रागाने मागे फिरला तर हिराने दुसऱ्या बाजूने सिंग खुपसून दिल. शेवटी बिचारा जखमी होऊन पळाला आणि दोघांनी दूरपर्यंत त्याचा पाठलाग केला. इतका की रेडा मृतप्राय होऊन पडला. तेव्हा कुठे दोघांनी त्याला सोडलं.

दोन्ही मित्र विजयाच्या अविर्भावात रमत गमत चालले होते. मोतीने आपल्या सांकेतिक भाषेत म्हटलं-मला वाटत होतं की बेट्याला ठार करून टाकू.

हिरा सहमत झाला नाही-पराभूत शत्रुवर हल्ला नाही केला पाहिजे.'

'हे सगळं ठीक आहे. शत्रूला अद्दल घडविली पाहिजे की पुन्हा मान वर करणार नाही'

'आता कसं जायचं, याचा विचार कर'

'पहिल्यांदा थोडं पोटात टाकू, मग विचार करू'

समोर मटरचे शेत होते. मोती त्यात घुसला, हिरा नको म्हणत होता. पण त्याने काहीही ऐकलं नाही. दोनच घास पोटात गेले असतील तेवढ्यात दोन माणसं हातात काठ्या घेऊन धावत आले आणि या दोघांना घेरलं. हिरा बांधावर होता. म्हणून निसटला मोती चिखलाच्या शेतात होता. त्याचे पाय फसू लागले. पळता नाही आले. पकडल्या गेला. हिराने पाहिलं. मित्र संकटात आहे. मागे फिरला. फसलोत तर दोघेही त्या माणसांनी त्यालाही पकडले.

संध्याकाळपर्यंत दोन्ही मित्रांना कोंडवाड्यात ठेवण्यात आले. दोन्ही मित्रांना जीवनात असा धडा मिळाला होता की संपूर्ण दिवसात गवताची एक काडी देखील पोटात गेली नव्हती. समजत नव्हतं काय करावं, हा कसा मालक आहे. याच्यापेक्षा गोविंदा चांगला होता. तिथे अनेक म्हैशी होत्या, अनेक बकऱ्या, अनेक घोडे, अनेक गाढवं पण कोणाच्याही समोर चारा नव्हता. सगळे जमीनीवर मुड्यासमान पडले होते, काही तर इतके कमजोर झाले होते की त्यांना चालताही येत नव्हते. दिवसभर दोन्ही मित्रांच्या नजरा दरवाज्याकडेच लागलेल्या होत्या पण कोणीही चारा घेऊन आला नाही. शेवटी दोघांनी भीतीची खारट माती चाटायला सुरूवात केली पण यामुळे काय होणार होते?

रात्रीच्यालाही काही खायला मिळालं नाही. मग मात्र हिराच्या मनात विद्राहाचे विचार येऊ लागले. मोतीला म्हणाला-आता नाही राहावलं जात, मोती!

मोतीने पडल्या चेहऱ्याने म्हटले-मला तर असे वाटू लागले आहे की जीव जातोय की काय.'

'इतक्या लवकर धीर सोडू नकोस मित्रा! इथून निसटण्याचा काही मार्ग निघतोय का ते पहा'

'चल भिंत तोडू'

'माझ्या अंगात आता कसलाच त्राण नाही'

'आधी तर फार बढाया मारायचास!'

'सारी हवा निघून गेली'

कोंडवाड्याची भींत कच्ची होती. हिरा मजबूत होताच. आपले टोकदार सिंग भींतीत घुसवून जोर मारला. भीतीचा एक थर गेला गळून. मग तर त्याला धीर आला. त्याने धावत-धावत भिंतीवर टकरा दिल्या आणि प्रत्येकवेळी भिंतीचे नुकसान केले.

त्याचवेळी कोंडवाड्याचा चौकीदार बत्ती घेऊन जनावरांची हजेरी घ्यायला आला. हिराचा असा प्रयत्न पाहून त्याला अनेक डंड्याचा प्रसाद मिळाला आणि मोठ्या दोरीने बांधून टाकले. मोतीने पडल्या पडल्या म्हटले-शेवटी मार मिळाला, दुसरं काय?'

'आपल्या शक्तीच्या जोरावर धडका तर दिल्या'

'अशा धडका काय कामाच्या ज्यामुळे बांधून पडावं लागल, जीव जाण्याची वेळ येईल'

'काही पर्वा नाही, नाहीतर' असेही मरावेच लागणार आहे. विचार कर, भिंत पडली असती तर किती जीव वाचले असते. आपलेच बंधू असे पडून आहेत. कोणाच्याच देहात त्राण नाही. आणि परिस्थिती कायम राहिली तर सगळे मरून जातील.

'होय, ते तर खरं आहेः ठीक आहे, मी सुद्धा जोर लावतो' मोतीने देखील भिंतीला त्याच ठिकाणी धडक दिली. थोडीसी माती गळून पडली आणि हिंमत वाढली. नंतर भिंतीमध्ये सिंग घालून असा जोर देवू लागला जणू काही त्याचे दुसऱ्याचे बैलासोबत भांडण सुरू आहे. शेवटी दोन तासाच्या प्रयत्नानंतर भिंतीवरून एक हात इतकी पडली. त्याने दोन पट जोर दिला तर अर्धी भिंत पडली.

भिंत पडताच अर्धमेलेल्या जनावरांच्या जीवात जीव आला तीन घोड्या त्यातून निघून गेल्या. नंतर शेळ्या पळाल्या, त्यानंतर म्हशी सुद्धा निसटल्या, पण गाढवं अजून तसेच शांत उभे होते.

हिराने विचारले-तुम्ही का नाही पळत?'

एक गाढवाने म्हटले-पुन्हा पकडल्या गेले तर?'

'म्हणून काय झालं. आता तर संधी आहे'

'आम्हाला तर भीती वाटतेय. आम्ही तर इथेच पडून राहू'

मध्यरात्र उलटून गेली होती. दोन्ही गाढवं अद्याप विचार करीत तिथेच उभे होते; पळावं की नाही. मोती इकडे आपल्या मित्राची दोरी तोडण्याच्या कामी लागला होता. ती तुटत नसल्यावर हीराने म्हटले-तू जा. मला राहू इथचं. कदाचित कुठे तरी भेटू.

मोतीच्या डोळ्यात अश्रू आले होते. म्हणाला-मला इतकं स्वार्थी समजतोस मित्रा! आपण दोघं इतक्या दिवसाचे सोबती आहोत. आज तू संकटात आहेस. तर तुला सोडून मी कसा जावू?

हिरानं म्हटलं-खूप मार खावा लागेल. लोकांच्या लक्षात येईल हे सारं तुच केलेस म्हणून.

गर्वाने मोती म्हणाला-ज्या गुन्ह्यासाठी तुला बांधल्या गेले आहे त्यासाठी माझा जीव गेला तरी त्याची चिंता नाही. इतके झाले की नऊ-दहा प्राण्यांचा जीव वाचला. ते सगळे तर आशीर्वाद देतील.

असे म्हणून मोतीने दोन्ही गाढवांना सिंगानी ढुसण्या देत कोंडवाड्याच्या बाहेर घालवून दिले आणि आपल्या मित्राजवळ येऊन झोली गेला.

पहाट होताच मुंशी, चौकीदार आणि इतर कर्मचाऱ्यांची काय धावपळ झाली असेल याची कल्पना आपण करू शकतो. फक्त इतकेच सांगावे लागेल की मोतीला खूप मार बसला आणि त्यालाही मोठ्या दोरीने बांधून टाकले.

एक आठवड्यापर्यंत दोघेजण तशाच अवस्थेत तिथे पडून राहिले. कोणीही गवताची एक काडीही टाकली नाही. नाही म्हणायला एकदा पाणी दाखवल्या जायचं, पाण्यावरच होते ते. दोघं इतके दूर्बल झाले की जागेवरून उठवल्या जात नव्हतं. सापळे दिसू लागले होते.

एका दिवशी कोंडवाड्यासमोर दवंडी देवून त्यांचा लिलाव ठेवला. दुपारपर्यंत तिथे पन्नास-साठ माणसं जमा झाली. त्यानंतर दोन्ही मित्रांना बाहेर काढण्यात आलं. त्यांची काळजी घेण्यात येऊ लागली. लोक यायची पण त्यांचा आवतार पाहून तोंड वेडंवाकडं करून निघून जायचे. असल्या मरतुकड्या बैलांना कोण कशाला घेईन? अचानक एक दाढीवाला माणूस, लाल डोळ्याचा आणि रागीट चेहऱ्याचा आला आणि त्यांच्या शेपटीला हात लावत मुंशीजीला बोलला. त्याचा चेहरा पाहून दोन्ही मित्रांना मनातून भीती वाटू लागली. तो कोण आहे आणि त्यांची का चौकशी करत आहे, याबद्दल त्यांना काही समजलं नाही. दोघांनी एकमेकांकडे भित्र्या नजरेने पाहीलं आणि मान खाली घातली.

हिराने म्हटले-गोविंदाच्या घरून उगीच पळालोत आता काही खरं नाही.

मोतीने अश्रद्धा दाखवत म्हटले-असे म्हणतात की, ईश्वराला सर्वांची दया येते, मग त्याला आपली दया का येत नाही?'

ईश्वरासाठी आपलं मरणं-जगणं समान आहे. चांगलेच आहे, काही दिवस आपण त्याच्याजवळ तरी राहू, एकदा मुलीच्या रूपाने त्यानेच आपल्याला वाचवले होते मग काय आता नाही वाचवणार?

'हा माणूस सुरी चालवील आपल्यावर, लक्षात ठेव'

'तर मग काय झालं. मटण, कातडी, सिंग, हाडकं सगळं काही कोणाच्यातरी कामाला येतील'

विकलं गेल्यावर ते दोन्ही मित्र त्या दाढीवाल्या माणसासोबत गेले. दोघांचा जीव घाबराला होता. बिचाऱ्याच्या अंगात चालण्या-इतका त्राण राहीला नव्हता. पण भीतीपोटी धडपडत चालत होते. कारण गती कमी झाल्यावर तो जोराचा डंडा मारत होता.

रस्त्यात गाय-बैलांचा घोळका हिरव्यागार शेतात चरताना दिसला. सगळे जनावरं प्रसन्न होते. तजेलदार, चपळ. कोणी बागडत होतं. कोणी बसून लोळण घेत होतं. कसं जीवन होतं यांचं. पण किती स्वार्थी आहे सगळेच. कोणालाही चिंता नाही की त्यांचे दोन बंधू बांधून पडले आहेत, किती दुःखी असतील.

अचानक त्यांच्या असे लक्षात आले की हा ओळखीचा रस्ता आहे. होय, ह्याच रस्त्यावरुन गोविंद त्यांना घेऊन गेला होता. तेच शेतं, त्याच बोरी-बाभळी, रस्त्यात लागणारी तिच गावं, क्षणागणिक त्यांचा वेग वाढत चालला. सारा थकवा, सारा अशक्तपण दूर झाला. अरे व्वा, ते पहा! आपलं शेत आलं, याच विहीरीवर आपण मोट हाकायला येत होतो.

होय, तिच विहीर आहे.

मोतीने म्हटले-आपलं घर जवळ आलय.'

हिरा बोलला-ईश्वराची कृपा आहे.'

'मी तर आता घराकडे पळतो'

'हा जावू देईल?'

'याला लाळवतो इथंच'

'नाही, नाही पळत-पळत आपल्यच जागेवर जाऊ. तेथून पुढे आपण पाऊलही टाकणार नाहीत. ते आपलं ठिकाण आहे. धावत-धावत दोघं आपल्या जागेवर आले. दाढीवाला देखील मागे-मागे पळत आला होता.'

सखाराम दारातच ऊन खात बसला होता. बैलांना पहातच पळाला आणि दोघांच्याही गळ्यात पडला. दोन्ही बैलांच्या डोळ्यातून आनंदाश्रू ओघळू लागले. सखारामचा हात एकजण चाटत होता दाढीवाल्याने धावत जाऊन बैलाच्या दोऱ्या पकडल्या.

सखारामने म्हटले-माझे बैल आहेत.'

'तुझे बैल कसे? मी कोंडवाड्यातून बोलीवर आणले आहेत.'

'मला माहीतय चोरलेले आणत असतोस. गुमान निघून जा.' माझे बैल आहेत मी विकेल तरच विकतेल. कोणाला माझे बैल विकण्याचा काय अधिकार आहे?

'पोलीसात तक्रार करील'

'माझे बैल आहेत. याचा पुरावा हा आहे की ते माझ्या दारात उभे आहेत'

दाढीवाला झेप घेत बैलांना हिसकावण्यासाठी धावला. त्याचवेळी मोतीने सिंग चालवले. दाढीवाला मागे झाला. मोतीने मागे लागल्यावर दाढीवाला पळाला, मोती मागेच लागला. गावच्या बाहेर काढल्यावर तो थांबला. पण दाढीवाला बाहेर जाऊन उभाच होता मोती परत जाण्याची वाट पहात. तिथे उभा राहून तो धमक्या देत होता. दगडं फेकत होता आणि मोतीही एका यौद्ध्यासमान त्याचा रस्ता अडवून उभा होता. गावातली मंडळी हा तमाशा पाहून हसत होती. दाढीवाला गेल्यावर मोती मोठ्या ऐटीत परत आला.

हिराने म्हटले-मी तर घाबरलोच होतो की रागाच्या भरात तू त्याला ठारच करतोस की काय?'

'त्यानी जर मला पकडलं असतं तर मात्र नसतं सोडलं'

'आत्ता नाही येणार'

'आला तर लांब वरूनच त्यांचा बदोबस्त करील पहातोच कसा घेऊन जातोय ते'

'गोळी मारली तर?'

'जाईल मरून, त्याच्या उपयोगी पडणार नाही'

'आपल्या जीवाला कोणी जीवच समजत नाही'

'यामुळे की आपण इतके भोळे असतो म्हणून'

थोड्याच वेळात टोपलीत पेंड, भुसा, वैरण, दाणे टाकण्यात आले आणि दोन्ही मित्र खाऊ लागले. सखाराम दोघांच्याही अंगावरून हात फिरवत होता आणि लहान पोरांचा घोळका हे सारं पहात होता. संपूर्ण गावात आनंदाची लाट पसरली होती.

तेवढ्यात मालकीनबाईने येऊन दोघाच्याही कपाळाचे चुंबन घेतले.

१३) लेखक

सकाळी सकाळी सन्मानीय प्रवीणने विसेकदा उकळलेल्या चहाचा कप घेतना आणि साखर आणि दूध न टाकता पिऊन घेतला. हाच त्याचा नास्ता होता. अनेक महिन्यापासून गोड आणि दुधाची चहा मिळाली नव्हती. दूध आणि साखर त्याच्यासाठी जिवनाश्यक पदार्थ नव्हते. पैसे मागायला घरी गेले पण फाटक्या-मळकट कपड्यात झोपलेल्या पत्नीला जागे करू वाटले नाही. विचार केला, कदाचित सर्दी झाल्याने तिला रात्रभर झोप लागली नसावी. यावेळी कुठे झोप लागलीय. झोपेतून उठवणं योग्य नव्हतं. गुपचुप निघून गेले.

चहा पिऊन त्याने पेन-शाई घेतली आणि पुस्तक लिहायला बसले. त्यांच्या मते ते लिहीत असलेलं पुस्तक या शतकातली महान रचना असणार होती. हे पुस्तक प्रकाशीत झाल्यावर त्यांना प्रसिद्धी आणि समृद्धी अशा दोन्हीही गोष्टी मिळणार होत्या.

अर्ध्या तासानंतर पत्नी डोळे चोळत आली आणि म्हणाली, 'काय तुम्ही चहा घेतला?'

प्रवीणने सुहास्य मुद्रेनं म्हटलं, 'हो घेतली. चांगली झाली होती'

'पण दूध आणि साखर कोठून आणली?'

दूध आणि साखर तर अनेक दिवसापासून मिळत नाही. मला अलिकडच्या काळात साधा चहाच जास्त आवडतो. दूध आणि साखर टाकून त्याची चव बिघडून जाते. डॉक्टरांचे देखील असे म्हणणे आहे की चहा नेहमी साधीच घेतली पाहिजे. युरोपकडे तर चहामध्ये दूध नसतेच. हे तर आपल्याकडील काही श्रीमंताचे चोचले आहेत.

माहीत नाही तुम्हाला असली सपक चहा कशी चांगली लागते मला का नाही उठवलं? पैसे तर ठेवले होते

सन्माननीय प्रवीण पुन्हा लिहू लागले. तारूण्यात त्याला हा रोग जडला होता आणि गेल्या वीस वर्षापासून त्याच्यावर इलाज झाला नाही. या रोगानं शरीर खंगलं, आरोग्य धोक्यात आलं आणि आता चाळीसच्या घरातच अकाली वृद्धत्व पदरी आलय. प्ण हा रोग काही बरा होत नव्हता. मध्यरात्रीपर्यंत हे साहित्याचे उपासक त्याच्या जगात बुडालेला, समस्त दुनियेकडे पाठ फिरवून हृदयपुष्प आणि नैवेद्य अर्पण करायाचा, पण भारतात सरस्वती भक्ताला लक्ष्मी उभाही करीत नाही. मन तर एकच होतं. दोन्ही देवतांना कसं प्रसन्न करील. दोन्हीच्या वरदानास पात्र कसा ठरवील? आणि लक्ष्मीची मी अकृपा केवळ धनप्राप्तीच्या संदर्भातच नव्हती तर तिचा सर्वांत निर्दयी बदला असा होता की वर्तमानपत्राचे संपादक आणि पुस्तकाचे प्रकाशक उदारतापूर्वक सहृदयतेचं दानही करीत नव्हते, जणू काही समग्र जगाने त्यांच्याविरोधात कट कारस्थान केले आहे. इतका की नेहमीच येणाऱ्या अशा अनुभवाने त्यांच्यात अनुभवाचा अभाव पैदा झाला होता. कदाचित आता त्यांना असे वाटूल लागले होते की त्यांच्या रचनेमध्ये कसलाही अर्थगर्भ, कसलीही प्रतिभा नाही आहे आणि

अशी भावना पैदा होणं अंत्यत विदारक होतं. अमूल्य जीवन फुकट वाया गेले. जगाने त्यांन उपेक्षित ठेवलं असं म्हणणारंही कोणी नव्हतं. पण त्याचं व्यक्तिमत्व इतकं क्षुद्र नव्हतं. जीवनलोभ कमी होत होत त्यांने आसक्तीच्या संदर्भात साधु-संतांनाही मागे टाकले. समाधानाची एकच गोष्ट होती ती म्हणजे त्यांची जीवनसाथी त्याग आणि समर्पणाच्या संदर्भात त्यांच्याही पुढे होती. सुमित्रा अशाही परिस्थितीत खुश होती. प्रवीणजीला जगाबद्दल तक्रार असेलही पण चेंडूमध्ये भरलेल्या हवेप्रमाणे सुमित्रा त्याचा बाहेरच्या आक्रमणापासून बचाव करीत होती. आपल्या नशीबावर रडणं तर सोडाच त्या बिचारीनं कपाळावर कधी आठी पडू दिली नाही.

सुमित्रा चहाचा पसारा आवरत म्हणाली-तर मग घंटा-अर्धा घंटा कुठे फिरून का येत नाही? आता माहितच झालयं की जीव देवूनही उपयोगाचे नाही तर मग चिंता करण्यात काय अर्थ आहे?

प्रवीणने तोंड वर न करता कागदावर लिहीत म्हटले, 'लिहीतो म्हणजे याचं तरी समाधान आहे की काहीतरी करतोय'

हि इतकी शिकली-सवरलेली माणसं रोजच हवा खायला जातात म्हणजे वेळ वाया घालवतात पण त्यांच्यात जास्तीत अशी मंडळी आहेत. ज्यांची भटंकती केल्यामुळे त्यांच्या उत्पन्नात अगदीच फरक पडत नाहीत. जास्त तर सरकारी नोकर आहेत. ज्यांना मासिक पगार मिळतो किंवा अशा व्यावसायातील मंडळी आहेत ज्यांचा आदर केला जातो.

मी तर मिलचा मजूर आहे तू एखाद्या मजुराला बाहेर भटंकती करतांना पाहिलस? ज्यांचे पोटाचे प्रश्न संपले आहेत, त्यांनाच भटंकती करण्याची आवश्यकता आहे. ज्यांना भाकरीची चिंता आहे, ते हवा खायला जात नाहीत. नंतर आरोग्य आणि जीवनवृद्धीची चिंता आहे, ते हवा खायला जात नाहीत. नंतर आरोग्य आणि जीवनवृद्धीची चिंता त्यांना आहे त्यांच्या जीवनात आनंद आणि स्वाद आहे. माझ्यासाठी जीवन एक ओझं आहे. या ओझ्याला आणखी काही दिवस ठेवण्याची माझी इच्छा नाही.

हे निराशपूर्ण वाक्य ऐकून सुमित्रा भरल्या अश्रूनी आत गेली. तिचं मन सांगत होतं की या महान तपस्वीचं नशीब एक दिवस जरूर फळाला येईल. मग लक्ष्मी कितीही नाराज असली तरी. पंरतु प्रवीण महोदय आता निराशेच्या अंतिम टोकाला पोहोचले होते. अशा प्रतिकूल परिस्थितीत आशेचा किरण दिसणं कठीण होतं.

एका श्रीमंताच्या घरी कसला कार्यक्रम आहे. त्याने सन्मानीय प्रवीणला देखील बोलावलं. आज त्यांचे मन आंनदाच्या घोड्यावर बसून नाचत होतं. दिवसभर ते या कल्पनेत वावरत होते की राजासाहेब कोणत्या शब्दात त्यांचं स्वागत करतील आणि ते त्यांचे आभार कसे व्यक्त करतील. कोणत्या शब्दाचा उपयोग करावा आणि कोणत्या महान व्यक्तिसोबत त्यांचा परिचय होईल. हा विचार करण्यातच त्यांचा सारा दिवस गेला. या प्रसंगासाठी त्यांनी एक कविता देखील लिहून काढली. त्यात त्यानं जीवनाची तुलना बागेशी केली होती. त्यांना पंसत नसलेल्या गोष्टी देखील त्यांनी केल्या कारण श्रीमंताच्या भावनांना त्यांना ठेच पोहचवायची नव्हती.

दुपारपासूनच त्यांनी तयारी सुरू केली. दाढी केली, सांबण लावून स्नान केले. डोक्याला तेल लावले. कपड्याची समस्या होती. झब्बा शिवून घेतलेला होता पण त्याचीही अवस्था

आता त्यांच्यासारखीच जीर्ण झाली होती. थोड्याशा थंडी किंवा गरमीनं त्याना ताप किंवा डोकेदु:खी होत होती. झब्बा त्याच पद्धतीचा होता. त्याला काढून स्वच्छ करून पुन्हा ठेवून दिला.

समित्राने म्हटले, 'तुम्हीच उगीच निमंत्रण स्वीकारले. माझी तबियत ठीक नाही असं सांगायचं. अशा फाटक्या कपड्यात जाणं तर अधिकच वाईट आहे.'

प्रवीनने तत्वज्ञानी असल्याच्या अर्विभावात म्हटले, 'ज्यांना ईश्वरानी हृदय आणि पारख दिली आहे ते माणसाचा पोषाख पहात नाहीत. त्याचा गुण आणि चरित्र पहातात. शेवटी माझ्यातले गुण पाहूनच राजा साहेबांनी मला बोलावलय. मी कोणी पदाधिकारी नाही, जमीनदार नाही, जागीरदार नाही, ठेकेदार नाही, फक्त एक सामान्य लेखक आहे. लेखकाची किंमत त्याची निर्मिती असते. या विश्वासाने मला कोणत्याही लेखकाकडून अपमानित होण्याचे कारण नाही.'

त्याच्या साधेपणावर दया करीत सुमित्रा म्हणाली, 'तुम्ही कल्पनेच्या जगात वावरता वास्तवीक जगात राहीला नाहीत, मी सांगतेय तुम्हाला, राजा साहेबाच्या येथे सर्वांच्या नजरा कपड्यावरच असतील. साधेपणा अगदीच चांगली गोष्ट आहे, पण याचा अर्थ असा नाही की माणसाने भणंग बनावं'

प्रवीणला या बोलण्यात काही सत्यता वाटली. विद्वानासमान त्यांना देखीत आपली चूक मान्य करण्यात वेळ लागली नाही. म्हणाले, 'मला वाटतं की दिवा लागणीला जावं'

'मी तर म्हणते, जायचेच कशाला?'

आता तुला कसं समजावू. प्रत्येक प्राण्याच्या मनात आदर आणि सन्मानाची एक भूक असते. तू विचारशील. ही भूक काय असते? ही आमच्या आत्मविश्वासाची एक पायरी असते. आम्ही त्या महान सत्तेचे सूक्ष्मांश आहोत जी या समस्त ब्रम्हांडात व्याप्त आहे. अंशामध्ये पूर्वीचे गुण असणे स्वभावीक आहे. म्हणून कीर्ति आणि सन्मान, आत्मोन्नती आणि ज्ञानाकडे आमचा सवभावीक ओढा असतो. मी या ओढीला वाईट नाही म्हणत.

सुमित्राने सुटका करून घेण्यासाठी म्हटले ठीक आहे, ठीक आहे, जा मला तुम्हाला विरोध करायचा नाही पण उद्यासाठी काही सोय करून या. कारण माझ्याजवळ फक्त एक आणा उरला आहे. ज्यांच्याकडून उधार मिळत होतं त्यांच्याकडून घेतलं आणि ज्यांच्याकडून उधार घेतलं होतं त्यांना परत देण्याची पंचायत आहे. आता काय करावं मला समजत नाही. एक क्षण थांबून प्रवीण म्हणाला, 'एक दोन वर्तमानपत्रात माझे लेख छापून आले. त्याचे काही पैसे येणार आहेत. कदाचित उद्या मिळू शकतील आणि समजा उद्या उपासमार झाली तरी काय चिंता आहे? आपला धर्म आहे काम करणं. आपण काम करतो तेही न थकता. इतकं करूनही उपासमार होत असेल तर त्यात माझा दोष नाही. फार तर मरेल. आपल्यासारखे लाखो माणसं रोज मरतात. जगाचं काही राहात नाही. मग याचं दु:ख का असावं की आपण उपाशी मरू. मृत्यू घाबरण्यासारखी गोष्ट नाही. मी तरी कबीरपंथीय आहे, ज्याचं प्रेत भजन करत नेलं जातं. मला मृत्युची भीती नाही. मी जे काही करतो यापेक्षा जास्त आणि काही माझ्या कुवतीच्या बाहेर आहे की नाही. सारं जग गाढ झोपली तरी मी

पेन घेऊन बसलेलाच असतो. लोक गंमती-जमती, चेष्टा-मस्करी करीत असतात. मी तर तेही करीत नाही. इतके की कितीतरी दिवसापासून हसलो नाही. होळीच्या दिवशी देखील मी काम बंद ठेवलं नाही. आजारी पडतो तरी लिहीण्याची चिंता असते. आठव, तू आजारी पडल्यावरही मला डॉक्टरकडे जायला मिळत नव्हता. जग तर माझी पर्वा करीत नसेल तर नाही करू दे. आपली कीर्ति वाढते अथवा संकटं येवो आपलं काम थांबत नाही.

नतंर अचानक ते धुंदीत असल्यासारखे झाले. गर्वाने म्हणाले, 'आता मी रात्रीला जाणार नाही. माझी गरीबी आता बदनामीच्या स्थितीला गेलीच आहे. ती झाकून ठेवणे निरर्थक आहे. मी याच वेळी जाईल. ज्याला श्रीमंत आणि राजे निमंत्रण देतात तो कोणी असा-तसा माणूस नव्हता. राजा साहेब साधारण श्रीमंत माणूस नाही आहे. ते या शहरातलेच नाही तर भारतालील श्रीमंतापैकी आहेत, इतके होऊनही कोणी कमी समजत असेल तर कमी असतो स्वतः तोच.

सायंकाळची वेळी होती. प्रवीणजी आपला जुना-पुराणा झब्बा फाटके-तुटके बूटं आणि रंगी-बेरंगी टोपी घालून बाहेर पडले. दिसायला ते अगदीच ओंगळवाणं वाटत होतं. तब्येत वगैरे चांगली असती तर या कपड्यातही ते बरे वाटले असते. या आवताराची एक शान झाली असती तर या कपड्यातही ते बरे वाटले असते. या आवताराची एक शान झाली असती. सुदृढता खुद्द रूबाबदार गोष्ट आहे. पण सहित्य सेवा आणि सुदृढता विरोधी गोष्टी आहेत. कोणी साहित्यसेवक जर ताजातवाणा, जाडजूड माणूस आहे, तर समजून घ्या, त्याच्यात गोडवा नाही, नम्रपणा नाही, ह्रदय नाही, दीपकचं काम असतं प्रकाश देणं, न जळालेला दीपक भरल्यासारखा वाटतो. तरी आपण एखादा फाजीलपणा करतो. त्यांच्या त्यांच्या प्रत्येक कृतीतून गर्व टपकत होता.

जसा घरून निघाला तसा दुकानदारांच्या नजरा चुकवत होते. गल्ल्यामधून रस्ता काढत होते. पण आज तो ताठ मानेनं, त्यांच्या समोरून चालला होता. आज त्यांच्या बोलण्याचं त्यांच्याकडे समर्पक उत्तर होतं. पण सायंकाळची वेळ आहे. प्रत्येक दुकानावर ग्राहक थांबले आहेत. कोणी त्यांच्याकडे पहात नाही. ज्या उधारीसाठी ते स्वतःला हीन समजून तोंड लपवत होते. ती दुकानदारांच्या नजरेत इतकी मोठी रक्कम नव्हती की भर बाजारात त्यांचा अपमान करावा. खास करून असं दिसत होतं की आज ते कोणाला तरी भेटायला जात आहेत.

प्रवीणने पूर्ण बाजार नजरेखालून घातला. पण जीव भरला नाही. पुन्हा दुसरी चक्कर मारली. तरी देखील कोणी काही हटकलं नाही. मग तर ते स्वतःच उधारी असणाऱ्या दुकानदाराच्या दुकानावर गेले. त्याचं नाव हाफिज समद. त्याचं स्टेशनरीचं दुकान होतं. प्रवीणजीने या दुकानात छत्री विकत घेतलेल्या गोष्टीला बरेच दिवस झाले होते आणि आतापर्यंत उधारी दिली नव्हती. प्रवीणला पाहून म्हणाले. महोदय, अद्याप छत्रीची उधारी नाही मिळाली. तुमच्यासारखे आणखी काही गिऱ्हाईकं मिळाली तर माझं दुकान बंद झालं म्हणून समजा. खूप दिवस झालीत उधारीला.

प्रवीणजीच्या मनासारखं झालं. म्हणाले, 'मी विसरलो नाही हाफिजजी, अलिकडच्या काळात काम वाढले आहे की घराच्या बाहेर पडताच येत नाही. पैसा हातात पडत नाही पण तुमच्या आशीवार्दाने समर्थकांची कमी नाही. दोन-चार माणसं भेटायला आलेली

असतातच. यावेळी राजा साहेब, होय तेच जे कोपऱ्यावरच्या बंगल्यात राहातात. त्यांच्याकडेच चाललो आहे. निमंत्रण आहे. ही निमंत्रणे रोजचीच झालीत.

हाफिज समद प्रभावीत होत म्हणाला असं! आपण राजा साहेबाकडे पाव्हूणचारासाठी चालतात! ठीक आहे आपल्यासारख्या कर्तबगाराची कदर श्रीमंतच करू शकतात. आणखी कोण करीन? उत्तम! आपण या काळातलं उदाहरण आहात. मोठे झालात तर गरीबाला विसरू नका. राजासाहेबांची आपल्यावर कृपा झाल्यावर विचारणेच नको! एक पूर्ण दुकान तर त्यानांच लागेल. अडीच तीन लाख वार्षीक उत्तन्न आहे.

प्रवीणजींना अडीच-तीन लाख रक्कम किरकोळ वाटली. तोंडचा खेळ होता. तर मग दहा-वीस लाख म्हणायला काय हरकत आहे? म्हणाले अडीच तीन लाख! आपण तर त्यांना शिव्या देवू लागलात. त्यांचं उत्पन्न दहा लाखापेक्षा कमी नाही. एकजण तर म्हणत होता वीस लाख आहे, जागा आहे, दुकानं आहेत, घरं आहेत. ठेका आहे, अनामत पैसा आहे. सर्वात महत्वाची गोष्ट म्हणजे साहेबांचा दुष्टीकोण आहे.

हाफिजने मोठ्या नम्रपणे म्हटले, 'हे दुकान आपलेच आहे महोदय फक्त आनच्याकडे लक्ष असू द्या. अरे, मुरादी, जरा लेखक महोदयासाठी चांगले पान तर मागावं. या बसा जरा. काही पसंत पडलं असेल तर सांगा. आपले तर घरगुती संबंध आहेत.'

प्रवीणजीने पान चघळत म्हटले, 'यावेळी माफ करा. जायला उशीर होईल. पुन्हा कधी पाहू.'

तेथून ते एका कपड्याच्या दुकानावर गेले. मनोहरदास नाव होतं त्याचं. त्यांना पाहून डोळे ताणले. बिचाऱ्या या लेखकाच्या नावानं अनेकदा रडला होता.

उधारीसाठी कोणी तंग केले तर प्रवीणजी कोरडे पडत. पण आज असे उभे होते की जणू काही कवच कुंडल परिधान केलेत, ज्याच्यावर कोणत्याही शस्त्रा-अस्त्राचा परिणाम होत नाही. म्हणाले, जरा राजा साहेबांकडून जाऊन येतो मग निवांतपणे हिशेब करू राजा साहेबांकडे मनोहदासाचे कितीतरी हजार रूपये होते. तरीपण त्यांच्या तो मागेच लागलेला असे. अव्वाची सव्वा वसूल करायचा. त्याने प्रवीणजीला वरच्या श्रेणीत ठेवले. ज्याचा व्यवसाय होता श्रीमंताना लुटणे. म्हणाला, पान तर खाऊन जा महोदय! राजा साहेब काय एका दिवसाचे आहेत, आम्ही बारा महिन्याचे आहोत! कपड्यांची गरज असेल तर घेऊन जा. होळी जवळ आलीच आहे. तुम्ही तिकडे चाललेच आहात तर राजासाहेबांच्या मुनीमाला सांगा की मागचा हिशेब अनेक दिवसापासून बाकी आहे. तो झाला तर बरे होईल! दोन-दोन वर्ष थांबायला आम्हाला नफा मिळतोच किती?

प्रवीणने म्हटले, यावेळी पान-बीन राहू द्या. उशीर होईल. मला भेटण्याची त्यांची इतकी इच्छा आहे आणि माझी इज्जतही करतात तर आपलंही कर्तव्य नाही की उशीरा जाऊन त्यांना क्लेश देणे. आम्ही तर सन्मानाचे भुकेले आहोत, दौलतीचे नाही. आपल्या कोणी सन्मान करीत असेल तर त्याची चाकरी करू एखाद्याला त्याच्या दौलतीचे घंमेड असेल तर आम्हालाही त्याची पर्वा नाही.

प्रवीणजी राजा साहेबांच्या विशाल बंगल्यासामोर गेले. दिवा लागण झाली होती. श्रीमंताच्या-व्यापाऱ्यांच्या गाड्या उभ्या होत्या. पहारेकरी प्रवेशद्वारात उभे होते. एक सज्जन

पाहुण्यांचं स्वागत करीत होते. प्रवीणजीला पाहून तो जरा गोंधळला. नंतर त्यानं त्याच्याकडे पायापासून डोक्यापर्यंत पाहून घेतल्यावर म्हणाले, आपल्याकडे पत्रिका आहे?

प्रवीणकडे पत्रिका होती पण या भेदभावाचा प्रवीणजीला क्रोध आला. माझ्याकडून पत्रिका कशी मागवली? इतरांना का नाही विचारलं? म्हणाले, नाही माझ्याजवळ निमंत्रण पत्रिका नाही. आपण जर इतरांनाही पत्रिकेची सक्ती करणार असाल तर मी देखील दाखवू शकतो. नाहीतर मी या भेदभावाचा माझा अपमान समजू शकतो. आपण राजा साहेबांना निरोप द्या की, प्रवीणजी आले होते आणि दारातूनच परत गेले.

'नाही, नाही, महोदय, आत या. मी आपल्याला ओळखलं नाही. उद्धटपणा बद्दल माफी असावी. आपल्या सारख्या महानुभावांमुळे तर मैफिल रंगते. ईश्वराने आपल्याला अशी वाणी प्रदान केली आहे की काय सांगावं!'

या माणसाने प्रवीणजीला कधी पाहिलं नव्हतं. परंतु जो काही तो म्हणाला, ते प्रत्येक साहित्य सेवकाला लागू होऊ शकतं आणि मला विश्वास आहे की कोणीही साहित्यसेवक या विधानाची उपेक्षा नाही करू शकत.

प्रवीणजी आत जाऊन पहातात तर, बंगल्या समोर प्रस्तुत, सुसज्जीत अंगणात वीजेचा झगमगाट डोळ्याना सुखावून जात होता. मध्ये एक हौद होता, हौदात संगमरवरी परी होती. परीच्या डोक्यावर फवारा, फवाऱ्याचे तुषार रंगीन झगमगाटात न्हाऊन असे दिसत होते की जणू इंद्रधनुष्य वितळून आकाशातून पडत आहे. हौदाच्या चोही बाजूने असान व्यवस्था होती. त्याच्यावर सफेद कापडं, त्याच्यावर सुंदर गुलदस्ते अंथरलेले.

प्रवीणजीला पहाताच राजा साहेबांने स्वागत केले. 'या, या!' आताच्या हंस मध्ये आपला लेख वाचून मी प्रभावीत झालो, मला तर आश्चर्यच वाटलं. माहीत नव्हतं की या शहरात आपल्या सारख्या रत्नांचीही खाण आहे.

नंतर उपस्थित पाव्हुण्यांना त्यांचा परिचय करून देवू लागले. आपण प्रवीण महोदयांचे नाव तर ऐकलेच असेल, ते हेच आहे. काय माधुर्य आहे, काय स्टाईल आहे, काय भाव आहे, काय आकलन आहे, काय चमत्कार आहे, काय सरळता आहे, वा! माझा आत्मा तर नृत्य करु लागतो!'

एका सज्जनाने तो इंग्रजी पेहरावात होता, प्रवीणजीला अशा नजरेने पाहीलं की जणू तो एखाद्या सर्कसमधून आला आहे. म्हणाला आपण इंग्रजी कवींना अभ्यासले आहे, जसे- बाइरन, शेले, कीटस आदी

प्रवीणजी कोरड्या स्वरात म्हणाले, 'होय, होय, थोडे फार अभ्यासले आहेत.'

'आपण या महाकवींच्या एखाद्या रचनेचा अनुवाद केला असता तर आज हिंदी भाषेची अमर सेवा झाली असती.'

प्रवीणजी बाइरन, शेले आदी कविपेक्षी कोणत्याही अंगानं स्वतःला कमी समजत नव्हते. ते इंग्रजीचे कमी होते. त्यांची भाषा, शैली, विषय-आशय सगळं काही इंग्रजी पद्धतीनं होतं, त्यांचा अनुवाद करणं ते स्वतःसाठी गौरवाचं समजत नव्हते. म्हणाले, 'आमच्याकडे प्रतिभेची काही वानवा नाही की आम्ही परदेशी कवीकडून काही घ्यावं. माझ्या मते भारत किमान या संदर्भात तरी पाश्चात्य मंडळीना काही शिकवू शकतो.'

ही चर्चा निर्भत्स होती, इंग्रजी साहित्याच्या भक्ताने प्रवीणजीला वेडं समजलं.

राजासाहेबांनी प्रवीणजीकडे अशा नजरेने पाहीलं. जणू ते म्हणत होते की वेळ काळ पाहून तर बोलत जा. नंतर म्हणाले, इंग्रजी साहित्याचं काय विचारता, त्याला तर तोडच नाही

इंग्रज महोदयाने प्रवीणजीकडे जिंकल्याच्या अविर्भावात पाहिले. आपल्या कवींना अजून अर्थच समजला नाही. अजून विरह आणि साज शृंगारालाच कवितेचा विषय करुन बसलेत.

प्रवीणजीने जोरदार उत्तर दिलं, मला वाटतं की आपण आधुनिक कवींच्या रचनेचा अभ्यास केला नाही वाटतं किंवा केला असेल तर वरवरचा.

राजा साहेबांनी आता प्रवीणजीचा बंदोबस्त करायचे ठरविले. 'हे मिस्टर परांजपे आहात प्रवीणजी! यांचे लेख इंग्रजी वर्तमान पत्रातून छापले जातात आणि मोठ्या संख्येनं वाचली जातात.'

याचा अर्थ असा होता की आपण यापुढे वायफळ बडबड करू नये.

प्रवीणजी समजले. परांजपेसमोर त्यांना खाली पहावं लागलं. विदेशी पेहराव आणि भाषेचा हा भक्त जातीद्रोही असूनही इतक्या आदरास पात्र होता. हे प्रवीणजीसाठी असाह्य होतं. पण काय करणार?

तशाच पेहरावात दुसरे एक गृहस्थ आले. राजा साहेबांनी तत्परतंने त्यांचं स्वागत केलं. 'या डॉक्टर चडढा! कसे आहात?'

डॉक्टर साहेबांनी राजे साहेबांसोबत हस्तांदोलन करून प्रवीणजीकडे जिज्ञासू नजरेनं पाहीलं. विचारले, 'आपला परिचय?'

राजा साहेबांनी प्रवीणचा परिचय करून दिला. हे आहेत महोदय प्रवीण. हे हिंदी भाषेचे चांगले कवी आणि लेखक आहेत.

डॉक्टर साहेबांनी एका खास स्टाइलमध्ये म्हटले, 'असं, आपण कवी आहात!'

आणि काहीच प्रतिसाद न देता पुढे निघून गेले.

पुन्हा तशाच पेहरावातले आणखी एक महाशय आले. हे प्रसिद्ध वकील होते. राजा साहेबांनी त्यांचाही प्रवीण सोबत परिचय करुन दिला. त्यांनीही त्याच स्टाइलने म्हटले, 'अस' आपण कवी आहात! आणि पुढे निघून गेले. हे नाटक बराच वेळ चाल्लं आणि पुन्हा-पुन्हा प्रवीणला हाच अनुभव आला! 'असं! आपण कवी आहात!'

हे वाक्य दरवेळी प्रवीणच्या मनावर प्रहार करीत होतं. त्याचा अर्थ प्रवीणला चांगला समजत होता. त्याचा सरळ असा अर्थ होता की, तुम्ही कल्पनेच्या जगात, जगता जगा. इथं तुमचं काय काम आहे. तुमची इतकी हिंमत की आमच्या सभ्य लोकात आलात!

प्रवीण मनातल मनात स्वतःवरच चिडला. निमंत्रण मिळाल्यामुळे स्वतःला ते धन्य समजत होते. पण इथे तर अपमानाचे प्याले वारंवार प्राशन करावे लागले होते. त्यांनी स्वतःचा निषेध करीत स्वतःला म्हटले-तुझ्यासारख्या सन्मानासाठी उतावीळ झालेल्या व्यक्तिसाठी ही शिक्षा योग्यच आहे. आता तर डोळे उघडले, तू किती सन्मान पात्र आहेस! तू या स्वार्थी जगात कोणाच्याही कामाचा नाहीस. ना त्यांचं काही तुझ्याकडे काम आहे. डॉक्टर किंवा वकील तुझी इज्जत का करील? फि मिळणार नाही अशा घरी येण्याची त्यांची

इच्छा नाही. तुमचा तुझा जन्म लिहीण्यासाठी झाला आहे, फक्त लिहीण्यासाठी, इतकेच यापेक्षा तुझे या जगात काहीही काम नाही.

अचानक सगळी मंडळी स्तब्ध झाली. आजच्या प्रमुख पाव्हुण्यांचं आगमन झालं. हे महाशय हाइकोर्टचे जज म्हणून नियुक्त झाले होते. राजा साहेबांनी त्वरा करीत त्यांचं स्वागत केलं आणि येऊन प्रवीणला म्हणाले, 'आपण कविता लिहून आणलीत ना?'

प्रवीणने म्हटलं, 'मी कविता वगैरे काही केली नाही'

'खरंच! तुम्ही तर मग कमालच केली. अरे भल्या माणसा आत्ता जमलं तर लिहून काढ. दोन-चार ओळी असल्या तरी चालतील पुरेसं आहे! अशावेळी एखादी कविता असली तरी चालते'

'मी इतक्या लवकर काही लिहीत नाही'

'मी उगीच इतक्या प्रतिष्ठित लोकांसोबत तुमचा परिचय करून दिला'

'निरर्थक होतं ते'

'अरे बाबा, एखाद्या जुन्या कवीच्या चार ओळी असल्या तरी चालेल, कोणाला काय कळतय'

'नाही साहेब, माफ करा, मी भाट नाही, कथाकार आहे'

असे म्हणत प्रवीणजीने तात्काळ ती पार्टी सोडली. घरी आले तर त्यांचा चेहरा प्रसन्न दिसत होता.

सुमित्राने प्रसन्न होऊन विचारलं, 'इतक्या लवकर कसे आलात'

'होय, ज्या सन्मानाची अपेक्षा नव्हती असा झाला'

'खूप आंनदी आहात'

यामुळे की आज मला कायमचा धडा दिला. मी दीपक आहे आणि प्रकाश देण्यासाठीच जन्मलो आहे. आज मी हे तत्व विसरलो होतो. ईश्वराने मला वायफळ बडबडीपासून वाचवलं. हि झोपडीच माझ्यासाठी स्वर्गासमान आहे. मी आज हे शिकलो की साहित्य सेवा हीच माझी पूर्ण तपस्या.

१४) ईदगाह

रमजानचे तीस दिवस पूर्ण झाल्यावर ईद आली आहे. किती रमणीय किती सुखदायक सकाळ आहे. झाडांवर वेगळीच पालवी आहे. शेतामध्ये एक प्रकारची चमक आहे. आकाशात रंग आहे आजचा सूर्य पहा, किती विलोभनीय किती शीतल जणू काही जगातील लोकांना ईदच्या सुभेच्छा देतो आहे. गावात नुसती लगबग सुरू आहे. ईदगाह जाण्याची त्यारी सुरू आहे. कुणाच्या शर्टला बटण नाही, शेजाऱ्याच्या घराकडे सूई-धाग्यासाठी धावाधाव आहे. कोणाचे जोडे कडक झाले आहेत. त्याच्यावर तेल चोळण्यासाठी तो तेल्याच्या घराकडे निघाला आहे. बैलाना वैरण-पाणी टाकणं चालू आहे. ईदगाह वरून परत यायला दुपार होईल. तीन कोसाचा पायी रस्ता, अनेक लोकांच्या गाठी भेटी. दुपारच्या आत परतणे शक्य नाही. जास्त खुश असतील तर ते आहेत मूलं. कोणी रोजा पाळला आहे, तोही दुपारपर्यंत, कोणीतर तोही नाही, परंतु ईदगाहला जाण्याचा आनंद त्यांच्या आजच्या कार्यक्रमाचा भाग आहे. रोजे वयस्क लोकांसाठी असतील. यांच्यासाठी तर सण आहे. सण त्यांच्या ओंठावर असतो रोजच. आज तो आला शेवटी. आता घाई झाली आहे की हे सारे ईदगाहकडे का जात नाहीत. त्यांना कुटुंबाच्या समस्येचं काय देणं-घेणं. शेवयासाठी घरात दुध आणि साखर आहे किंवा नाही. काहीही झालं तरी यांना शेवया खायला हव्यातच. त्यांना काय माहीत की, त्यांचे अब्बाजान भयभित स्थितीत चौधरी कायमअलीच्या घरी का धावत पळत गेलेत! त्यांना काय माहीत की चौधरीने परत पाठवले तर ईद मुहर्रम होऊन जाईल म्हणूनः बच्चेकंपनीच्या खिशात तर कुबेराने दिलेले धन आहे. वारंवार आपल्या खिशातला खजाना बाहेर काढून मोजतात आणि खुश होऊन पुन्हा खिशात ठेवतात. महमूद मोजतो, एक-दोन, दहा-बारा, त्याच्याकडे बारा पैसे आहेत. मोहसिनजवळ एक, दोन, तीन, आठ, नऊ, पंधरा पैसे आहेत. या असंख्य पैशात ते असंख्य गोष्टी खरेदी करणार आहेत, खेळणे, मिठाई, बासरी, चेंडू आणि असेच काही-नाही! सर्वांत जास्त खूश असेल तर तो आहे हमिद. तो चार-पाच वर्षाचा गायतोंड्या, सडपातळ देहाचा मुलगा. ज्याचा अब्बा गेल्यावर्षी कॉलऱ्याने दगावला आणि त्याची अम्मी नुसतीच पिवळी पडत-पडत मरून गेली. कोणालाच माहीत झालं नाही काय झालय ते. ऐकायला तरी काण होतं म्हणाः सहन करण्यासारखं सहन केलं, नाही झाल्यावर घेतला जगाचा निरोप. आता हमिद त्याची दादी अमिनाच्या कुशीत झोपतोय आणि तितकाच खूश आहे. त्याचे अब्बाजान कामाला गेलाय बाहेर. खूपशा थैल्या घेऊन येईल तो. त्याची अम्मी अल्लाहमियाँच्या घरी त्याच्यासाठी चांगले चांगले खेळणे आणायला गेली आहे. असं हमिदला सांगण्यात आलय म्हणून तो प्रसन्न आहे. आशा मोठी गोष्ट आहे ती जर लहान मुलाची असेल तर! कल्पनेच्या भराऱ्या नुसत्या. हमिदच्या पायात जोडे नाहीत. डोक्यावर एक जुनी-पुरानी टोपी आहे. ज्याच्या कडा काळ्या पडल्या आहेत. तरीदेखील तो खूश आहे. ज्यावेळी त्याचे अब्बाजान थैल्या आणि अम्मीजान त्याच्यासाठी खूप काही घेऊन येतील त्यावेळी तो मनातलं सारं सांगून टाकेल. त्यावेळी तो

पाहील की महमूद, मोहसिन, मुरे आणि सम्मी कुठून इतके पैसे आणतील. दुर्देवी अमीना आपल्या घरात बसून रडते आहे. आज ईदचा दिवस आणि तिच्याघरात अन्नाचा कण नाही. आज तिचा आबिद असता तर अशाप्रकारे ईद आली अन् गेली असती? अशा अंधारात आणि निराशेमध्ये ती बुडून गेली आहे. कोणी निमंत्रण दिल होतं या निर्ल्लज्ज ईदेला? या घरी ती काही कामाची नव्हती, पण हामिद! त्याला कोणाच्या जगण्यामरण्याचं काय? तिच्या आत प्रकाश आणि बाहेर आशा. संकट एकटी येत नाहीत, हामिदचा एक आनंदी कटाक्ष त्यांचा सारा विध्वंस करून टाकेल.

हामिद आत जाऊन दादीला म्हणतो-तू घाबरु नकोस अम्मा, मी सर्वप्रथम जाईल. बिलकुल घाबरू नकोस.

अमीनाचं मन पिळवटून गेलय. गावतील मूलं त्यांच्या त्यांच्या अब्बाजानसोबत जात आहेत. अमीनाशिवाय हामिदला कोण आहे? त्याला एकट्याला मेळयाला कसं जाऊ द्यायचं! तसल्या गर्दीत लेकरू हारवलं तर काय करायचं! नाही अमीना त्याला असं जाऊ देणार नाही. लहानसा जीव, तीन कोस कसा चालेल? पायाला फोंड येतील पायातही काही नाही. ती त्याला थोड्या अंतरासाठी उचलून घेऊ शकेल. पण इंथ शेवया कोण शिजवील? पैसे असते तर पदार्थ एकदाच घेऊन लवकर शिजवलं असतं. इथे एक-एक पदार्थ जमा करायला अनेक तास जातील. सगळं काही मागून आणायचं आहे. त्या दिवशी फईमनचे कपडे शिवले होते. आठ आणे मिळाले होते त्याचे तेच आठ आणे वाचवत-वाचवत आणले होते. या ईदसाठी पण उद्या गवळणीनं तंग केलं तर. हामिदासाठी दुसरं काही नसलं तर किमान दोन पैशाचं दुध घ्यावच लागतं. आता एकूण दोन आणे बचत होऊ लागलेत. तीन पैसे हामिदच्या खिशात, पाच अमीनाच्या बटव्यात. हाच तर खेळ आहे आणि ईदचा उत्सव! अल्लाहच काही करू शकतो. धोबीन आणि न्हावीन आणि मेहतरानी आणि बांगड्या भरवणाऱ्या सगळ्या येतील सर्वांना शेवया द्याव्या लागतील आणि थोडं देवून भागत नाही. किती जणींना टाळणार! आणि का टाळायचं? वर्षातून एकदा येणारा सण आहे. जीवन सुखात जाव. त्यांच्या नशीबाची त्यांना साथ आहे. लेकरावर अल्लाहची कृपा असो, हे दिवस देखील निघून जातील.

गावातून झूंड निघाली. झुंडीसोबत हामिद देखील चालला होता. कधी सगळेच पळत जात सर्वांच्या पुढे नंतर एखाद्या झाडाखाली थांबून आपल्या मित्रांची वाट पहात. ही मंडळी किती दमानं चालत आहेत? हामिदच्या पायाला जणू पंख फुटलेत. त्याला कधी थकवा येईल? शहर जवळ आलय. सडकेच्या दोन्ही बाजूनं श्रीमतांचे मळे आहेत. पक्के तरी उभारलेत. झाडावर आंबे आणि कैऱ्या लोंबकळत आहेत. कधी तरी एखादा मुलगा दगड घेऊन आंब्याच्या दिशेने भिरकावतो आहे. माळी आतून शिव्या देताना ऐकू येतय मूलं तेथून एक फर्लांगच्या अंतरावर आहेत, हसत आहेत. माळ्याला कसं बनवलं!

मोठमोठ्या इमारती दिसू लागल्यात. हे कोर्ट आहे, हे कॉलेज आहे, हे क्लबघर आहे. इतक्या मोठ्या कॉलेजात किती विद्यार्थी शिकत असतील. सगळे मुलच नाहीत रे, मोठमोठी माणसं आहेत. खरं! त्यांना मोठमोठ्या मिशा आहेत. इतके मोठे झाल्यावरही शिकायला जातात, माहीत नाही किती दिवस शिकतात अन् शिकून तरी काय करणार? हामिदच्या

मदरशामध्ये दोन-तीन मोठी मूलं आहेत. अगदीच फडतुस, दररोज मार खातात, कामचुकारं. या ठिकाणी देखील अशीच माणसं असतील दुसरं काय. क्लबघरात जादू चालते ऐकण्यात आलय, इथं मुडद्याच्या कवट्या धावतात आणि मोठमोठे तमासे होतात. पण आत कोणाला जाऊ दिल्या जात नाही. संध्याकाळी इथे साहेब मंडळी खेळायला येतात, मोठमोठी माणसं खेळतात. दाढी-मिशावाले देखील खेळतात, खरोखर. आमच्या अम्मीला ते देवून टाका. काय नावय त्याचं, बॅट तर तो धरू शकला नाही, फिरताच पडल्या गेला.

महमूदने सांगितल-आमच्या अम्मीजानचा हात तर थरथरू लागला अल्ला कसम. मोहसिन बोलला, जणू पीठ मळते आहे. थोडीसी बॅट हातात धरली तर हात थरथरू लागतील. शेकडो पाण्याचे घडे भरते. पाच घडे तर माझी म्हैस पिते. एखाद्या मॅडमला एखादा घडा पाणि भरायला सांगितले तर डोळे पांढरे होतील तिचे.

महमूद-पण पळत तर नाही. उड्या तर नाही मारू शकत. मोहसिन-होय. उड्या नाही मारू शकत. परंतु त्या दिवशी माझी गाय सुटून चौधरीच्या शेतात गेली होती. तर मी अम्मी इतकी जोराने पळाली की मी तिला तिच्यासोबत पळता आलं नाही. खरचं!

पुढे गेले मिठाईच्ये दुकानं लागली. आज खूप सजलेली दिसली. इतकी मिठाई कोण खातयं? ऐकण्यात आलय की, रात्रीच्या वेळी जिन्नात येतो आणि सगळी मिठाई विकत घेतो. अब्बा सांगत होते की रात्रीच्या वेळी एक माणूस दुकानावर जातो आणि जितका माल उरलेला असेल तो मोजतो आणि खरेखुरे रूपये देतो. अगदी आपल्या जवळ आहेन तसे.

हामिदला हे काही खरं वाटलं नाही. खरे पैसे जिन्नातला कोठून मिळतील?

मोहसिनने म्हटलं-जिन्नातला रूपायाची काय कमी? कोणत्याही खजान्यामधून तो घेऊ शकतो. लोखंडी दरवाजे तोडून जाऊ शकतो तो, समजलं का. कुठे आहेस तू. हीरे-जवाहरात सुद्धा त्याच्याजवळ असतात. ज्याच्यावर तो खूश होतो त्याला तो टोपलीभर जवाहरात देवू शकतो. आता इथे तर क्षणार्धात पोहचला कलकत्याला. हामिदने पुन्हा विचारल-जिन्नात फार मोठमोठे असतील. मोहसिन-आकाशा इतक्या उंचीचा एक-एक असतो. जमिनीवर उभा राहीला तर एका छोट्या बॉटलमध्ये बसू शकेल. हामिद-लोक त्याला कसं खूश करीत असतील? मला जर त्याला खूश करण्याचा मंत्र सांगितला तर मी एका जिन्नाला खूश करील.

मोहसिन-आता ते तर मला काही माहित नाही पण चौधरी साहेबांच्या ताब्यात अनेक जिन्नत आहेत. एखादी वस्तू चोरी गेली तर चौधरी त्याचा शोध घेऊ शकतात आणि चोराचे नावही सांगू शकतात. जुमरातीची कालवड त्या दिवशी हरवली होती. तीन दिवस सापडली नाही. कुठेच दिसली नाही. झक मारून चौधरीकडे जावे लागले. चौधरीने तात्काळ सांगितले की, कोंडवाडयात आहे आणि तिथेच सापडली. जिन्नात त्याला सर्व जगाची माहिती देत असतो.

आता त्याच्या लक्षात आले होते की चौधरीजवळ इतकी संपत्ती कशी काय आहे, का त्याला इतका सम्मान का मिळतो.

पुढे गेले. पोलिस इलका आहे. इथे सारे पोलिस कवायती करतात. रिटन! फाम फो! रात्रीचे बिचारे जागून पहारा देतात. चोरी होऊ नाही म्हणून.

मोहसिनने प्रतिप्रश्न केला. हे पोलिस पहारा देतात? तुला तर बरीच माहिती आहे. अहो महाशय, हे तर मग चोऱ्या करतात. शहरातील सगळे चोर डाकू यांना भेटतात. रात्रीच्या वेळी हे चोरांना सांगतात की चोरी करा अन् दुसऱ्या भागात जाऊन, 'जागते रहो! जागते रहो!' ओरडत रहा. त्यामुळेच या लोकांकडे इतके पैसे येतात. माझे मामा एका स्टेशनमध्ये पोलीस आहेत. वीस रूपये महिना मिळतो. पण घरी पाठवतात पंचवीस रुपये. अल्ला कसम! मी एकदा त्यांना विचारलं होतं की मामा इतके पैसे ते कसे मिळवतात? हसून मला म्हणाले. बेटा अल्लाह देतो. मग तुच सांग. आम्ही लोकांनी ठरवलं तर एक दिवसात किती तरी पैसे मिळवू. पण नाही आम्ही तर इतकेच आणतो. ज्यामुळे आमची बदनामी होणार नाही आणि नोकरी जाईल.

हामिदने विचारले-तर हे चोरी करून घेतात, म्हणून कोणी त्यांना पकडत नाही?

मोहसिनला त्याचा प्रश्न केविलवाणा वाटला. म्हणाला, 'अरे पागल, त्यांना कोणी पकडील? पकडणारे तर ते स्वतःच आहेत. परंतु अल्लाह त्यांना चांगलीच शिक्षा देतो. हरामाची कमाई व्यर्थच जाते. थोड्याच दिवसात मामाच्या घराला आग लागली. कमावलेलं झालं जळून खाक. एखादं भांडही उरलं नाही. अनेक दिवस झाडाखाली झोपून काढले. अल्लाह कसम झाडाच्या खाली. नंतर माहीत नाही कोणाकडून शंभर रुपये उधार घेतले त्याचे भांडे घेतले.

हमिद-शंभर तर पन्नासपेक्षा जास्त असतात.

कुठे पन्नास, कुढे शंभर रूपये. एक थैलीभर असतात पन्नास रुपये. शंभर तर दोन थैल्यामध्येही बसणार नाहीत.

आता लोकांचे घोळके दिसू लागले. ईदगाहकडे जाणाऱ्या झुंडी जाताना दिसत होत्या. एकापेक्षा एक भडक कपडे घातलेले कोणी टांग्यामधून आलेलं तर कोणी मोटार सायकलवर. कपड्यांना अत्तरांचा दर्प तर मनात उत्साह. खेडूतांचा हा ताफा आपली गरीब परिस्थिती विसरून. समाधानाने आणि धैर्यानेयुक्त चालला होता. मुलांसाठी शहरातील सर्व गोष्टी नव्या होत्या. ते पहातच राहायचे एखाद्या गोष्टीकडे मागून अनेकदा हॉर्नचा आवाज कानी पडूनही त्याचं आपलं चालूच. हमिद तर गाडी खाली जाता-जाता वाचला.

अंधुकसा ईदगाह दिसू लागला. तर चिंचाच्या दाट झाडाची सावली आहे. खाली पक्की फरशी आहे. ज्याच्यावर जाजिम पसरून टाकला आहे आणि रोजदारांच्या रांगा एकामागे एक कितीतरी लांब लागल्या आहेत. जाजिम नसलेल्या जागीदेखील नवीन आलेले रांगेच्या मागे उभे राहातात. पुढे जागा नाही. इथे कोणी धन आणि पद पाहत नाही. इस्लामच्या नजरेत सारं सारखं आहे. या खेडूतांनी देखील हात-पाय धुऊन मागच्या रांगेत उभे राहिले. किती सुंदर संचालन आहे. किती सुंदर व्यवस्था आहे! लाखो डोके एकाच वेळी प्रार्थनेसाठी झुकले जातात. नंतर सगळे एकाचवेळी उभे राहतात. एकाच वेळी झुकतात आणि एकाचवेळी गुडघ्याच्या जोरावर खाली बसतात. अनेकदा असेच घडते. जणू काही एकाचवेळी हजारो बल्ब सुरू होतात आणि बंद होतात आणि असेच चालू राहावे. किती अपूर्व दृष्यं होतं. जी सामूहिक क्रिया, विस्तार आणि अनंतता ह्दयाला श्रद्धा, गर्व आणि आत्मानंदाने भरून टाकत होती. जसे की बंधुभावाचे एक समान सूत्र समस्त आत्म्यामध्ये एकाचवेळी कार्यरत होतं.

नमाज संपली, नमाजी आपसात भेटू लागलेत, तितक्यात मिठाई आणि खेळण्याच्या दुकानावर धावाधाव होते. खेडुतांचा तो जत्था काही या कामी मागे नाही. ते पहा. पाळणा. एक पैसा द्या अन् बसा, कधी आकाशात गेल्यासाखे वाटेल तर कधी जमिनीवर पडतो की काय. त्याला गोल चाक आहे. बसायला लाकडी घोडे, उंट आहेत. एक पैसा द्या अन् पंचवीस चकरा मारण्याचा आनंद घ्या. महसूद आणि मोहसिन नूरे आणि सम्मी या घोडे आणि उंटावर बसतात. हमिद दूर उभा आहे. तीन पैसे तर त्याच्याजवळ आहे. आपल्या खजिन्यातला तिसरा भाग, थोड्या चकरा मारण्यासाठी तो देवू शकत नव्हता.

सगळे पाळण्यापासून उतरले आहेत. आता खेळणे घेतील. इकडे दुकानांच्या रांगा लागलेल्या आहेत. निरनिराळे खेळणे आहेत. सिपाई आणि गवळणी, राजा आणि वकील, पखाली आणि धोबीन आणि साधु अरे व्वा! किती सुंदर खेळणे आहेत. जणू आता बोलतील. अहमद सिपाई होतो. खाक्या ड्रेसमधला आणि लाल टोपीवाला. खांद्यावर बंदूक ठेवलेला असे दिसते आहे की, आत्ताच कवायतीसाठी बाहेर पडला आहे. मोहसिनला पखालीवाला आवडला आहे. कमरेत वाकलेला, वर पखाल ठेवलेला. पखालीचे तोंड एकदा हाताने धरलेले. किती प्रसन्न आहे. एखादं गीत गात आल्यासारखा भासतोय, फक्त, पखालीतून पाणी सोडू इच्छित आहे. नूरेला वकील आवडलेला आहे. किती विद्वान आहे. चेहऱ्यावरूनच दिसतय. काळा कोट, खाली पांढरा झब्बा, झब्याच्या समोरच्या खिशात घडी, सोन्याची साखळी. एका हातात कायद्याचं पुस्तक घेतलेलं. असे दिसते आहे की, तो कुणाचीतरी उलट तपासणी किंवा चर्चा करायला चालला आहे. हे सारे दोन-दोन पैशाचे खेळणे आहेत. हामिद जवळ एकूण तीने पैसे आहेत. इतके महाग खेळणे तो कसा घेईल? खेळणे हातातून पडले तर त्याचे तुकडे होतील. थोडेसे पाणि पडले तर सारा रंग धुवून जाईल. असं खेळणं घेऊन तो काय करील, काय कामचं आहे ते?

मोहसिन सांगतोय-'माझा पखाली रोज सकाळ-संध्याकाळ पाणि देईल.'

महमूद-आणि माझा सिपाई घराची राखण करून. कोणी चोर दिसल्यावर तिथेच त्याला बंदुकीने ठार करील.

नूरे-माझे वकील मोठमोठे भाडणं सोडवील.

सम्मी-आणि माझी धोबीन रोज कपडे धोईन.'

हामिदचे खेळण्याबद्दल चांगले मत नाही. मातीचे घर आहेत. पडले तर तुकडे-तुकडे होतील. परंतु लालची नजरेने खेळण्याकडे पाहू लागलाय आणि त्याला वाटतय की थोड्या वेळासाठी ते हातात घ्यावे. त्याचे हात नकळत पुढे होतात पण मुलं इतके त्यागी असतं नाहीत. त्यातही त्यांच्या हातात काही नवीन वस्तू पडली असताना. हामिदची इच्छा अपुर्णच राहाते.

खेळण्याच्या दुकानांवर मिठाईची दुकाने लागतात. कोणी रेवड्या घेतल्या आहेत, कोणी गुलाब जामून, कोणी हलवा घेऊन आनंदाने खात आहेत. हामिद त्याच्या मित्रांसोबत असून नसल्यासारखा आहेत. या दुर्देवी मुलाजवळ तीन पैसे आहेत काही घेऊन तो काय खात नाही? लालची नजरेने सर्वांकडे पाहत आहे. मोहसिन म्हणतो-हामिद रेवड्या खा ना. किती चविष्ठ आहे. हामिदला वाटू लागले की हे तर माझी क्रूर थट्टा करीत आहेत. मोहसिन इतका

उदार नाही. हे माहीत असतानाही त्याच्याजवळ जातो. मोहसिन एक रेवडी घेऊन हामिदकडे जातो. हामिद हात पुढे करतो. मोहसिन ती रेवडी स्वतःच्याच तोंडात टाकतो. महमूद, नूरे आणि सम्मी सगळेजण टाळ्या वाजवून-वाजवून खूप हसतात. हामिदला खूप वाईट वाटतं.

मोहसिन-आता खरंच देतो हामिद, अल्ला कसम, घेऊन जा.

हामिद-तुझ्याजवळच ठेव, काय माझ्याकडे पैसे नाहीत?

सम्मी-तीन पैसे तर आहेत, तीन पैशात काय काय होणार?

अहमद-माझ्याकडून गुलाब जामून घेऊन जा हामिद, मोहसिन बदमाश आहे.'

हामिद-मिठाई म्हणजे काही फार मोठी गोष्ट नाही. पुस्तकात तिच्याबद्दल किती वाईट-वाईट लिहीलं आहे.'

मोहसिन-पण मनात म्हणत असशील की मिळतय तर घ्या. स्वतःजवळचे पैसे का नाही खर्च करीत?

महमूद-त्याची हुशारी मला माहितय. आपल्याजवळील सर्व पैसे खर्च झाल्यावर हा आपल्याला वाकोल्या दाखवत खाईल. मिठाईच्या नंतर काही दुकानं लोखंडी वस्तुचे आहेत. काही गिलट आणि काही नकली दागिण्याची मुलांसाठी इथं काही नव्हतं. ते सरळ पुढे निघून जातात. हामिद लोखंडाच्या दुकानाजवळ थांबतो. काही चिमटे ठेवलेले आहेत. त्याला आठवण आली. दादीकडे चिमटा नाही. तव्यावरून भाकरी काढून घेते. त्यावेळी तिच्या हाताला चटके बसतात. मी जर एक चिमटा दादीसाठी घेऊन गेलो तर तिला किती आनंद होईल. तिच्या हाताला चटके पुन्हा कधी बसणार नाहीत. घरामध्ये एका उपयोगी वसतुची भर पडेल. खेळण्या काय कामाच्या, पैसे वाया जातात. थोडावेळ गंमत वाटते पण नंतर त्यांच्याकडे कोणी डोळा वर करूनही पहात नाही. ते तर घरी जाईपर्यंत मोडून जातील. चिमटा किती कामाची वस्तू आहे. भाकरी तव्यावरुन काढून घेणे, चुलीवर भाजणे, कोणी विस्तव मागायला आलं तर त्याला देताही येतो. बिचाऱ्या अम्मीला इतका वेळच कुठे मिळतो की ती बाजाराला येईन. शिवाय पैसे तरी कुठे असतात तिच्याजवळ रोज हाताला पोळून घेत असते. हामिदचे मित्र पुढे निघून गेले आहेत. पाणपोईवर सगळे जण शर्बत पित आहेत. पहा, सारेच कसे लालची आहेत. किती मोठी मिठाई घेतली पण मला कोणीही दिली नाही. उलट म्हणतात की माझ्यासोबत खेळ. माझं हे काम कर. आता जर कोणी मला काम सांगितलं तर मग त्याला सांगतो. मिठाई खाणारांनी तुमचे तोंड सडून जाईल. फोडे फुटतील. जिभ गळून पडेल. आता घरचे पैसे चोराल तर मार खाताल. पुस्तकात खोटे थोडेच लिहीलेले असते. माझी जीभ काय म्हणून खराब होईल? अम्मा चिमटा पहाताच धावत माझ्याकडे येईल आणि म्हणेल-माझ्या लाडक्यानं माझ्यासाठी चिमटा आणलाय. खूप खूप आशिर्वाद देईल. नतंर शेजारच्या बायकांना दाखवेल. सपूर्ण गावात चर्चा सुरू होईल. हामिदने चिमटा आणला आहे. किती चांगला मुलगा आहे! या पोरांची खेळणी पाहून यांना कोण शुभेच्छा देईल? मोठ्या लोकांचा आशिर्वाद सरळ देवाजवळ पोहोचतो आणि लगेच लागू होतो. माझ्याजवळ पैसे नाहीत म्हणून तर मोहसिन आणि महमूद असे नखरे करताहेत. मी पण याची चांगलीच जिरवेल. खेळण्यासोबत, कोणाचे नखरे का सहन करू? मी गरीब असेल पण कोणाला काही मागायला तर जात नाही ना? शेवटी कधी तरी अब्बाजान येतीलच.

अम्मा देखील येईल. नंतर या लोकांना विचारील, किती खेळण्या पाहिजेत? एका-एकाला टोपलीभर खेळणे देईल आणि दाखवून देईल की मित्रासोबत कसं वागायचं असतं. असे नाही की एक पैशाच्या रेवड्या घेऊन चिडवत चिडवत घेतल्या खाऊन. आता सगळे जण हसतील की हामिदने चिमटा घेतला आहे. हसा, माझ्या डोंबल्याला. त्याने दुकानदाराला विचारले हा चिमटा कितीला आहे?

दुकानदाराने त्याच्याकडे पाहीलं आणि सोबत कोणी मोठा माणूस नाही हे पाहून म्हणाला, 'हे तुझ्या काही कामाचे नाही बाळा'

'विकत नाही मिळत का?'

'का नाही? इथे का उगीच ढिगारा टाकलाय?'

'तर मग सांगत का नाहीत, किती पैशाला आहे?'

'सहा पैसे लागतील'

हामिदची तर बोलतीच बंद झाली

'जरा व्यवस्थीत सांगा'

'जास्तीत जास्त पाच पैशाला देईल, घ्यायचे असेल तर घे, नाहीतर चालता हो'

हामिदने हिंमत करून म्हटले-तीन पैशाला देता?

असे म्हणत पुढे निघाला, असा विचार करून की, दुकानदाराच्या शिव्या खाव्या लागणार नाहीत. परंतु दुकानदार काही म्हणाला नाही. बोलवून चिमटा देवून टाकला. हामिदने तो अशा पद्धतीने खांद्यावर ठेवला की जणू बंदूक आहे आणि मटकत मटकत आपल्या मित्रांजवळ गेला. ऐकून तर घेऊ. सगळेचजण काय काय उपहास करतात?

मोहसिनने हसत म्हटले-हा चिमटा कशाला घेतलास पागल? याचे काय करशील?

हामिदने आपल्याकडचा चिमटा खाली आदळत म्हटले; तुझ्या कडची पखाल जरा खाली टाकून तर बघ, तुकडे होतील त्याचे सारे.

महमुद बोलला-हा चिमटा काही खेळणं आहे?

हामिद-खेळणं का नाही. अशी खांद्यावर ठेवली की झाली बंदूक. हातात घेतला झाला फकिराचा चिमटा. ठरवलं तर याचा टाळही करता येऊ शकतो. एक चिमटा मारला तर तुमच्याकडील सर्व खेळण्याचे जीव जातील. कितीही जोर लावा माझ्या खेळण्याचं तुमचे खेळणे काहीही करू शकत नाही. माझा बहादुर शेर आहे- चिमटा.

सम्मीने खंजीर घेतली होती. प्रभावीत होत बोलला-माझ्या खंजरीच्या बदल्यात देशील?

दोन आण्याची आहे.

हामिदने खंजरीकडे उपहासाने पाहिले-माझ्या चिमट्याने ठरविले तर तुझ्या खंजिराचे पोट फाडील. आहे काय तिच्यात एक चमडा, जो ढब-ढब वाजतोय थोडेसे पाणी लागले की संपलं, माझ्या बहादुर चिमट्यावर आग, पाणी, बादल आणि कशाचाच परिमणाम होणार नाही.

चिमट्याने सर्वांना अवाक करून टाकलं. पण आता पैसे कोणाकडे उरले होते. मेळ्यापासून दूर देखील निघून आलेत. नऊ कधीच वाजलेत. ऊन तापू लागलय. घरी

जाण्याची घाई झाली आहे. अब्बाकडे हट्ट केला तरी चिमटा मिळणार नव्हता. हामिद मोठा चलाख निघाला म्हणून बदमाषने स्वतःचे पैसे वाचवून ठेवले.

आता या बच्चे कंपनीचे दोन पक्ष झालेत. मोहसिन, महमुद, सम्मी आणि नूरे एका बाजूला आहेत. एकटा हामिद दुसऱ्या बाजूला. युद्धजन्य परिस्थिती आहे. सम्मी तर विरोधी पक्षाला जाऊन मिळाला. पंरतु मोहसिन, महमूद आणि नूरे देखील, हामिदपेक्षा एक-एक दोन-दोन वर्षाने मोठे आहेत तरीदेखील हामिदच्या या व्यवहाराने थक्क झालेत. त्याच्याकडे न्यायाचे बळ आणि नीतिची शक्ती आहे. एकीकडे माती आहे. दुसरीकडे लोखंड जो यावेळी आपल्या शक्तीला फौलाद म्हणू लागलाय, तो अजय आहे, घातक आहे. जर कोणी शेर आला तर पखालीवाल्याला घाम फुटेल. मियाँ सिपाई बंदूक टाकून पळेल. वकील साहेबांची तर नानी मरेल, मुग गिळल्यासारखा गप्प बसून राहील. पण हा चिमटा. हा बहादुर रूस्तूम-ए-हिंद वाघावरच झडप घालील आणि त्याचे डोळे काढून घेईल. मोहसिन जीव मुठीत घेऊन बोलला, 'अरे व्वा पण पाझाी तर नाही भरू शकत ना.'

हामिदने चिमट्याला सरळ उभा करीत म्हटले-पखालीवाल्याला एक धमकी दिली तर जाईल तो धावत पाणी आणायला. मोहसिन पराभूत झाला पण महमूदने बळ दिलं-बच्चु पकडल्या गेलास तर कोर्टात अनाथासारखा फिरत राहाशील. त्यावेळी तुला वकील साहेबांचेच पाय पकडावे लागतील.

हामिदला काही बोलता आलं नाही. यावर त्याला विचारले-आम्हाला पकडायला कोण येईल?'

नूरेने नखरे करत म्हटले-हा सिपाई येईल बंदुकवाला.'

हामिद त्यांच्या तोंडी लागत बोलला-हे बिचारे माझ्या रूस्तमे-हिंदला पकडतील, ठीकय चला आणा. होऊन जाऊ द्या!'

चिमट्याकडे पाहून पळून जातील बिचारे. पकडणे तर दूरच!

मोहसिनला एक नवी कल्पना सुचली. तुझ्या चिमट्याचे तोंड रोज आगीमध्ये जळले जाईल.

त्याला वाटले की हामिदला काही बोलता येणार नाही. पण तसे झाले नाही. हामिदने तात्काळ उत्तर दिले. आगीमध्ये बहादुरच उतरतात बच्चु. तुमचे ते वकील, सिपाई आणि पखालीवाला मुलीसारखं तोंड लपवून बसतील. आगीत उतरणे त्या रूस्तूमे-हिंदचचे काम आहे.

महमूदने पुन्हा एक प्रश्न करुन पाहिला. वकील साहेब तर खुर्ची-मेजवर बसेल तुझा चिमटा तर स्वंयपाक घरातच पडून राहील.

या तर्काने सर्व पराभूत सैन्य जणू जागं झालं. किती योग्य बोललास. स्वंयपाक घरात पडून राहाणार आहे नाहीतर करू तरी काय शकतो तो?

हामिदला काही निरूत्तर करणारं उत्तर सापडलं नाही म्हणून त्याने गडबड सुरू केली. माझा चिमटा स्वंयपाक घरात नाही पडून राहणार. वकील साहेब खुर्चीवर बसले तर त्यांना उचलून जमीनीवर आपटील आणि त्याचा कायदा त्यांच्याच पोटात घालील.

त्याल काही जमलं नाही. दुसरं काही वेडवाकडं बोलता आलं असतं पण कायद्याला पोटात घालणं इतकं जिव्हारी लागलं की सगळे निःशब्द झाले. कायदा बाहेर निघणारी गोष्ट

आहे. त्यालाच जर पोटात घातले गेले तर पण काही वेगळं बोलल्या गेल्यावरही मजा काही वेगळीच असते. हामिदचा अंदाजे टोला साधल्या गेला. त्याचा चिमटा रूस्तमे-हिंद आहे. आता मोहसिन, महसूद, नूरे, सम्मी याचा आक्षेप असण्याचं कारण नव्हतं.

विजेत्याला पराभूतांकडून जो सन्मान मिळणे जितकं स्वभाविक आहे, तो हामिदला देखील मिळाला. इतरांनी तीन-तीन, चार-चार आणे खर्च केले पण एकही धड वस्तू त्यांना घेता आली नव्हती. हामिदने तीन पैशात साधलं होतं. खरं तर होतं, खेळण्याचं काय खरं होतं. तुटण्या-फुटण्याचा. हामिदचा चिमटा कायम राहील.

तहाच्या अटी ठरू लागले. मोहसिन म्हटले-जरा तुझा चिमटा दाखव. मी पण पहातो. तू माझा पखालीतला घेऊन पहा.

महमूद आणि नूरे यांनी देखील यांच्याकडील खेळणे पुढे केले. हामिदला या अटी स्वीकारायला काही हरकत नव्हती. चिमटा सगळ्याच्या हातातून गेला आणि सर्वांचे खेळणेही त्याच्या हातात येऊन जातात. किती सुंदर खेळणे आहेत!

हामिदने पराभूतांचे अश्रू पुसण्याचे काम केले. मी तुला चिडवत होतो. खरंच. हा लोखंडी चिमटा या खेळण्यांची काय बरोबरी करू शकतात! असं वाटतय की आता बोलतील, आता बोलतील.

पंरतु मोहसिनच्या पक्षाला खुलाशाने समाधान झाले नाही. चिमट्याची जादू चालून गेली. त्याच्यावर चिटकवलेलं तिकीट पाण्याने निघत नव्हतं.

मोहसिन-पण या खेळण्यामुळे आपल्याला कोणी शब्बासकी तर देणार नाही?'

महमूद-शब्बासकी साठी फिरतोस, उलटा मार खावा लागेल. अम्मी जरूर म्हणेल की हे एव्हढं मातीचं खेळणं बरं मिळालं तुला?

हामिदला खात्री पटली होती की खेळणं पाहून कोणाच्याही आईला इतकी खुशी होणार नव्हती, जितकी दादीला होईल. तीन पैशातच सगळं काही करायचं होतं. त्या पैशाचा उपयोग असा झाला असेल तर पश्चाताप करण्याची गरज नव्हती. हा चिमटा तसा रूस्तमे-हिंद ठरलेला होताच शिवाय खेळण्यांचा बादशहा.

रस्त्यात महमूदला भूख लागली. त्याचा अब्बाने केळी खायला दिल्या. महमूदने केवळ हामिदला सहभागी केलं. त्याचे इतर मित्र जिभेचे पाणि गिळत बसले. हा त्या चिमट्याची करामत होती.

आकरा वाजता सर्व गावात गडबड घाई दिसू लागली. मेळ्यातून मंडळी आली. मोहसिनच्या बहिणीने पळत येऊन पखालीवाल्या खेळण्याला असे हिसकून घेतले आणि आनंदाने अशा उड्या मारायला लागली. त्यातच खाली पडून त्या खेळण्याचे तुकडे झाले. दोघांची खूप भांडणे झाली. रडापडी झाली. त्यांचा गोंधळ पाहून त्यांच्या अम्मीने अजून दोन फटके दोघांनाही ठेवून दिले.

महाशय नूरे याच्या वकीलाच्या अंत त्याच्या प्रतिष्ठेनुसार मोठ्याच गौरवाने झाला. वकील जमिनीवर किंवा चटईवर तर नव्हते बसू शकत. त्याच्या प्रतिष्ठेचा विचार तर करावाच लागणार होता. भिंतीमध्ये दोन खुंट्या ठोकल्या गेल्या. त्याच्यावर लाकडाचा एक गट्टा ठेवण्यात आला. गट्ट्यावर कागदाचा पुष्ठा ठेवण्यात आला. वकील साहेब राजा भोज समान

सिंहासनावर बसले. नूरेने त्याला वारा घालणं सुरु केलं. कोर्टात पंखे असतात. मग इथे साधारण पंखा देखील नसावा? कायद्याची गरमी डोक्यावर परीणाम करील की नाही? बांबुचा पंख आणल्या गेल्या आणि नूरे हवा मारू लागला. माहीत नाही पंख्याच्या हवेने किंवा पंख्याच्या धक्क्याने वकील साहेब स्वर्ग-लोकातून मृत्यू लोकांत आले आणिं त्यांचा मातीचा चोला मातीमध्ये मिसळला. मोठ्याने शोक विलाप झाला. वकील साहेबांची अस्थि उकिरड्या वर फेकावी लागली.

आता उरला महमूदचा सिपाई, त्याला गावची राखण करण्याचे काम देण्यात आले. परंतु पोलिसांचा सिपाई म्हणजे कोणी साधारण मनुष्य थोडाच होता. जो आपल्या पायाने चालेल. तो तर पालखीतून जाईल. एक टोकरी आली. तिच्यात लाल रंगाचे तुकडे अंथरल्या गेले. ज्याच्यात सिपाई महोदय आरामाने पहूडले होते. नूरेने ती टोकरी उचलली आणि आपल्या दरवाज्यात चकरा मारु लागला. त्याचे दोन्ही लहान भावडं सिपायाच्या बाजूने 'जागते रहो' चा नारा देवू लागले. पण त्यासाठी रात्रीचा अंधार तर असायला हवा. महमूदला ठेस लागते. टोकरी त्याच्या हातातून निसटते आणि महोदय सिपाई आपली बंदूक घेऊन जमीनीवर आदळतात. त्यात त्यांची टांग मोडल्या जाते. महमूदला आज समजतं की तो एक चांगला डॉक्टर आहे. त्याला असें औषध सापडले आहे की ज्यामुळे तो तुटलेल्या टांगेला ताबडतोब जोडू शकेल. त्याला केवळ उंबराचे दूध पाहिजे आहे. उंबराचे दुध मिळताच टांग जोडल्या जाते. ऑपरेशन फेल गेलं. नंतर त्याची दुसरी टांगही तोडल्या जाते. किमान आता तो एका ठिकाणी बसू तर शकतो. एका टांगेन त्याला ना चालता येत होतं ना बसता. आता तो सिपाई राहीला नसून सन्याशी बनला होता. जागच्या जागी बसून पहारा देतोय. कधी-कधी देवता देखील बनतोय. त्याचे डोक्यावरचे कापड कुरतडून टाकण्यात आले आहे. त्याच्यात शक्य तितका बदल आता करता येऊ शकतो. कधी-कधी त्याच्याकडून वाट दाखवण्याचं काम देखील करून घेतल्या जातं.

आता महाशय हामिदचं काय झालं ते पाहू. अमीना त्याचा आवाज ऐकताच धावत आली आणि त्याला कडेवर उचलून त्याचे पापे घेऊ लागली. त्याच्या हातात चिमटा पाहून ती काहीशी दचकली.

'हा चिमटा कुठे होता?'

'मी विकत आणलाय'

'किती पैशाला?'

'तीन पैसे दिलेत'

अमीनाने डोक्यावर मारून घेतलं. काय वेडा बच्चा आहेस तू दुपार झालीय. काही खाल्लं-पिल्लं नाहीस. आणलं काय तर चिमटा. एवढ्या मेळयात तुला दुसरं काही मिळालं नाही, आणलास लोखडांचा चिमटा?'

हामिदने गुन्हेगाराच्या अविर्भावात म्हटले, तुझी बोटं तव्यावर भाजत होती म्हणून आणलय मी.'

म्हतारीचा राग तात्काळ प्रेमात रूपातंरीत झाला. ते प्रेम नाही जे प्रगल्भ होतं; जे शब्दातून व्यक्त होऊ शकत होतं. इथे मूक प्रेम होतं. रस आणि स्वादाने परिपूर्ण. बच्चामध्ये

किती त्याग, किती सद्भाव आणि किती विवेक आहे. इतरांना मिठाई खाताना आणि खेळण्या घेताना पाहून याचं मन काय म्हणालं असेल! इतकं कसं याचं मन ताब्यात आहे? तिथे देखील याला माझ्या सारख्या बुढीची आठवण होती. अमीना मनातून व्याकूळ झाली होती.

आणि आणखी एक मोठी विचित्र गोष्ट घडली. हामिदच्या या चिमट्यापेक्षाही विचित्र. बच्चा हामिद एखाद्या वयोवृध्द हामिद सारखा वागला होता. बुढी अमीना लहान अमीना बनली होती. ती रडू लागली. हात पसरुन बच्चा हामिदला सारखी आर्शीवाद देत होती. अश्रूचे मोठमोठे थेंब ओघळत होते डोळयातून तिच्या. काय झालय हे बालक हामिदला कसं समजणार?

१५) ठाकूरची विहीर

जोखुने लोटा तोंडला लावला तर अगदीच दुर्गंधी आली. गंगीला बोलला-हे कसले पाणी आहे? दुर्गंधामुळे पिणे शक्य नाही. गळा कोरडा पडत चालला आहे आणि तू सडलेले पाणि पिण्यास देत आहेस!

गंगी दररोज पाणि भरत असे. विहीर दूर होती. आज पाण्याला दुर्गंधी कशी? लोटा नाकाला लावला, तर खरोखरच दुर्गंधी होती. एखादा प्राणि विहिरीत मरून सडला असावा. पण दुसरे पाणी आणायचे कोठून?

ठाकुरच्या विहीरीवर कोण पाणी भरून देईल? दुरवरूनच पळवून लावतील. साहुची विहीर त्या टोकला आहे. परंतु तिथे पण कोण पाणी भरून देईन? गावात एकही विहीर नाही.

जोखु अनेक दिवासपासून आजारी आहे. थोडा वेळ तहानलेला तसाच राहिला. नंतर बोलला-आता पाण्यावाचून रहावले जात नाही. आण, नाक बंद करून थोडे पाणि पितो.

गंगीने पाणी दिले नाही. खराब पाणी पिल्याने आजारी पडतं हे तिला माहीत होतं. परंतु हे माहीत नव्हतं की पाण्याला उकळलं तर पाण्यातला दोष कमी होतो. म्हणाली-हे पाणी कसं पिणार? माहीत नाही कोणता प्राणी मेला आहे. मी दुसऱ्या विहीरीचे पाणि आणून देते.

जोखुन आश्चर्याने तिच्याकडे पाहिले-दुसरे पाणी कोठून आणार?

ठाकुर आणि साहूच्या दोन विहीरी आहेत ना. काय लोटाभर पाणी देणार नाहीत?

'हात पाय मोडून येशील दुसरे काही होणार नाही. शांत बस. 'ब्राह्मण देवता आशीर्वाद देतील, ठाकुर काठी मारतील, साहुजी एकाचे पाच घेतील. गरीबाचे दुःख कोणाला समजते. आपण मरून पडलो तरी कोणी दरवाज्यात डोकावून पहायला येत नाही. खांदा देणे दुरची गोष्ट आहे. अशी माणसं विहीरीचे पाणी भरून देतील?'

या शब्दात कडवे सत्य होते. गंगी काय उत्तर देणार, परंतु तिने ते दुर्गंधीचे पाणी पिण्यास दिले नाही.

२

रात्रीचे नऊ वाजले होते. थकलेले कामगार तर झोपी गेले असतील, ठाकुरच्या दरवाज्यावर पाच दहा बिनकामाचे गोळा झालेले होते. मैदानावर बहादुरी करण्याचा हा काळ नव्हता ना वेळ. कायद्याचा विषय चालला होता. किती हुशारीने ठाकुरच्या ठाणेदाराला लालूच दिली आणि सुटका करून घेतली. नाजिर आणि मोहतिमिम, सर्व म्हणत होते, कॉपी नाही मिळू शकत. कोणी पन्नास मागतो, कोणी शंभर. तिथे पैशाला काही किमत नाही. काम झाले पाहिजे.

तशावेळी गंगी पाण्यिासाठी तिथे हजर झाली.

अंधुक प्रकाश विहीरीवर पडलेला दिसत होता. गंगी लोकापासून लपून कोणी तरी येण्याची प्रतिक्षा करीत होती. या विहीरीचे पाणि सगळं गाव पितय. कोणाला अडवले जात नाही. फक्त मी कम नशीबवाली भरू शकत नाही.

गंगीचा विद्रोह परंपरा आणि रूढीवर आणि विवशता यावर आघात करू लागला. आम्ही का नीच आहोत आणि हे का उच्च आहेत? यामुळे यांच्या गळ्यात दोरी आहे म्हणून? इथे एकापेक्षा एक बदमाष आहेत, चोरी हे करतील, फसवणूक हे करतील, खोटे खटले हे भरवतील. अलिकडेच या ठाकुरने तर त्या दिवशी बिचाऱ्या गडरियाची एक शेळी चोरली होती आणि नंतर मारून तिचे मटन खाले. याच पंडितांच्या घरी दररोज मांस आणि जुगार चालतो. ते साहुजी तर तुपात तेलाची भेसळ करून विकतात. काम करून घेतात, मजूरी देत नाहीत. कोणत्या गोष्टीत हे उच्चे आहेत? हो, तोंडाने हे उच्च आहेत, आम्ही गल्लो गल्ली ओरडत नाही की आम्ही उच्च आहोत. आम्ही उच्च आहोत. कधी गावात आले तर बघताना तोंडातून लाळ टपकते, परंतु घंमड इतका की आम्ही उच्च आहोत.

विहीरीवर कोणीतर आल्यासारखे वाटले. गंगीची छाती धडधड करू लागली. पहा बरं नाहीतर गडबड होईल. एकही लात खाली पडणार नाही. तिने घागर आणि दोरी घेतली आणि वाकत एका झाडाच्या खाली अंधारात जाऊन उभी राहिली. या लोकांना कधी कोणाची दया आली आहे येणार! बिचाऱ्या महँगूला तर इतके मारले होते की, केती तरी महिने तो रक्त थुंकत होता. यामुळे की त्याने बेगार (अस्पृष्य लोकांकडून फुकटात काम करून घेणे, ही एक प्रथा होती) दिली नव्हती. इतके करूनही हे लोक स्वतःला उच्च समजतात.

विहीरीवर दोन स्त्रीया पाणि भरण्यास आल्या होत्या. त्या बोलत होत्या.

'जेवण करायला बसणार होते, तोच आदेश दिला की ताजे पाणी घेऊन ये. घागर घेण्यासाठी पैसे नाहीत.'

'बाई माणसाला आरामात बसलेलं या पुरूषांना बघवत नाही.'

हो, असे तर नाही की भरल्या कळशा आणि आणल्या. फक्त आदेश सोडायचा की ताजे पाणी घेऊन या. जणू आम्ही मुलीचं आहोत.'

'मुलगी नाहीस तर कोण आहेस तू? रोटी-कपडा घेत नाहीस? पाच-दहा रूपये हिसकाऊन घेतच असशील आणि मुलगी कशी असते!

'लाजवू नकोस दीदी! क्षणभर आराम करण्यासाठी जीव तरसतो. इतके काम दुसऱ्याच्या घरी केले असते, तर यापेक्षा कितीतरी आरामात जगले असते. वरून त्याचाच रूबाब. इथं काम करता करता मरावं, पण कोणाचं तोंड सरळ होत नाही.'

दोघी पाणी भरून निघून गेल्या, गंगी वृक्षाच्या अंधारातून बाहेर आली. बिनकामाचे निघून गेले होते. ठाकुरजी दरवाजा बंद करून आत अंगणात झोपी जाण्यासाठी निघाले होते. गंगीने क्षणीक सुखाचा श्वास घेतला. मैदात आता मोकळे आहे. अमृत चोरण्यासाठी कधीकाळी राजकुमार गेला होता, तो पण इतक्या सावधपणे आणि समजदारीने गेला नसेल.

गंगी पायाचा आवाज न करता विहीरीवर गेली. विजयाचा असा अनुभव तिला यापुर्वी कधी झाला नव्हता.

तिने दोरी घागरीला बांधली. इकडे तिकडे पाहून घेतले. जणू कोणी सैनिक रात्रीच्या वेळी किल्लयाला सुरूंग करीत आहे. यावेळी तिला जर पकडले तर तिला माफी किंवा सहानुभूतीची थोडीही आशा नव्हती.

शेवटी देवताचे स्मरण करून काळीज घट्ट केले आणि घागर विहीरीत सोडली. फारच हळू. थोडाही आवाज झाला नाही. गंगीने दोन चार हात लवकर लवकर मारले. घगार विहीरीच्या तोंडाजवळ आली. मोठा पहिलवानही इतक्या जोराने घगर वर ओढू शकला नसता.

घागर हातात घेणार तोच ठाकुरचा दरवाजा उघडल्या गेला. वाघाचे तोंड यापेक्षा भयंकर नसेल.

गंगीच्या हातातून दोरी सुटली. दोरीसोबत घागर धडाम असा आवाज करीत खाली पडला आणि बराच वेळ पाण्याचा आवाज येत राहिला.

ठाकुर-कोण आहे? कोण आहे?' हाक मारीत विहीरीकडे निघाले होते. आणि गंगी लोकांपासून दूर पळत निघाली होती.

घरी जाऊन पाहिले तर जोखु तेच दुर्गंधीयुक्त पाणी पित आहे.

१६) घर जावई

हरिधन जेष्ट महिन्यात दुपारी ऊसाला पाणी देऊन आला आणि बाहेर बसला. घरातून धूर येत असल्याचे वाटत होते. छन छन असा आवाज देखील येत होता. त्याचे दोन मेव्हुणे त्यांच्यानंतर आले आणि घरात गेले. दोन्ही मेव्हुण्याची मुले देखील तशीच आली आणि आत गेली. पण हरिधन आत जाऊ शकला नाही. इथे एक महिन्यापासून त्याच्यासोबत जे घडत होते आणि खास करून काल त्याला जे बोलणे खावे लागले. त्याने त्याच्या पायात बेड्या घातल्यासारखे झाले होते. काल त्याच्या सासुनेच म्हटले होते, पुरे झाले आनचे पोट भरले. आयुष्यभर सांभाळण्याचा ठेका थोडाच घेतला आहे मी? आणि सर्वांत वाईट म्हणजे त्याच्या पत्नीच्या निष्ठूर वागण्याने त्याच्या हृदयाचे तुकडे केले होते. ती बसून हे बोलणं ऐकत होती, पण एकदाही तिच्या तोंडून एक शब्दही निघाला नाही की आई, तू का त्यांचा अपमान करीत आहेस? बसून सगळं ऐकत होती. कदाचित माझ्या दुर्गतीवर खुश असावी. अशा घरात तो कसा जाईल? तेच बोलणे आणि त्याच शिव्या खाण्यासाठी? आणि या घरात जीवनातले दहा वर्षे घालवल्यांनतर, हे हाल आहेत! मी कोणापेक्षा कमी काम करतो आहे का? दोन्ही मेव्हुणे चांगली गाढ झोप घेतात आणि मी बैलाना वैरण पाणी देतो. गवत कापतो. हे सगळे पहावं तेव्हा चिलम ओढत असतात, मी डोळे बंद करून माझे काम करीत असते. सांयकाळी घरचे लोक गाणे गायला बाहेर जातात. मी उशरापर्यंत गाय म्हैशोला धुत असतो. त्याचे फळ मिळू लागले आहे की कोणी जेवलास का म्हणूनही विचारत नाही.

त्याची बायको घरातून दोरी घेऊन निघाली आणि बोलली,'जरा या विहीरीतून पाणी काढा थेंबभर पाणी नाही.'

हरिधनने दोरी घेतली आणि विहीरीतून पाणी काढले. त्याला जोराची भूक लागली होती. वाटलं, आता जेवायला बोलावतील, पण बायको दोरी घेऊन आत गेली ती आतच राहिली. हरिधन थकला, वैतागला, भूकेने व्याकूळ पडून राहिला. अचानक त्याची बायको गुमानीने त्याला उठवले. हरिधनने पडल्या पडल्याच म्हटले, 'काय आहे? काय पडून देणार नाहीस, का आणखी पाणी पाहिजे?

गुमानी कठोर शब्दात बोलली, ओरडता कशाला, जेवण करायला चला.

हरिधनने पाहिले त्याचे दोन मेव्हुणे आणि त्यांची मुलं जेवन करून निघून चालली होती. त्याच्या मनात आग पेटली. या लोकांसोबत बसून जेवन्याची माझी आता इतकी इज्जत उरली नाही. हे झाले मालक आणि मी यांचे उरलेले खाणारा झालो आहे. मी यांचा कुत्रा आहे, ज्याला मालक जेवल्यावर भाकर तुकडा फेकला जातो. हेच घर आहे, जिथे त्याचा किती आदर सत्कार होत होता. मेव्हुणे गुलामासारखे वागायचे. सासु शब्द खाली पडून देत नसे. बायको कुठे ठेवू कुठे नको असे करायची. तेव्हा त्याच्याकडे पैसे होते, मालमत्ता होती. आता त्याच्याकडे काहीही उरले नाही. त्याची मालमत्ता याच लोकांनी उडवली. आता त्याचे खायचे पण वांदे आहेत. त्याला इतका राग आला होता की त्याला वाटले आता आत जावे

आणि सासु आणि मेव्हुणीला चांगले मारावे. पण स्वतःला सावरले. पडल्या पडल्या बोलला- मला भूक नाही. आज नाही जेवणार.

गुमानी म्हणाली-कसे खाणार नाहीत, नाही तर काय! जेवा, तुमच्याच पोटात जाणार आहे, माझ्या पोटात थोडेच जाणार आहे.

हरिधनचा राग अश्रू बनला. ही माझी बायको आहे, जिच्यासाठी मी सगळं मातीला मिळवलं. मला वेड्यात काढून मला आता या ठिकाणाहून काढून द्यायला निघाले आहेत, मी कुठे जाणार आता, काय करणार!

त्याची सासु आली आणि म्हणाली, 'जेवून का घेत नाहीत, कोणावर रूसता. इथे तुमचे लाड करायला कोणी रिकामे नाहीत. जे देता, ते देऊ नका, काय करणार यापेक्षा! तुमच्यासोबत मुलीचे लग्न लावले आहे, तुमच्या आयुष्याचा ठेका नाही घेतला.

हरिधन दुःखी मनाने बोलला हो आई, माझी चूक होती की मी तसे समजत होता. आता माझ्याकडे काय आहे की तुम्ही माझ्या आयुष्याचा ठेका घोणार? ज्यावेळी माझ्याकडे पैसा होता, तेव्हा सगळं काही वेळेवर मिळत होतं. आता गरीब झाला आहे, तुम्ही काय विचारपूस करणार? म्हतारी सासु पण तोंड फुगवून आत गेली.

२

मुलांसाठी बाप एक फालतू गोष्ट, एक मजेची गोष्ट आहे, जसे घोड्यासांठी हरबरे किंवा साहेबांसाठी पार्टी. रोटी दाळ, पाच पक्वान्न आयुष्यभर नाही मिळाले, तर कोणाचे नुकसान होईल, पण एक दिवस रोटी दाळीचे तोंड नाही पाहिले तर, मग पहा, काय हाल होतात. वडिलाची भेट सकाळी संध्याकाळी कधी कधी होते, ते उड्या मारतात, लाड करतात, कधी मांडीवर घेऊन किंवा बोट पकडून फिरायला घेऊन जाणे आणि झालं, हेच त्याच्या कर्तव्याचा शेवट आहे. तो परदेशात गेला मुलांना फरक पडत नाही. परंतु आई तर मुलांचे सर्वस्व आहे. मुलं तिच्याशिवाय एक मिनिट नाही राहू शकत. वडील कुठेही असो त्यांना काही पडले नाही, फक्त उड्या मारायला, घोडा बनायला एक माणूस असाला पाहिजे, परंतु आई मात्र आपली पाहिजे, समग्र आपली. तेच रूप, तोच रंग, तेच प्रेम, तेच सगळं काही. ती जर नसेल तर बालकाच्या जीवनाचा स्त्रोत आटतो. मग तो शिवाचा नंदी असो, ज्यावर जल किंवा फूल वहावे लागणे गरजचे नाही, तर कर्तव्य आहे. हरिधनची आई देवाघरी गेली त्याला दहा वर्षे झाले होते. त्यावेळी त्याचा विवाह झाला होता. तो सोळा वर्षाचा कुमार होता. परंतु आई गेल्यावर त्याला कळले की तो किती असाह्य आहे. जसा त्याच्या घरावर त्याचा अधिकार राहिला नाही. बहिणीचे लग्न झाले होते, दुसरा भाऊ नव्हता, बिचारा एकटा घरात जायला पण घाबरायचा. आईसाठी रडायचा, पण आईच्या सावलीला घाबरायचा. ज्या घरात तिचा देहांत झाला होता. तिकडे नजर वर देखील पहात नव्हता. घरात एक आत्या होती, ती हरिधनचा फार लाड करायची. हरिधनला आता अधिक दूध मिळायचं. काम देखील करावं लागायचं. आत्या वारंवार विचारायची बेटा, काही खाऊन घे. बाप पण पहिल्यापेक्षा अधिक जीव लावायचा. त्याच्यासाठी वेगळी गाय मागवली होती. कधी कधी त्याला थोडे पैसे दिले जायचे की पाहिजे त्यावेळी खर्च करावेत. पण या मलमाने त्याचे दुःख कमी होत नसायचे. ज्याने त्याच्या मनावर जखम केली होती. तो लाड त्याला पुन्हा पुन्हा आईची आठवण करून द्यायचा. आईच्या धमक्यामध्ये जी मजा होती, काय ती

या लाडात होती? आईला मागवून? भांडून, रूसून मागण्यात जी मजा होती, ती या भिकेत थोडी होती? पहिला तो निरोगी होता, मागून खात होता, आता तो बिमार आहे, चांगले चांगले पदार्थ त्याला दिले जायचे पण भूक नसायची.

वर्षेभर तो याच अवस्थेत राहिला. नंतर जग बदलले. एक नवी स्त्री, जिला लोक त्याची आई म्हणत, त्याच्या घरी आली आणि पहाता पहाता काळ्या ढगाप्रमाणे त्याच्या आकाशावर फिरत राहिली. जिथे उजेड होता तिथे अंधार झाला. हरिधन या नकली आईला बोलला पण नाही. कधी तिच्याजवळ पण गेला नाही. एक दिवशी घरातून निघाला ते सासरवाडीत पोहचला.

बापाने पुन्हा पुन्हा बोलावले पण ते असेपर्यंत तो तिथे परत गेला नाही. ज्या दिवशी त्याचे वडील गेल्याचे कळले, त्याला एकप्रकारे ईर्षामय आनंद झाला. त्याच्या डोळयात अश्रूचा एक थेंबही आला नाही.

या नव्या घरी येऊन हरिधनला पुन्हा एकदा मातृ प्रेमाचा आनंद मिळाला. त्याच्या सासुने ऋषि वरदानाप्रमाणे त्याच्या शून्य जीवनाला परिपूर्ण केले. वाळवंटात हिरवेगार गवत दिसू लागले. मेव्हूण्याच्या चेष्टा मस्करीने सगळी कसर भरून काढली. सासु म्हणायची-बेटा, तुम्ही या घराला तुमचेच घर समजा. तुम्हीच आमचे लाडके आहात. ती त्याच्याकडे तिच्या मुलीची लेकाची तक्रार करायची. त्याला वाटायचं सासु माझा तिच्या मुलापेक्षा जास्त लाड करते.

बाप गेल्यावर तो घरी गेला आणि त्याच्या वाट्याची संपत्ती विकून आलेले पैसे तो घेऊन आला. आता त्याचा पहिल्यापेक्षा अधिक पाहुणचार होऊ लागला. त्याने त्याची संपूर्ण संपत्ती सासुकडे सुपूर्द करून त्याचे जीवन सार्थक बनवले. आता त्याला कधी कधी घराची आठवण होत असायची. आता चुकूनही घरची आठवण होत नव्हती. जणू ते त्याच्या जीवनाचे भीषण कांड होते. जे विसरून जाणे हेच त्याच्यासाठी चांगले होते. तो सर्वांच्या आधी जागे होत असे, सर्वांपेक्षा अधिक काम करीत असायचा. त्याचा मनोयोग, त्याचे परिश्रम पाहून गावचे लोक चकित होत असत. त्याच्या सासऱ्याला नशीबवान समजायचे, ज्याला असा जावई मिळाला. परंतु जसे जसे दिवस निघून गेले, त्याचा मान सन्मान कमी होत गेला. पहिले देवता होता, आत माणूस, शेवटी घराचा सेवक. भाकर पण वेळेवर मिळणे कठीण झाले, अपमान होऊ लागला. घरच्या लोकाना उपाशी रहावे लागले तर त्यालाही रहावे लागायचे. तक्रार कोणाकडे करायची. पण जेव्हा तो पहायचा बाकीचे तर मिशावर ताव मारत आहेत, आणि मलाच दुधावरची माशी बनवले आहे, तर त्याच्या मस्तकात एक सणक उठायची. आता त्याचं वय केवळ पंचवीस वर्षाच तर होतं. इतकी वर्षे या घरात कसे घालवणार? इतकेच नाही, तर त्याच्या बायकोनही दुर्लक्ष केले आहे. हे या संकटाचा क्रुर चेहरा होता.

३

हरिधन तर इकडे उपाशी तापाशी चिंता अग्नित जळत होता, इकडे घरात सासु आणि दोन्ही मेव्हुणे यांच्यात चर्चा होत असे. गुमानी पण हो ला हो करायची.

मोठा मेव्हूणा म्हणाला-आमची बराबरी करतोय. दहा वर्षे झाली. त्याला हे समजत नाही की कोणी त्याच्या आयुष्याचा ठेका थोडाच घेतला आहे. इतकी वर्षे झाली त इतक्या वर्षात काय दोन तीन हाजर हडप केले नसतील?

धाकटे मेव्हूणे म्हणाले-नोकर असेल तर त्याला रागवता येते, काही बोलता येतं, पण याला कोणी काय बोलावं. माहीत नाही याच्यापासून कधी सुटका होईल किंवा नाही? त्याला वाटत असेल मी दोन हजार रूपये दिले आहेत. त्याला हे माहीत नाही की ते दोन हजार कधीचे संपले आहेत. सवा सेर तर एक जूनला पाहिजे.

सासु गंभीरपणे बोलली-खायला पण किती लागतं.'

गुमानी आईच्या डोक्यावरील ज्यू काढत होती. फुलत्या हृदयाने बोलली-रिकाम टेकड्याला जेवन्याशिवाय दुसरे काम तरी कोणते असते.'

थोरला-विषय जेवनाचा नाही, असतं एखाद्याचं खाणं जास्त पण काही कमाई तर करायला पाहिजे ना. त्याला असे वाटते की पाव्हुणचारातच सगळं आयुष्य निघून जाईल.

धाकटा-मी तर एक दिवशी सांगून टाकील की तुम्ही तुमचे पहा, तुमचे काही कर्ज नाही घेतले आम्ही.

गुमानी घरच्या लोकांना अशा अशा गोष्टी सांगून पतीचा द्वेष करू लागली होती. त्याने तर पैसे कमावले तर त्यांची घरात किती इज्जत वाढेल. ती पण राणी सारखी राहील. बोहर जाऊन काम करायला का त्याचं कोण मरतय. गुमानीचा स्वभाव अजूनही अगदीच लहान मुलासारखा होता. तिचे स्वतःचे असे घर नव्हते. त्या घरचं हित अहित तिच्यासाठी महत्त्वाचे होते. ती पण त्याच शब्दांचा वापर करते, त्याच समस्याकडे त्याच नजरेने पहाते, जसे घरवाले पहातात. खरे तर आहे, दोन हजारात कोणी कोणाच्या आयुष्याचा ठेका थोडं घेत असतं. दोन हजारात दहा वर्षे कसं खायचं. दोनशे तर वर्षभराचे झाले. दोन लोकांना वर्षभर जगायचं असेल तर दोनशे पण लागणार नाहीत? दुध, तूप, कपडे आणि इतर तर लागतेच. दहा वर्षे झाले एक पितळेचा दागिना नाही झाला. घरातून बाहेर पडायला जणू यांचा जीव जातो. त्यांना वाटतं पहिल्यासारखाच त्यांचा आयुष्यभर पाहूणचार होत राहील. त्यांना हे समजत नाही की आधीची गोष्ट वेगळी होती, आताची वेगळी आहे. लेक ज्यावेळी सासरी जाते त्यावेळी तिचा किती लाड असतो, ती डोलीतून उतरताच बाजा वाजू लागतो, गावच्या महिला तिचे तोंड पहायला येतात आणि हातात रूपये देतात. कितीतरी महिने तिला घरात चांगले खायला मिळते, चांगले कपडे दिले जातात त्याबदल्यात कोणते काम नाही करून घेतले जात. परंतु सहा महिन्यांनतर तिला कोणी विचारतही नाही. ती घरातील मालेकरीन बनते. त्यांच्या घरी तर माझे हेच हाल झाले असते. मग कशाचं रडणं. असे म्हणा की मी काम करतो, तुमची चूक आहे, कामगाराची गोष्ट वेगळी आहे. त्याला रागावले जाते, मारता पण येतं, कामावरून काढता येतं, अधिक काम करून घेतल्या जातं, असे नाही की जेव्हा मनात येईल, वाट्टेल तेव्हा अंगावर घेतलं आणि झोपलं.

४

हरिधन देखील आतली आत पेटला होता. तोच दोन्ही मेव्हुणे बाहेर आले म्हणाले, दाजी, उठा, तिसरा प्रहार टळून गेला आहे, किती वेळ झोपणार? सगळं शेतीचं काम बाकी आहे.

हरिधन पटकन उठला आणि कठोर स्वरात म्हणाला-काय तुम्ही लोकांनी मला वेडं समजले आहे?

दोन्ही मेव्हुणे चकित झाले. जो व्यक्ती आतापर्यंत गुलामाप्रमाणे सांगितलेले ऐकायचा, तो आज अचानक इतका आत्मस्वाभिमानी कसा बनला, त्यांनी चकित व्हावे इतके हे पुरेसे होते. काही उत्तर सुचले नाही.

हरिधनने पाहिले, या दोघांच्या पाया खालची वाळू सरकलीच आहे तर विचार केला आणखी एक धक्का का देऊ नये, त्याच स्वरात बोलला-मला पण दिसतं, अंधळा नाही, किंवा बहिरा, रक्त पडेपर्यंत काम करायचं आणि इतके करून कुत्र्यासारखं जगायचं, असं गाढव दुसरीकडे असेल.

आता थोरले मेव्हुणे पण गरम झाले-इथे कोणी तुम्हाला बांधून नाही ठेवले.

आता हरिधन निरूत्तर झाला. काही सुचलं नाही.

थोरल्याने पुन्हा त्याच थाटात म्हटले-तुम्हाला जर असे वाटत असेल की आयुष्यभर इथेच पाव्हुणे होऊन राहू आणि आदर सत्कारही रोजच होत राहिल, तर ते आम्हाला शक्य नाही.

हरिधाने डोळे वटारत म्हटले-काय मी तुमच्यापेक्षा कमी काम करतो?'

थोरला-असं कोण म्हणतं?'

हरिधन-तर तुमच्या घरची अशी पद्धत आहे की जो अधिक काम करील त्याने उपाशी रहावं?'

थोरला-तुम्ही जेवायला गेला नाहीत, कोणी तुमच्या तोंडात भाकर टाकावी?

हरिधनने ओठ चावत म्हटले-मी स्वतः गेलो नाही! म्हणत होता मला लाज वाटत नाही.

'बहिण बोलवायला आली नव्हती तुम्हाला?'

धाकटा मेव्हुणा म्हणाला-आई पण आली होती. तुम्ही सांगितले मला भूक नाही, तर मग काय करायच?'

सासु घरातून धावत येताना दिसत होती. हे ऐकून म्हणाली-किती सांगून थकले, कोणी ऐकतच नाही तर काय करू?'

हरिधनने विष, रक्त आणि आगयुक्त स्वरात म्हटले-मी तुमच्या मुलांचे खरकटे खायला आहे! मी कुत्रा आहे की तुमचे जेवन झाल्यावर उरलेलं माझ्यासामरे ठेवावं?'

सासु थाटात बोलली-तर मग काय तुम्ही मुलांची बरोबरी करणार?'

हरिधनला काही बोलता आले नाही. म्हतारीच्या एकाच वाक्याने त्याचं काम केलं होतं. त्याची ताणलेली भूवई ढिल्ली पडली. डोळयातली आग विझली, फडफडणाऱ्या पापण्या शांत झाल्या. एखाद्या जखमी मुनष्याप्रमाणे तो जमिनीवर खाली पडला. 'काय तू माझ्या मुलांची बरोबरी करणार?' हे वाक्य एक लांब भाल्या प्रमाणे त्याच्या आरपार घुसत गेले-न हृदयाला अंत होता, ना भाल्याला!

५

घरातले सगळे जेवले, पण हरिधन उठला नाही. सासुने समजावलं, मेव्हुण्यांनी बोलावलं, सासऱ्याने बोलावलं, दोन्ही मेव्हुणे सांगून निघून गेले. हरिधन उठला नाही, तिथे

दारात एक ताट पडले होते, ते उचलले आणि विहीरीवर घेऊन गेला आणि जागेवर अंथरून पडला.

रात्र झाली होती. अनंत आकाशात उज्जवल तारे बालकाप्रमाणे क्रिडा करीत होते. कोणी नाचत होते, कोणी उड्या मारत होते, कोणी हसत होतं, कोणी डोळे बंद करून पुन्हा उघडत होते. राहून राहून एखादं बालक सपाटा मारून एका क्षणात त्या विस्तृत क्षेत्राला जिंकून घेत होतं आणि माहीत नाही कुठे लुप्त होत होते. हरिधनला त्याचे बालपण आठवले. जेव्हा तो पण अशाचप्रकारे क्रिडा करीत होता. बाल स्मृती तशाच चमकत्या ताऱ्याप्रमाणे प्रज्वलीत झाल्या. तो त्याचे लहानसे घर, ते अंब्याचे बाग, जिथे तो कैऱ्या तोडायचा, ते मैदान, जिथे तो कबड्डी खेळायचा, सगळं त्याला आठवलं. पुन्हा त्याच्या आईची सहृदयी मूर्ती त्याच्यासमोर उभी राहिली. त्या डोळ्यात किती करूणा होती, किती दया होती. त्याला असे वाटले, आई डोळ्यातील अश्रूसहित त्याला छातीला लावण्यासाठी हात पसरून त्याच्याकडे येत आहे. तो त्या मधूर भावनेत स्वतःला विसरला. असे वाटले, आईने त्याला हृदयाशी लावले आहे, आणि त्याच्या डोक्यावरून हात फिरवला आहे. तो रडू लागला. ओक्साबोक्सी रडू लागला. त्याच्या आत्म-संमोहित आवस्थेत त्याच्या तोंडून शब्द निघाला-आई. तू मला विसरून गेलीस. पहा, पहा तुझ्या लाडक्या मुलाची किती वाईट आवस्था झाली आहे? कोणी त्याला पाण्यासाठी पण विचारत नाही. तू जिथे आहेस तिथे माझ्यासाठी जागा नाही!

अचानक गुमानी आली आणि हाक मारली-झोपी गेले की काय तुम्ही? अशी पण राक्षसी झोप आहे! जेवून का घेत नाहीत? तुमच्यासाठी किती वेळ थांबावे लोकांनी.

हरिधन उठून बसला आणि म्यानमधून तलवार काढल्याप्रमाणे बोलला-चला तुला माझी आठवण तर आली! मी तर सांगितले होते, मला भूक नाही.

गुमानी-तर किती दिवस जेवनार नाहीत?

आता त्या घरचं पाणी पण पिणार नाही. तू माझ्यासोबत येणार आहेस किंवा नाही?

शब्दातला खंबीरपणा ऐकून गुमानी घाबरली उठी. म्हणाली-कुठे निघालात?

हरिधन जणू नशेत बोलला-तुला काय त्याचं? माझ्यासोबत येणार आहेस किंवा नाही? पुन्हा मागे म्हणू नको, मला म्हणाले नाहीत.'

गुमानी संकटाचा भाव डोळ्यात दाखवत बोलली-तुम्ही सांगत का नाही, कुठे जाणार आहात?

'तू माझ्यासोबत येणार आहेस किंवा नाही?'

'तोपर्यंत तुम्ही सांगणार नाही, मी येणार नाही.'

'तर माहित झाले तू येणार नाहीस, मला इतकेच विचारायचे होते, नाही तर आतापर्यंत अर्ध्या रस्त्यात असतो.'

असे बोलून उठला आणि आपल्या घराकडे निघाला. गुमानी हाक मारत राहिली- ऐक ना, ऐका ना.' पण त्याने मागे वळून पाहिले नाही.

६

तीस मैलाचा प्रवास हरिधनने पाच तासात पूर्ण केला. जेव्हा तो त्याच्या गावच्या आमराईच्या समोर पोहचला, तेव्हा त्याची मातृभावना सकाळच्या सोनेरी मांडीवर खेळत

होती. त्या वृक्षांना पाहून त्याचं हृदय नाचू लागले. मंदिराचा सोनेरी कळस पाहून तो असा पळत निघाला होता की जणू त्याची आई हात पसरवून त्याला बोलावत होती. जेव्हा तो अंब्याच्या बोगत गेला, तिथे फांदीवर बसून त्यावर हत्ती सारखी सवारी करण्याचा आनंद घेत होता, जिथे कच्चे बोर आणि लिसोडों मध्ये एक स्वर्गीय आनंद होता, बसला आणि जमनीवर डोके टेकवून रडू लागला. जणू त्याच्या आईला त्याच्या संकटाची कथा सांगू लागला आहे. त्या ठिकाणच्या हवेत, त्या ठिकाणच्या प्रकाशात, जणू त्याची विराट रूपाचो माता व्याप्त होती. तिथे इंच इंच भूमी आईच्या पद चिन्हाने पवित्र होती. आईच्या स्नेहात बुडालेले शब्द आतापर्यंत जणू आकशात ध्वनीत होते. या वायु आणि या आकाशात माहीत नाही कोणती संजीवनी होती, जिने त्याच्या शोकार्त हृदयाला पुन्हा बालोत्साहाने भरले होते. तो एका झाडावर चढला आणि वरचे अंबे तोडून खाऊ लागला. सासुचे ते कठोर शब्द, बायकोचा तो निष्ठुर हल्ला, तो सगळा अपमान तिथे विरून गेला. तळव्याला जळजळ होत होती, परंतु या आनंदापुढे कशाचे काही नव्हते.

अचानक राखणदाराने हाक मारली-कोण आहे रे तिकडे? खाली उतर, नाही नर असा दगड फेकून मारीन की जागीच पडशील.

त्याने अनेक शिव्या पण दिल्या. हे बोलणं आणि त्या शिव्यात यावेळी हरिधनला अलौकिक आनंद मिळू लागला होता. तो फांदीच्या आड लपला, अनेक अंबे तोडून फेकले होते, आणि जोरात हसला. अशा प्रकारे मुक्त हास्य त्याने कधी केले नव्हते.

तो शिव्या देत आला होता की तोच कोई त्याच्या डोक्यावर पडली. डोके चोळत म्हणाला-इथे कोण सैतान आहे, ऐकत नाही. थांब तर, मी येऊन तुला पहातो.

त्याने त्याचा फोक खाली ठेवला आणि माकडाप्रमाणे सरसर वर चढला. पहिले तर हरिधन बसून हसत होता, चकित होत बोलला-अरे हरिधन, तू इथे कधी आला? या झाडावर कधीपासून बसलास?'

बालपणीचे मित्र तिथेच गळ्यात पडले.

'इथे कधी आला, चल, घरी चल, भल्या माणसा, काय तिथे अंबे पण मिळत नव्हते?'

हरिधरने हसून म्हटले-मँगरू, या अंब्यात जो स्वाद आहे, तो आणि दुसरीकडे कुठेही नाही. गाव कसा आहे.?

मँगरू-सगळं ठीक आहेत. तू जणू सगळं नातेच तोडून टाकलेस. अशाप्रकारे कोणी आपले गाव सोडून देते का? जेव्हापासून तुझे वडील वारले, सागळं उलट सुलट झालं. दोन लहान लहान मुलं आहेत, त्यांच्याकडून काय होतं?

हरिधन-आता त्या गृहस्थीचा अन् माझा काय संबंध? मी तर माझ्या वाट्यचे घेतले आहे. रोजगार तर मिळेल ना! तुझ्या गायी चारण्याचं काम करतो, मला खायला दे.'

मँगरूने अविश्वास दाखवत म्हटले-अरे बाबा, कसे बोलतोस, तुझ्यासाठी जीव हाजिर आहे. काय सासरवाडीत नाही रहाणार? काही काळजी नाही. पहिले तुझे घर आहे, ते सांभाळ. लहान लहान मुले आहेत, ते सांभाळ. तू नवीन आईला विनाकरण घाबरत होतास. फार साधी आहे बिचारी. फक्त आई समज. तू गेलास तर तिला फार बरे वाटेल. बरं, बायकोला तर घेऊन ये.'

हरिधन-तिचे तोंड आता पहाणार नाही. माझ्यासाठी ती मेली.

मँगरू-तर दुसरे लग्न करून टाक. आता अशी बायको मिळेल की तिचे पाय धुवून पेशील. परंतु पहिली आली तर?

हरिधन-ती येणार नाही.

७

हरिधन त्याच्या घी गेला तर दोन्ही भांवडं दादा आला, दादा आला! म्हणत आत पळाले आणि आईला बातमी सांगितली.

त्या घरात गेल्यावर हरिधनला अशी शांतता मिळाली जणू तो त्याच्या आईच्या मांडीवर बसला आहे. इतके दिवस ठोकर खाऊन त्याचं हृदय कठोर बनले होते. तिथे पहिले अभिमान होता, आग्रह होता, हेकडी होती, तिथे आता निराशा होती, पराजय होता, आणि याचना होती. आजाराचा जोर कमी झाला होता, त्यावर आता किरकोळ औषधही काम करू शकत होतं. किल्ल्याच्या भिंती दुरूस्त केल्या होत्या. त्या भेदणे आज शक्य नव्हते. याच घरातून तो एक दिवशी विरक्त झाला होता. आता त्याला हात पसरून आश्रय देण्यास तयार होते. हरिधनचे विरक्त मन हा आश्रय मिळाल्याने जणू तृप्त झाले होते.

सांयकाळी सावत्र आई म्हणाली-बेटा, तू परत आलास बरं झालं. आता या भांवाना सांभाळ. आईच्या नात्याने नसले तरी बापाच्या नात्याने. मला एक रोटी दे केवळ, खाऊन एका कोपऱ्यात पडेल. तुझ्या आईसोबत माझे बहिणीचे नाते होते. या नात्याने तू माझा मुलगाच आहेस.

हरिधनने मातृ-विव्हल डोळ्यात आईच्या प्रतिमेचे दर्शन घेतले. घरातील एका एका कोपऱ्यात आईच्या आठवणी चांदण्याप्रमाणे चमकत होत्या. सावत्र आईचा चेहरा पण तसाच भासत होता.

दुसऱ्या दिवशी खांद्यावर नांगर घेऊन शेतात निघून गेला. त्याच्या चेहऱ्यावर उल्हास होता आणि डोळ्यात गर्व. आता तो कोणाचा आश्रीत नव्हता, तर आश्रयदाता होता, कोणाच्या दारात भिक्षूक नव्हता तर, घरचा रक्षक होता.

एक दिवशी त्याने ऐकले, गुमानीने दुसरे लग्न केले आहे. आईला म्हणाला-तू ऐकलस आई, गुमानीने दुसरे लग्न केले आहे.

आई म्हणाली-लग्न काय करील, हात धरून गेली असेल. जातीत इतका अंधार? पंचायत नसली तरी अदालत तर आहे?'

हरिधनने म्हणाला-नाही आई, खूप चांगले झाले. घे, महावीरापुढे लाडू ठेव. मी तर घाबरलो होता, माझ्यागळ्यात तर पडणार नाही. देवाने माझं ऐकलं. तिचे तोंड पहाणार नाही, असे ठरवूनच ते घर सोडले होते.

१७) पुसाची रात्र

गण्याने येऊन बाईला सांगितलं-सोन्या आला आहे. घे, जितके पैसे असतील त्याला देवून टाक. गळयाचा फास तर जाईल.

मुन्नी झाडून काढत होती. मागे वळून म्हणाली-तीन तर रूपये आहेत, देवून टाकले तर ताडपत्री कशी आणायची? माघ-पुसाचा महिना अडचणीत कसा घालवायचा? त्याला सांग, पिकावर देवून टाकू, आत्ता नाही.

गण्याला काही क्षण काय करावं ते समजत नाही. पुस जवळ आला होता. ताडपत्री नसताना तो रात्रीचं कसा झोपू शकत होता? पण सोन्या ऐकणार नाही. धमक्या देईल. शिव्या देईल. मुडद्यामुळे थंडीनं मरून जाऊ. कायमची सुटका तरी होईल. असा विचार करीत त्याची कल्पना डोक्यात रेंगाळत असताना (जो त्याला खोटं ठरवायचा) बाईच्या जवळ आला आणि गोड बोलत म्हणाला-चल देवून टाक, गळा तर मोकळा होईल. ताडपत्रीसाठी दुसरा काहीतरी मार्ग निघेल.

मुन्नी त्याच्या जवळून दूर गेली आणि डोळे फिरवत बोलली-शोधला दुसरा मार्ग! सांगा तरी कसला उपाय करणार आहात? कोणी दान करणान आहे ताडपत्री? माहीत नाही किती बाकी आहे जे देता देता संपत नाही. मी म्हणते तुम्ही का नाही शेती करायचं सोडून देता? मरमर करायची पीक आल्यावर बाकी देवून टाकायची. चला घ्या सुट्टी, कर्ज देण्यासाठी तर आपला जन्म झाला आहे. पोटासाठी मजुरी करा. अशा शेतीपासून दूरच राहिलेलं बरं, मी रूपये नाही देणार म्हणजे नाही देणार.

गण्या उदासपणे म्हणाला-तर मग काय शिव्या खाऊ?'

मुन्नीने ओरडून म्हटले-शिव्या काय देईल, त्याचं राज्य आहे?'

पण असे म्हणतानाच तिच्या भूवया नरम झाल्या होत्या. गण्याच्या त्या वाक्यात कठोर वास्तव होतं. ते जणू एका विषारी जंतुप्रमाणे तिला टक लावून पहात होतं. त्याने आळ्यावर ठेवलेले पैसे काढले आणि सोन्याच्या हातावर ठेवले. नतंर म्हणाली-आता तुम्ही शेती करणं सोडून द्या. मजुरी करून किमान सुखाचा घास तरी खाता येईल. कोणाची भीती तर राहणार नाही. चांगलं शेत आहे. कामही करा आणि मिळालेले पैसे त्यांच्या हातात द्या, वरून त्यांचा धाक.

गण्याचे रूपये घेतले आणि बाहेर असा गेला जणू रूपये नाही हृदय काढून देवू लागला. त्याने मजुरीमध्ये काही रूपये ताडपत्री घेण्यासाठी जपून ठेवले होते. ते आज काढल्या गेले. पाऊलागणिक त्याचं डोकं आपल्या लाचारीनं जड होत चाललं होतं.

२

पुसाच्या मध्यरात्री, आकाशात तारे चमकताना दिसत होते. गण्या आपन्या शेतात उसाच्या आश्रयाला बाजेच्या खाटेवर आपली जुनी घोंगडी अंगावरुन घेऊन चरफडत होता.

खाटाखाली त्याचा सोबती, कुत्रा थंडीने कू-कू करत पडला होता. दोघापैकी एकालाही झोप येत नव्हती.

गण्याने गुढगे गळ्यापर्यंत आणत म्हटले-काय मोती, थंडी वाजते. घरी ओसरीत झोपू म्हणून. इथं काय घ्यायला आला होता? आता खा थंडी, मी काय करू? मी काय इथं हलवा पुरी खायला आलो होतो; आलास पळत पळत माझ्यामागे. आता रड नशीबाच्या नावाने.

मोतीने पडल्या-पडल्या शेपूट हालवलं आणि आपल्या कू-कू चा आवाज दीर्घ करीत एकदा जांभई देवून शांत झाला. त्याच प्राणि बुद्धीने कदाचित ओळखले असेल की मालकाला त्याच्या कू कू मुळे झोप नाही येऊ लागली.

गण्याने घोंगडीतून बाहेर काढून मोतीच्या पाठीवर थोपटत म्हटले-उद्यापासून माझ्यासोबत येऊ नकोस, नाहीतर गारठून जाशील. हा राडेंचा पश्चिमेकील वारा माहीत नाही कसली बर्फासारखी थंडावा घेऊन येतोय. उठतो जरा. चिलिम भरतो. रात्र कशीतरी गेली पाहिजे. आठ चिलम ओढल्यात ही शेतीची गंमत आहे आणि एक नशीबवान असे झोपले आहेत. ज्याच्याजवळ थंडी गेली तर गर्मीला घाबरुन पळेल. मोठमोठ्या गाद्या, ब्लॅकेट, चांदरी, थंडीची काय मजाल, जवळ थांबायची, नशीबाची गोष्ट आहे. मजुरी आम्ही करायची आणि आराम दुसऱ्यांनी.

गण्या उठला आणि खड्ड्यातून थोडीसी आग काढून चिलम भरली मोती सुद्धा उठून बसला.

गण्याने चिलम ओढत म्हटले, ओढतोस चिलम, थंडी काही कमी होत नाही पण थोडासा वेळ जातो.

मोतीनं त्याच्या तोंडाकडे प्रेमादरानं पाहिलं.

गण्या आज थंडी सहन कर. उद्यापासून मी येथे पेंढ्यांचा ढीग टाकेल, त्यात शिरून बस. थंडी वाजणार नाही.

मोतीनं पुढचे पंजे त्याच्या गुडघ्यावर टेकवले आणि त्याच्या तोंडाजवळ तोंड केले. गण्याला त्याचा गरम श्वास जाणवला.

चिलम ओढून परत झोपला आणि निश्चय करून झोपला की काहीही झाले तरी झोपी जाईन. पण क्षणार्धात त्याच्या हृदयात धडधड होऊ लागली. कधी या अंगावर तर कधी त्या अंगावर. पण थंडी एखाद्या भूतासारखा त्याच्या छाताडावर स्वार होता.

काहीही करून राहावल्या जात नव्हते, त्यावेळी त्याने मोतीला हळूच उचलून घेतले आणि त्याच्या अंगावर थोपटत त्याला आपल्या कुशीत घेतलं. कुत्र्याच्या अंगातून कसलीतरी दुर्गंधी येत होती पण त्याला कुशीत घेऊन त्याला असं सुख मिळालं होत जे यापूर्वी कधीही नाही. मोती कदाचित असं समजत होता की स्वर्ग जर कुठे असेल तर इथे आणि गण्याला त्याच्या दुर्गधीचं काही देण-घेणं राहीलं नव्हतं. आपल्या एखाद्या मित्राला किंवा बंधुलाच फक्त इतक्या ओढीन मिठी मारील. तो आपल्या गरिबीनं कधी इतकं घायाळ केलं नव्हतं जितकं थंडीनं केलं. इकडे या अनोख्या मैत्रीनं जणू त्याच्या आत्म्याचे सगळे द्वार उघडले होते आणि त्याचं अंगअंग प्रकाशाने चमकू लागले होते.

अचानक मोतीनं कोण्या प्राण्याचा आवाज ऐकला. त्या विशेष आवाजाने त्याच्यात अशी स्फुर्ती आली की जणू थंडीची तो पर्वाच करत नाही. तो ताबडतोब उठला आणि

कोपीच्या बाहेर येऊन भुंकू लागला. गण्याने त्याला अनेकदा झोपविण्याचा प्रयत्न केला. पण त्याच्या काही जवळ गेला नाही. कोपीच्या चोहीबाजूने धावत-धावत जाऊन भुंकू लागला. थोडावेळ आला तरी परत जाऊन भुंकायचा. कर्तव्यपूर्ति त्याच्या नसानसात उसळया मारत होती.

३

आणखी एक तास गेला. रात्री थंड हवेची लाट आली. गण्या उठून बसला आणि दोन्ही गुडघे छातीजवळ आणत डोकं त्यात खुपसलं. तरीसुद्धा थंडी कमी झाली नाही. असे वाटत होते की सारं रक्त गोठलय. रक्ताच्या जागी बर्फच वाहू लागलाय रक्तवाहिन्यातून. त्याने वाकून आकाशाकडे पाहिलं. अजून रात्र किती बाकी आहे. सप्तर्षी अजून आकाशात अर्ध्यातही वर आले नाही. वर जातील त्यावेळी कुठे सूर्य दिसेल. एक प्रहरापेक्षा जास्त रात्र आहे.

गण्याच्या शेतापासून हाकेच्या अंतरावर अंब्याचं बन होतं. पानगळ सुरू झाली होती. बनात पानांचा ढीग पडला होता गण्याने विचार केला, पाला गोळा करू आणि त्याला जाळून गरमी तयार करू. रात्रीच्यावेळी असं पाला गोळा करताना पाहून मला एखादा भूत-प्रेत समजू शकतो. कोणी सांगावं एखादा प्राणी ही दबा धरून बसलं असेल, पण आता राहावल्या जात नाही.

जवळच्या शेतातील तुरीच्या काड्या जमा करून त्याचा झाडू बनावला आणि तो हातात काठीसारखा घेऊन अंब्याच्या बनाकडे निघाला, मोत्याने त्याला पाहिलं तर शेपूट हावलत जवळ आला.

गण्याने म्हटले-आता नाही राहावत मोती! चल, बनात पाला पेटवून शेक घेऊ. गरम झाल्यावर येऊन झोपू. अजून रात्र बरीच आहे.

मोतीनं कूँ-कूँ करीत सहमती दर्शवली आणि बनाकडे निघाले. बनामध्ये खूप अंधार पडला होता आणि अंधारात निर्दयी वारा पाल्याला सोबत नेत होता. झाडातून दवाचे पाणि टपकत होतं.

अचानक मेंहदीच्या फुलांचा गंध एका झुळकीने आणला.

गण्याने म्हटले-किती सुंगधीत हवा आहे मोती! तुला देखील कसलातरी वास आला?

मोतीला कशाचे तरी हाडूक रस्त्यात सापडले होते. त्याला तो चघळत होता

गण्याने जाळ लावून पाला गोळा करू लागला. थोड्याच वेळात पाल्यांचा ढीग जमा झाला. थंडीने हात गोठले होत होते. अनवाणी पाय गळून पडतात की असे झाले होते आणि तो पाल्यांचा पहाड जमा करीत होता. जणू या शेकोटीत त्याला सारी थंडी जाळून टाकायची होती.

थोड्याच वेळात शेकोटी पेटली. त्याच्या झळा झाडाच्या वरच्या शेंड्यापर्यंत लागल्या. त्या अस्थिर प्रकाशात बनातले विशाल वृक्ष असे दिसत होते जणू त्या अंथाग अंधाराला आपल्या डोक्यावर घेतले आहे. अंधाराच्या त्या अनंत सागरात प्रकाश एखाद्या बोटी समान हालत-डुलत होता.

गण्या शेकोटीच्या समोर बसून तापत होता. क्षणार्धात त्याने अंगावरची चांदर काढली अन् बगलेत मारली. पाय पसरून बसला. जणू थंडीला आव्हान देत होता, तुला काय करायचे ते कर, थंडीवर पूर्ण विजय मिळवून तो विजयाच्या उन्मादात शेकत होता.

त्याने मोत्याला म्हटलं-काय मोती, आता थंडी नाही ना लागत?'

'पहिल्यांदा हे सुचलं तर इतकी थंडी कशाला सहन केली असती.'

मोतीनं शेपूट हालविलं

'चल, ह्या शेकोटीवरुन उडी मार. पाहू कोण निघून जातोय, जर जळालास तर औषध करील.'

मोतीनं त्या शेकोटीकडे कातर नजरेनं पाहिलं.

मुन्नीला उद्या सांगू नको, नाहीतर भांडण करीन

असे म्हणत तो त्याने उडी मारली आणि शेकोटी पार केली.

पायांना थोड्या झळा लागल्या पण ते काही विशेष नव्हतं.

गण्यानं म्हटलं-चल, असं नाही. याच्यावरुन उडी मारायची आहे त्याने उडी मारली आणि शेकोटीच्या पलिकडे गेला.

४

पाला जळाला होता. बनात पुन्हा अंधार पसरला. राखेच्या खाली थोडीसी आग शिल्लक होती. जी हवेच्या झुळकीने फुलायची अन् क्षणार्धात विझायची.

गण्याने पुन्हा चादर अंगावर घेतली आणि गरम राखेजवळ बसत एक गीत गुणगुणू लागला. त्याच्या शरीरात गरमी आली होती. जसजशी थंडी वाढत होती तिला तो दाबण्याचा प्रयत्न करीत होता.

गण्या जोरानं भुंकत शेताकडे पळाला. गण्याला असं समजलं की जनावरांची एक झुंड त्याच्या शेतात आली आहे. कदाचित वनगायींची असावी. त्याच्या हुदडण्याचा आवाज स्पष्ट कानी पडत होता. नंतर असं वाटत होतं की त्या शेतात घुसल्या आहेत. काहीतरी खाण्याचा आवाज कानी पडत होता.

त्याने मनातली मनात म्हटले-नाही, मोती असताना कोणी ही शेतात नाही घुसू शकत. त्याचे हाल करील तो. मला भास तर होत नाही, कुठंय? आता तर काहीच ऐकायला येऊ नाही लागलं. आपली फसगत झाली.

त्याने मोठ्याने आवाज दिला-मोती, मोती!

मोती भुंकत होता. त्याच्याजवळ नाही आला.

पुन्हा शेतातून कोणीतरी खात असल्याचा आवाज आला. आता ते आपल्याला फसवू शकत नाहीत. त्याला ती जागा सोडणं कठीण झालं होतं. कसा सुखात होता तो. अशा थंडीत शेतात जाणे. जनावरांच्या मागे धावणे, नासमजपणा वाटला. तो त्याच्या जागेवरून नाही हटला.

त्याने जोराने आवाज दिला-होली-होली! होली!!'

मोती पुन्हा भुंकू लागला. जनावरं शेतात चरत होते. पीक आलं होतं. किती चांगलं पीक होतं. पण ही जनावरं त्याचा विध्वंश करून टाकतात.

गण्याने ठाम निर्धार करून ठेवला आणि दोन तीन पावलं चालला. अचानक थंडी हवा अशी अंगाला झोंबू लागली. विंचवाच्या दंशा सारखं वाटत होतं. तो परत शेकोटीजवळ आला जी आता विझली होती. राखेला खाली-वर करून आग शोधू लागला.

मोती तिकडं घसा फुटेपर्यंत भुंकत होता आणि तितकाच चेव आल्यासारख्या गायी शेत साफ करीत होत्या. इकडे गण्या गरम राखेजवळ शांत बसला होता. अकर्मण्यतेनं त्याला जणू सगळीकडून जखडून ठेवलं होतं.

तो त्याच राखेजवळ गरम जमीनीवर चादर ओढून झोपी गेला.

सकाळी ज्यावेळी जाग आली. त्यावेळी सगळीकडे ऊन पसरलं होतं आणि मुन्नी म्हणत होती काय आज झोपूनच राहणार काय? तुम्ही इथं येऊन इथलेच झालात आपि तिकडे शेत सगळं साफ झालय.

गण्याने जागे होत म्हटलं-काय तू शेतातून आलीस?'

मुन्नी म्हणाली-होय, सारं शेत खाऊन टाकलय. इतकंही कोणी झोपत असनं. कोपी केल्यामुळे झालं?

गण्याने बहाणा केला-मी मरता-मरता वाचलो. तुला शेताचं पडलय. पोटात असु दुखू लागलं की मलाच माहीत.

नंतर दोघेही शेताच्या बांधावर आले. पाहिलं तर सारं शेत तुडवून टाकलं होतं आणि मोती कोपीजवळ गाढ झोपला आहे. जणू मरून पडलाय.

दोघेही पीकाची अवस्था पहात होते. मुन्नीच्या चेहऱ्यावर उदासी दिसत होती. पण गण्या प्रसन्न होता.

मुन्नी चिंता व्यक्त करीत म्हणाली-आता मजुरी करुन भरपाई करावी लागेल.

गण्याने प्रसन्न चेहऱ्यानं म्हटलं-रात्रीच्या थंडीत इथे झोपावे तर लागणार नाही.

१८) प्रदर्शन

अनेक दिवसापासून घरात भांडणं चालू होती. आई तिकडे तोंड फुगवून बसली होती, बायको दुसरीकडे. घरातल्या वातावरणात जणू विष पेरले आहे. रात्री स्वयंपाक नाही शिजला. दिवसा मी स्टोव्ह वर खिचडी टाकली, पण जेवले कोणी नाही. मुलांना पण आज भूक नव्हती. लहान मुलगी कधी माझ्याजवळ येऊन उभा राही, कधी आईजवळ जाई, पण तिलो कोणी गोड बालत नव्हतं. तिला कोण मांडीवर घेत नव्हते. जणू तिने काही गुन्हा केला आहे, मुलगा सांकाळी शाळेतून आला. कोणी त्याला खाण्यास दिले नाही. ना त्याला कोण काही विचारले. दोघे अंगणात मन मारून बसले होते आणि कदाचित विचार करीत असतील, घरातील माणसं आज अशी मन नसल्यासारखी का वागत आहेत. भाऊ बहिण दिवसातून किती वेळ भांडायची, हाणामारी आणि रडापड पण व्हायची. पण घरात असे कधी झाले नव्हते की घरात स्वयपाकच झाला नाही किंवा कोणी कोणाला बोलत नाही. हे कसले भांडण आहे की चोवीस तास होऊन गेल्यावरही शांत झाले नाही, हे त्यांच्या कदाचित लक्षात येत नसावं.

भांडणाचं मूळ काही नव्हतं. आईने बहिणीच्या घरी तीज पाठवण्यिासाठी ज्या सामानाची यादी तयार केली होती, ती बायकोच्या घरची स्थिती पहाता अधिक वाटत होती. आई समजदार आहे. तिने थोडीफार कमी जास्त केली, परंतु पत्नीच्या विचाराने आणखी कमी व्हायला पाहिजे हाती. पाच साडीच्या ठिकाणी तीन केल्या तर काय बिघडत नव्हतं. खेळण्या इतक्या काय करायच्या आहेत, इतक्या मिठाईची गरजच काय! त्याचं म्हणणं होतं- जेव्हा रोजगार मिळत नाही, दैनिक खर्चात ओढाताण करावी लागते, दुध-तूप वापरात कटकसर चालू आहे, तर मग तीज मध्ये इतकी उदारता कशासाठी? पहिला आधी घरातला दिवा लावा मग मस्जिद मधला. असे नाही की घरात अंधार असला तरी चालेल पण मस्जिदमध्ये दिवा लावलाच पाहिजे. यावरून सासु सुनात बिनसले आहे. मग फाटे फुटले. गोष्टी इकडच्या तिकडे गेल्या. मेलेले मुडदे निघू लागले. उपमा, अंलकार वापरणे सुरू झाले आणि मौनालंकारावर विषय थांबला.

मी मोठ्या अडचणीत होतो. आईकडून बोललो, तर बायको रडापड करील, नशीबाला दोष बसली असती, पत्नीच्या बाजूने बोललो तर, बायकोचं ऐकणारा अशी उपाधी मिळाली असती. म्हणून दोन्ही बाजूचं थोडं थोडं समर्थन करीत असायचो. परंतु स्वार्थापोटी मी बायकोच्या बाजूनेच हातो. माझ्या सिनेमाचे बजेट इकडे वर्षभरासाठी संपले होते, चहा पाण्याचा खर्च पण कमी करावा लागेल. बाजारहाट बंद करावा लागेल. मोकळ्या मनाने आईला तर काही बोलू शकत नव्हतो. समजले होतं की तिच कारणीभूत आहे, दुकानाचे असे हाल आहेत कधी कधी भोवनी पण होत नाही. उधारी वसूल होत नाही. मग नशीबापुढे डोक आपटून घेण्यात काय अर्थ आहे.

अनेकदा या संसारात काही पडलं नाही, असं वाटतं. घरात तीन प्राणी आहेत आणि त्यांच्यातही पटत नाही. अशा संसाराला तर आग लाली पाहिजे. कधी कधी तर असे वाटत असे की सगळं सोडून कुठेतरी निघून जावं. संसार अंगावर आल्यावर त्यांना समजेल की घर कसे चालवले जाते. थोडेच माहीत होते की असली झंझट असेल, नाहीतर लग्नाचं नाव घेतलं नसतं. कसले कसले विचार मनात येत होते. काही हरकत नाही आई मला परेशान करण्याच्या विचारात आहे. सून तिचे पाय दाबत नाही. तिच्या डोक्याला तेल चोळत नाही. त्यात माझा काय दोष? मी तिला करू नको असे थोडेच सांगितल आहे. मला तर आनंदच वाटेल सासु सुनात इतके प्रेम निर्माण झाले तर. परंतु हे माझ्या हातात नाही की दोघीत प्रेम निर्माण करू. जर आईने तिच्या सासुची साडी धुतली आहे, तिचे पाय दाबले असतील, तिचे बोलणे खाल्ले असेल, तर मग जुना हिशोब नव्या सुनाकडून का? तिच्या लक्षात का येत नाही की आता काळ बदलला आहे, आजच्या सुना सासुची सेवा नाही करीत. प्रेमाने त्यांचे केस ओढा, परंतु त्यांच्यार रूबाब दाखवून त्यांच्यावर सत्ता गाजवू शकतील. तर ते दिवस आता नाहीत.

सपूर्ण शहरात जन्माष्टमीचा उत्सव होऊ लागला होता. माझ्या घरात संग्राम चालू होतो. सांयकाळ झाली होती. पण घरात अजून अंधार होता. अशुभ वातावरण होतं. मला माझ्या पत्नीचा राग आला. भांडतेस, भांड, परंतु घरात अंधार का ठेवला आहे. जाऊन म्हणालो-काय आज घरात दिवा नाही लावणार?'

पत्नीने तोंड फुगवत म्हटले-का लावत नाहीत, तुम्हाला काय हात नाहीत?

माझ्या देहाला आग लागली. म्हणालो-तुझे पाय या घराला लागले नव्हते, तेव्हा काय दिवा लावत नव्हतो?

आईने आगीत तेल ओतलं-नाही, तेव्हा सगळे अंधारात तर रात्र काढत होते! आईच्या या टोमण्याने बायको अवाक्या बाहेर गेली. म्हणाली-जाळत असाल मातीचा दिवा! कंदील तर मी नाही पाहिला, या घरात येऊन मला दहा वर्षे झाले.

मी झापलं-बरं गप्प रहा. जास्तीचं बोलू नकोस.'

'ओ हो! तुम्ही तर असे झापू लागलात की जणू मला विकत आणलं आहे.'

'मी म्हणतो गप्प बस!'

'का गप्प राहू, एक बोललात, तर मी दोन बोलणार.'

'यालाच पतीव्रता म्हणतात?'

'जेवढे तोंड मोठे वीडा तितकाच मोठा.'

मी पराभूत होऊन बाहेर निघून गेलो. आणि अंधारात कोठडीत बसून त्या अशुभ वेळेला दोष देत राहिलो, जेव्हा कुलक्षणी स्त्रीसोबत माझा विवाह झाला होता. या अंधारातही दहा वर्षाचा जीवन पट चित्रपटासारखा माझ्या स्मृती पटलावरून दिसू लागला. त्यात कुठे प्रकाश किरण नव्हतं, कुठे प्रेमाची किणार नव्हती.

२

अचानक माझा मित्र पंडित जयदेवने दारावर हाक मारली, अरे, आज इथं अंधार का आहे, समजत नाही कोण कुठे आहे.'

मी प्रतिसाद दिला नाही. विचार केला, याला आजच वेळ मिळाला होता का माझ्याकडे येण्यासाठी? जयदेवने पुन्हा हाक मारली-अरे, कुठे आहेस बाबा, बोलत का नाहीस? घरात कोणी आहे की नाही? कोणीच काही उत्तर दिले नाही.

जयदेवाने दरवाज्यावर इतक्या जोरात टकटक केली की माझाच जीव घाबरला, दरवाजा तर पडणार नाही. पण मी बालला नाही. त्याचं येणं आवडलं नव्हतं.

जयदेव निघून गेला. मी मोकळा श्वास घेतला. सैतान गेला नाही तर डोके खात बसला असता.

पण पुन्हा पाच मिनीटाने कोणीतरी आल्याचा भास झाला आणि आता टॉर्चमुळे सगळं घर उजळून निघालं. जयदेवने मला बसलेलं पाहून कुतूहलाने विचारले अरे कुठे गेला होतास? किती हाक मारल्या, कोणी उत्तर दिले नाही. हे आज काय भानगड आहे? दिवा का नाही?

मी बहाणा सांगितला-काय माहीत नाही माझे डोके दुखत होते, दुकानावरून आल्यावर पडून होतो, तर डोळा लागला.

'आणि झोपला तर घोडा विकून, मडद्यासोबत शर्यत लाऊन.'

'हो यार, झोप लागली.'

'पण घरात दिवा तर लावायला पाहिजे होता की त्याचाही रिट्रेंचमेंट केले?

'आज घरातल्या लोकांनी व्रत ठेवले आहे. कोणी कशाला हात लावणार नाही.'

'असो, कुठे प्रदर्शन पहायला जायचं? सेठ घुरेमलच्या मंदिरात असे प्रदर्शन लागले आहे की पहातच रहावे. असे असे आरसे आणि वीजेचे सामान सजवले आहे की डोळे दिपतील. अशोका स्तंभावर लाल, हिरवे, निळे बल्बाची वेगळीच बहार आहे. सिंहासनाच्या अगदी समोर असा फवारा लावला आहे की त्यातून गुलाब जलाचा फवारा निघतो. माझे तर तन मन प्रसन्न झाले. थेट तुझ्याकडे धावत आलो आहे. खूप प्रदर्शन पाहिले असतील तू. परंतु हे वेगळेच आहे. सगळं जग गोळा झालय. ऐकण्यात आले आहे, दिल्लीवरून कोणी हुशार कारागरी आला आहे, त्याची ही सगळी करामत आहे.'

मी उदास भावनेतून म्हटले-माझी तर येण्याची इच्छा नाही बाबा. डोके दुःखीने त्रस्त आहे मी.

'मग तर चलच, डोके दुःखी कमी होईल.'

'तू तर यार फारच आग्रह करतोस. यामुळेच गप्प झोपलो होतो की तू निघून जाशील पण तू पुन्हा आलास, डोक्यावरच बसलास. सांगितले ना-मी येणार नाही.'

'आणि मी सांगतिले-मी घेऊन जाणार.'

माझ्यावर विजय मिळविण्याचा सोपा मार्ग मित्राला माहीत आहे. कोणी जबरदस्ती, धिंगामस्ती, ओढा-ताण केली तरी मी हार मानत नाही, पण कोणी जर गुदगुल्या केल्या तर संपलं. मग माझे काही चालत नाही. मी हात जोडू लागतो, विनंती करतो, कधी कधी तर रडू लागतो. जयदेवने तोच मार्ग स्वीकारला आणि तो जिंकला. एका अटीवर ठरले की मी कोणाला कळू न देता प्रदर्शन पहायला येणार.

३

सेठ घूरेलाल त्या लोकांपैकी आहे, ज्याचं कोणी सकाळी नाव घेतले तर दिवसभर भोजन मिळणार नाही. त्यांच्या कंजूसपणाच्या शेकडो कथा नगरात प्रचलित आहेत. म्हणतात, एकदा मारवाडचा एक भिकारी त्यांच्या घरी हट्ट करीत राहिला की भिक्षा घेऊनच जाईल. सेठजी पण अडून बसले, की भिक्षा देणार नाही. मग काहीही झाले तरी. मारवाडी त्यांच्या गावचाच होता. थोडा वेळ त्यांच्या पूर्वजाचं गुणगाण करीत राहिला, नंनर त्यांची निंदा करू लागला. शेवटी दारात झोपून राहिला. सेठजीने थोडी पण पर्वा केली नाही. भिक्षूक पण त्याच्या निर्णयावर ठाम होता. दिवसभर दारातच ना अन्न, ना पाणी पडून राहिला आणि शेवटी तिथेच मृत्यू पावला. तेव्हा सेठला दया आली आणि त्यांचा अंतविधी इतक्या थाटात केला की फारच कमी लोकांचा केला असेल. एक लाख ब्राह्मणांना भोजन दिले आणि लाख त्यांना दक्षिणेत दिले. भिक्षूकाचा सत्याग्रह सेठजीसाठी वरदान ठरले. त्यांच्या हृदयात अतं:करणात भक्तीचा स्त्रोत उत्पन्न झाला. आपली सर्व संपत्ती धर्मार्थ दान करून टाकली.

आम्ही ठाकुरद्वारात पोहचलो, तर प्रेक्षकांची गर्दी झाली होती. खांद्याला खांदा लागत होता. येण्या जाण्याचा मार्ग वेगळा होता, आम्हाला अर्ध्या तासाने आत जाण्यास मिळाले. जयदेव सजावट पाहून लोटपोट होत होता, मला असे दिसत होते की सजावट आणि बनावटीच्या मेळ्यात कृष्णाची आत्मा कुठे हारवला आहे. त्यांची ती रत्नजडीत, वीजेने झगमगीत मूर्ती पाहून माझ्या मनात ग्लानी उत्पन्न झाली. या रूपातही प्रेमाचा निवास होऊ शकतो? आम्ही तर रत्नात दर्प आणि अहंकार भरलेलाच पाहिला आहे. मला त्यावेळी हे आठवले नाही की एक करोडपती सेठचे मंदीर आहे आणि धनी व्यक्ती धनाकडे येणाऱ्या ईश्वराचीच कल्पना करू शकतो. धनी ईश्वरातच त्याची श्रद्धा असू शकते. ज्याच्याकडे धन नाही, तो त्याच्या दयेस पात्र ठरू शकतो, श्रद्धेचा कदापि नाही.

मंदीरात जयदेवला सगळे ओळखतात. त्यांना तर सर्व ठिकाणी सर्व ओळखतात. मंदिराच्या अंगणात संगीत मंडळी बसलेली होती. केळकरजी आपल्या गंधर्व-विद्यालयाच्या शिष्यासोबत तंबोरा घेऊन बसले होते. पखवाज, सितार, सरोज, वीणा आणि माहित नाही कसले कसले वाद्य, ज्याची नावं पण मला माहीत नाहीत. त्यांच्या शिष्याकडे होते. कोणते तरी गाणे गाण्याची तयारी चालली होती. जयदेवाला पहातातच केळकरजीने हाक मारली. मी पण मैफिल मध्ये जाऊन बसलो. एका क्षणात गाणे सुरू झाले. सर्व प्रेक्षक मंत्रमुग्ध झाले. तिथे इतका आवाज होता की तोफेचा आवाज देखील ऐकू आला नसता, तिथे गीताच्या माधूर्याने सगळं बुडवून टाकलं. जो जिथे होता, तिथेच मंत्रमुग्ध होऊन उभा राहिला. मी अशी कधीच कल्पना केली नव्हती. माझ्यासमोर ना वीजेचा झगमगाट होता, ना रत्नांची चमक. ना तो भौतिक विभूतींचा समारोह. माझ्यासमोर तोच यमुनेचा तट होता, झुडूपाची एक जुडी चेहऱ्यावर ठेवलेली. वही मोहिनी गाई होत्या. त्याच गवळणीची जलक्रिडा, तिच कृष्णाची मधूर धून, ती शीतल चाँदणी आणि तोच प्यारा कृष्ण! ज्याच्या मुख प्रतिमेत प्रेम आणि वात्सल्याची ज्योती होती, ज्याच्या दर्शनानेच हृदय निर्मळ होऊन जाते.

४

मी या आनंद-विस्मृतीच्या दशेत होतो की कसर्ट बंद झाली आणि आचार्य केळकरचे ऐक शिष्याने ध्रुपद गायला सुरूवात केली. कलाकारांची एक सवय असते की ते गाताना शब्दाला असे मोडून तोडून टाकतात की ऐकणारांना काय चालले आहे, हेच समजत नाही. या गाण्याचा एक शब्दही मला समजला नाही. परंतु गळयात इतका गोडवा होता की प्रत्येक स्वर मला रोमांचित करीत होता. कंठ स्वरात इतकी जादूमय शक्ती असते. याचा आज मला अनुभव आला. मनात एक नव्या जगाची निर्मिती होऊ लागली. जिथे आनंदही आनंद आहे. प्रेमही प्रेम आहे. त्यागही त्याग आहे. असे वाटू लागले की दुःख केवळ मनाची एक आवस्था आहे, सत्य आहे केवळ आनंद. एक स्वच्छ, करूणामय कोमलता, जशी मनाला खाऊ लागली. मनात अशी भावना उत्पन्न झाली की जितके सज्जन बसले होते, सगळे माझे आहेत, अभिन्न आहेत. मग भूतकाळातून माझ्या बंधुची आठवण ताजी झाली.

माझा लहान भाऊ, अनेक दिवस झाले, माझ्यासोबत भांडण करून, घरातली पुंजी घेऊन रंगूनला पळाला होता, आणि तिथेच त्याचा देहांत झाला होता. त्याचा रानटी व्यवहार पाहून मी चिडलो होतो, जर तो माझ्या हाती सापडला असता तर मी त्याचा जीव घेतला असता, पण यावेळी मनात त्याची प्रतिमा आठवून त्याची आठवण आली. त्याला मिठी मारण्यासाठी व्याकूळ झालो. त्याने माझ्यासोबत, माझ्या पत्नीसोबत, आईसोबत माझ्या मुलांसोबत जो कडवट, नीच आणि घुणास्पद व्यवहार केला होता, ते मी विसरून गेलो. मनात केवळ इतकीच भावना होती की माझा भाऊ किती दुःखी आहे. मला त्याच्यावर इतकी दया कधी नाही आली नव्हती. मनाची अशी आवस्था झाली होती, तिला व्याकूळता म्हणता येईल. शत्रुत्वाची भावना जणू मनातून गेली होती. ज्यांच्या ज्यांच्या सोबत माझे वैर होते, ज्यांच्यासोबत शिवीगाळ, मार पीट, कोर्ट कचेरी, सगळं झालं होतं, ते सगळे जणू माझ्यागळयात पडून हसत आहेत. मग विद्या (पत्नी)ची मुर्ती माझ्यासमोर आली, जिला दहा वर्षापुर्वी मी पाहिले होते, त्या डोळयात तेच विकल कंपन होते. तोच संदिग्ध विश्वास, गालावर तिच लज्जेची लाली, जणू सरोवरातून उगवलेलं कमळाचे फुलच. तोच अनुराग, तोच आवेश, तिच याचनामय उत्सुकता, ज्यात मी तिला न विसरणाऱ्या रात्रीचे स्वागत केले होते. पुन्हा एकदा माझ्या मनात उत्पन्न झाली. मधूर आठवणींचा जणू झरा पाझरू लागला होता. असे वाटत होते की लगेच जावे आणि विद्याच्या पायावर डोके ठेवून खूप रडावे आणि तिथेच झोपी जावे. माझ्या डोळयात पाणी आले. माझ्या तोंडून जे शब्द निघाले होते, ते सगळे माझ्या हृदयात गाडले गेले. याच आवस्थेत, जसे की ममतामय मातेने मला मांडीवर घेतले आहे. बालपणी ज्या वात्सल्याचा आनंद घेण्याची माझ्यात शक्ती नव्हती, तो आनंद मी आज घेतला.

गाणे बंद झाले. प्रेक्षक उठून जाऊ लागले. मी कल्पनेतच रमलो.

अचानक जयदेवने हाक मारली-येतोस का बसून रहातोस?

१९) धिक्कार

अनाथ आणि विधवा मानीच्या जीवनात आता रडण्याशिवाय दुसरा पर्याय नव्हता. ही पाच वर्षाची असताना वडील गेले. आईने तिला कसेबसे सांभाळले. सोळाव्या वर्षी वस्तीतल्या लोकांच्या मदतीने तिचा विवाह केला. परंतु एका वर्षातच आई आणि पती दोघे देवाघरी गेले. अशा संकटाच्या काळात तिचा काका बंशीधर हाच तिला आश्रयासाठी एकमेव आधार वाटला. बंशीधर आतापर्यंत तिच्यासोबत ज्याप्रकारे वागला होता, त्यावरून असे वाटत नव्हते की ती तिथे सुखाने राहील. पण ती सगळं काही सहन करायला आणि सगळं काही करायला तयार होती. ती शिव्या, मारपीट, ओरडा, सगळं सहन करील, कोणी तिच्यावर शंका घेणार नाही, विनाकारण ती बदनाम तर होणार नाही. गुंड आणि भामट्यापासून तिचे रक्षण होईल. बंशीधरला कुलधर्माची थोडी तरी पर्वा होती, मानीची विनंती त्याने मान्य केली.

परंतु दोन चार महिन्यातच मानीला कळले की या घरात फार दिवस ती राहू शकणार नाही. ती घरातलं सगळं काम करीत असे, इशाऱ्यावर नाचत असे, सर्वांना खुश करण्याचा प्रयत्न करीत असे, पण माहीत नाही काका आणि काकू तिच्यावर जळत असायचे. ती येताच कामवाली बंद केली. अंघोळीसाठी एक मुलगा होता. त्याचं पण केलं. इतके करूनही माहीत नाही काका आणि काकू तिच्यावर का नाराज असायचे. कधी काका बोलायचे, कधी काकू रागवायची. इतकेच नाही तर तिची चुलत बहिण देखील कशान कशावरून तिला शिव्या द्यायची. घरात फक्त तिचा चुलत भाऊ गोकूळलाच तिची काळजी असायची. त्याच्या बोलण्यातच थोडी आत्मियता, थोडे प्रेम दिसायचं. त्याला त्याच्या आईचा स्वभाव माहीत असायचा. पण तो जर तिला समजावून सांगण्याचा प्रयत्न करील किंवा मानीची बाजू घेईल, तर मानीला थोडा वेळ देखील तिथे रहाणे कठीण होऊन जाईल. म्हणून मानीला दिलासा देण्यापलिकडे तो काहीही करू शकत नव्हता. तो म्हणायचा-ताई, मला कुठे काम मिळू दे, मग तुझा त्रास थोडा कमी करील. तेव्हा पहातो, कोण तुझ्याकडे वाकड्या नजरेने पहातो. जोपर्यंत शिक्षण घेत आहे, तोर्पत तुझे वाईट दिवस आहेत. मानी हे आशादायी बालणे ऐकून प्रसन्न होत असे. आणि तिच्या हृदयापासून त्याच्यासाठी शुभेच्छा निघत.

आज ललिताचा विवाह आहे. सकाळपासूनच पाहुण्याचे येणे चालू झाले आहे. दागिण्याच्या आवाजाने घर ध्वनीत झाले आहे. मानी पण पाहुण्याना पाहून खुश होत आहे. तिच्या अंगावर एकही दागिना नाही. तिला नवे कपडे पण कोणी दिले नाहीत. तरी पण तिचा चेहरा प्रसन्न आहे.

मध्यरात्र झाली होती. विवाहाची वेळ जवळ आली होती. जनवासे परिधान करण्याच्या वस्तू आल्या. सर्व बायका खुश त्या वस्तू पाहू लागल्या. ललिताला आभूषण परिधान करण्यात येऊ लागले. मानीला खूप वाटले की जाऊन वधुला भेटावे. कालपर्यंत जी बालिका होती, तिला वधु वेषात पहाण्याची इच्छा रोखू शकली नाही. ती हसतच खोलीत गेली.

अचानक तिच्या काकुने झिडकारत म्हटले-तुला इकडे कोणी बोलावले होते, निघून जा या ठिकाणाहून!

मानीने अनेक अपमान सहन केले होते. परंतु आजचे झिडकाणे बाणाप्रमाणे हृदयात गेले होते. तिचे मन तिला धिक्कारू लागले. 'तुझ्या छिछोरेपणाचा हाच पुरस्कार आहे.' इथे सुवासनीच्या मध्ये तुला येण्याची काय गरज होती. ती नाराज होऊन खोलीत आली आणि एकांतात बसून रडू लागली. अचानक जिन्यावर तिची आणि इंद्रनाथची टक्कर झाली. इंद्रनाथ गोकुळचा वर्गमित्र आणि परममित्र होता. त्याला पण निमंत्रण दिले होते. यावेळी गोकुळाला शोधत वर आला होता. मानीला त्याने दोन चार वेळा पाहिले असेल. त्याला हे पण माहीत होते की इथे तिच्यासोबत चांगले वागले जात नाही. काकु जे बोलल्या हे त्याने पण ऐकले होते. मानीला वर जाताना तिच्या मनातल्या भावना तो समजला होता. आणि तिला सांत्वना देण्यासाठी वर आला. पण दरवाजा आतून बंद होता. त्याने दरवाज्याच्या फटीतून आत पाहिले. मानी मेजजवळ उभा राहून रडत होती.

तो हळू आवाजात बोलला-मानी दरवाजा उघड.

त्याचा आवाज ऐकल्यावर मानी कोपऱ्यात लपली आणि गंभीर स्वरात बोलली-काय काम आहे?'

इंद्रनाथने विनवणीच्या स्वरात म्हटले-तुझ्या पाया पडतो मानी, दरवाजा उघड.

ही प्रेमाने भरलेली विनंती मानीसाठी अभूतपूर्व होती. या निर्दयी जगात तिची कोणी अशी विनंती पण करू शकतं, याची तिने स्वप्नात पण कल्पना केली नव्हती. मानीने थरथरत्या हाताने दरवाजा उघडला. इंद्रनाथ ताबडतोब आत आला. पाहिले छताच्या पंख्याच्या कडेला एक दोरी लटकत आहे. म्हणाला-काय करायला निघाली होतीस मानी? माहित आहे, या गुन्ह्यासाठी काय शिक्षा आहे?

मानीने मान खाली घालत म्हटले-या शिक्षेपेक्षा कोणती मोठी शिक्षा असू शकते? जिच्या चेहऱ्याची लोकांना घृणा आहे, तिला मेल्यांनतरही कठोर शिक्षा दिली जावी, तर मी म्हणेल की देवाच्या दरबारात न्यायाचे कामच नाही. तुला माझी दशा समजू शकते.

इंद्रनाथच्या डोळ्यात पाणी आले. मानीच्या बोलण्यात किती सत्यता होती. म्हणाला-सगळे दिवस सारखेच नसतात मानी. तुला जर असे वाटत असेल की या जगात तुझे कोणी नाही. तर हा तुझा भ्रम आहे. जगात असा एक मनुष्य आहे, ज्याला जीवापेक्षाही तुझे प्राण प्रयि आहे.

अचानक गोकूळ येताना दिसला. मानी खोलीत गेली. इंद्रनाथच्या शब्दाने तिच्या मनात वादळ उठले. काय अर्थ आहे याचा. तरी पण आज तिला तिचे जीवन सार्थक वाटले. तिच्या अंधारमय जीवनात एक प्रकाश किरण दिसत होते.

२

इंद्रनाथला तिथे बसलेलं आणि मानीचे खोलीत जाणं गोकूळला खटकलं. त्याचा रूपच बदललं. कठोर स्वरात बोलला-तू इथे कधी आलास?

इंद्रनाथने विचलित न होता म्हटले-तुलाच शोधत इथे आलो होतो. तू इथे सापडला नाहीस तर परत चाललो होतो. जर निघून गेला असतो तर तुला ही खोली बंद दिसली असती आणि पंख्याला एक प्रेत लटकताना दिसले असते.

गोकूळच्या लक्षात आले, हा त्याचा गुन्हा लपविण्यासाठी कशाचा तरी आधार घेत आहे. कठोर शब्दात बोलला-तू असा विश्वासघात करशील, ही अपेक्षा नव्हती.

इंद्रनाथचा चेहरा लाल झाला. तो रागात उभा राहिला. आणि म्हणाला-आणि मला ही अपेक्षा नव्हती की तू माझ्यावर इतका मोठा आरोप करशील. मला माहीत नव्हते की तू मला इतकं नीच आणि कुटील समजतोस म्हणून. मानी तुझ्यासाठी तिरस्कृत वस्तू असेल पण माझ्यासाठी ती श्रद्धेचा विषय आहे आणि असेल. मला तुझ्यासमोर सफाई देण्याची गरज नाही. परंतु मानी माझ्यासाठी कितीतरी पवित्र आहे, जी तू समजतोस. मला नाही वाटत की यावेळी तुझ्यासोबत या विषयावर बोलू. त्यासाठी योग्य वेळ येण्याची प्रतिक्षा मी करीत होतो, पण विषयच निघाला म्हटल्यावर बोलावे लागत आहे. मला हे माहीत होतं की मानीला या घरात कसलीच किंमत नाही, परंतु तुम्ही तिला इतकी नीच आणि त्याज्य समजता, हे आज तुझ्या आईचे बोलणे ऐकल्यावर समजले. केवळ यासाठी कि ती केवळ दागिने पहायला गेली होती, तुझ्या आईने तिला वाईटपणे झिडकारले, कोणी कुत्र्याला इतके झिडकारणार नाही. तू म्हणशील यात मी काय करू, मी करू पण काय शकतो! ज्या घरात अनाथ स्त्रीवर इतका अत्याचार होत असेल, त्या घरचे पाणी पिणे देखील हराम आहे. तू तुझ्या आईला पहिल्या दिवशीच समजावले असते, तर आज ही वेळ आली नसती. या आरोपापासून तुला पळ काढता येणार नाही. आज तुझ्या घरात उत्सव आहे, मी तुझ्या आई-वडीलाना बोलू शकत नाही. परंतु तुला बोलायला संकोचत नाही की मी मानी सोबत विवाह करून स्वतःला धन्य समजेन. मी समजले होते, कुठे काम धंदा करू लागल्यावर हा प्रस्ताव मांडेल. पण मला भीती आहे की आणखी उशीर केल्यास मानी हातातून जाईल. म्हणून तुला आणि तुझ्या घरच्या लोकांना चिंतामुक्त करण्यासाठी मी हा प्रस्ताव पुढे ठेवतो.

गोकूळच्या हृदयात इंदनाथप्रति अशी श्रद्धा कधी नव्हती. त्याच्यावर असा शंका घेऊन त्याला खूप लज्जित वाटले. त्याला याची जाणीव झाली की आईच्या भीतीने मानीच्या संदर्भात तटस्थ राहून भित्रेपणाचा दोषी आहे हा केवळ भित्रेपणाच होता, दुसरे काही नाही. थोडा ओशाळत बोलला-आईने याबद्दल मानीला झिडकारले असेल तर वेळ आल्यावर मी आईला विचारतो.

इंद्रनाथ-आता विचारण्याचा वगैरे वेळ गेली आहे. मी म्हणतो माझा प्रस्ताव मानीला सांगून मला निरोप दे. मला असे वाटत नाही की तिने इथे क्षणभर रहावे. मला आज माहीत झाले की ती मुळात एक स्त्री आणि खरं सांगायचं तर मी तिच्या स्वभावार मुग्ध झालो आहे. अशी स्त्री अत्याचार नाही सहन करू शकत.

गोकूळने घाबरत घाबत विचारले-पण तुला माहीत आहे ना ती विधवा आहे.

जेव्हा कोणाच्या हाताने आपले असामान्य हित पहातो, तर मी माझे सगळ्या वाईट गोष्टी त्याच्यासमोर उघड करतो. मी तिला दाखवू इच्छितो की मी आपल्या या कृपेसाठी पूर्णपणे अयोग्य नाही.

इंद्रनाथने हसत म्हटले-माहीत आहे, ऐकलं आहे आणि म्हणून तुझ्या वडीलाना बोलण्याचं आजपर्यतं माझं धाडस झालं नाही. माहीत नसतं तरीही माझ्यावर कोणताच परिणाम झाला नसता. मानी विधवाच नाही, अस्पृश्य असती, त्यापेक्षा अधिक काही असती, तरी पण ती माझ्यासाठी रमणी रत्न आहे. आपण लहान लहान कामासाठी अनुभवी कारागीर शोधतो, ज्याच्यासोबत आपल्याला जीवनाचा प्रवास करायचा आहे, तिला अनुभव असणे दोष कसा. मी न्यायाचा गळा घोटणाऱ्यापैकी नाही. संकटापेक्षा अनुभव शिकवणारे कोणते विद्यालय आजपर्यंत सुरू झाले नाही. ज्याने या विद्यालयात डिग्री घेतली, त्याच्या हातात आपण निश्चिंत होऊन जीवनाची दोर देऊ शकतो. कोण्या रमणीचे विधवा होणे माझ्या दृष्टीने दोष नाही, तर गुण आहे.

गोकुळने प्रसन्न होत म्हटले-परंतु तुझ्या घरचे?'

इंद्रनाथने ठामपणे म्हटले-मी माझ्या घरच्यांना इतका मूर्ख समजत नाही, की ते अडथळा ठरतील. परंतु त्यांनी अडथळा आणला तरी माझा निर्णय मिच घेण्याच्या विचाराचा आहे. त्यांचा माझ्यावर अधिकार आहे. अनेक गोष्टी त्यांच्या मी कायद्यासमान मानतो. परंतु ज्या गोष्टीला मी माझ्या आत्म्याच्या शुद्धीसाठी शुभ समजतो, त्यात मला कोणाचा हस्तक्षेप नको आहे. मी गोष्टीचा आनंद घेऊ इच्छितो की मी माझ्या जीवनाचा निर्माता आहे.

गोकूळने थोडी शंका घेत विचारले-मानीला मान्य नसेल तर!

इंद्रनाथला ही शंका बिनबुडाची वाटली. म्हणाला-तू यावेळी मुलासारखं बोलत आहेस गोकुळ, हे गृहीतच आहे की मानी सहज कबूल करणार नाही. ती या घरात ठोकरे खाईल, झिडकारणे सहन करील, पण याच घरात राहील. वर्षानुवर्षाचे संस्कार संपवणे सोपे नाही. परंतु आपल्याला तिला राजी करावे लागेल. मी विधवांच्या पुनर्विवाहाच्या बाजूने नाही. माझा विचार आहे की पतिव्रतेचा हा अलौकिक आदर्श संसाराचे अमूल्य रत्न आहे आणि आपल्याला खूप विचार करून यावर आघात करावा लागेल. परंतु मानीच्या विषयात हा प्रश्नच नाही. प्रेम आणि भक्ती नावासोबत नाही, व्यक्तीसोबत असते. ज्या पुरूषाचा तिने तोंडही पाहिले नाही, त्याच्यासोबत तिला प्रेम नाही होऊ शकत. केवळ संस्कार होऊ शकतो. या अवडंबरची, या दिखाव्याची, आपण पर्वा नाही केली पाहिजे, पण असे होऊ नाही की तुला संकोच वाटेल आणि विचारातच गढून जाशील आणि दिवस निघून जातील.

गोकूळने त्याच्या गळ्यात हात टाकून म्हटले-मी परवा स्वतः येतो.

३

वरात निघून गेली होती. पाहुणे देखील गेले होते. रात्रीचे नऊ वाजले असतील. विवाहानंतरची झोप प्रसिद्ध आहे. घरचे लोक दिवसाढवळ्या झोपून होते. कोणी खाटावर, कोणी ओट्यावर, कोणी जमिनीवर, ज्याला जिथे जागा मिळेल तिथे. केवळ मानी घरची देखभाल करीत होती आणि गोकूळ वरच्या खोलीत पेपर वाचत होता.

अचानक गोकूळने हाक मारली-मानी, एक ग्लास थंड पाणी आण, फार तहान लागली आहे.

मानी पाणी घेऊन वर गेली आणि मेजवर पाणी ठेवून परत निघाली होती तोच गोकूळ म्हणाला-जरा थांब मानी, तुला काही बोलायचं आहे.

मानी म्हणाली, आता वेळ नाही बाबा, सगळं घर झोपी गेलं आहे. एखादी घुस घरात घुसली तर सगळी गडबड होईल!

गोकुळ म्हणाला-येऊ दे घुस, मी तुझ्या ठिकाणी असतो तर चोरासोबत संगनमत करून चोरी केली असती. मला इंद्रनाथला भेटायचे आहे. मी त्याला आज भेटण्याचा शब्द दिला आहे. पहा संकोच करू नकोस, जे मी विचारत आहे, त्याचं उत्तर दे. उशीर झाला तर मला भीती वाटेल. इंद्रनाथ तुझ्यावर प्रेम करतो, हे तुला माहीत आहे काय?'

मानी तोंड वळवत म्हटले-हे सांगण्यासाठी मला बोलवले होते काय? मला काही माहीत नाही.

गोकुळ-असो, ते त्याला आणि तुलाच माहीत. त्याला तुझ्यासोबत विवाह करायचा आहे.

वैदिक पद्धतीने विवाह होईल. तुला मान्य आहे?

मानी लज्जेने गळून गेली. ती काही बोलू शकली नाही.

गोकूळने पुन्हा विचारले-दादा आणि आईला हे नाही सांगितले, याचे कारण तुला माहितच आहे. ते तुला बोलून, जाळून जाळून मारून टाकतील, पण विवाहाला परवानगी देणार नाहीत. यामुळे त्यांचे नाक जाईल. म्हणून हा निर्णय तुलाच घ्यायचा आहे. मला असं वाटतं, तू तयार असले पाहिजे. इंद्रनाथ तुझ्यावर प्रेम करतो आहे, तसाही निष्कळंक मनुष्य आहे आणि धाडसी आहे. त्याला कसलीच भीती नाही. तू सुखी झालेलं पाहून मला आनंद होईल.

मानीच्या हृदयातून एक लहर उठली होती पण एक शब्दही बोलू शकली नाही.

गोकुळने आता नाराज होत म्हटले-हे पहा मानी ही वेळ गप्प बसण्याची नाही. काय विचार करतेस?

मानी थरथरत्या स्वरात बोलली-हो.

गोकूळच्या हृदयावरील ओझे हलके झाले. हसू लगला. मानी लज्जीत होऊन त्या ठिकाणाहून पळाली.

४

रात्रीच्या वेळी गोकूळने त्याच्या आईला म्हटले-आई, इंद्रनाथच्या घरी आज कसला तरी उत्सव आहे. त्याची आई घाबरली होती की सगळं कसं होईल? मी म्हटले, नी मानीला पाठवतो, तुझी परवानगी असावी, तर मी मानीला घेऊन जातो. उद्या परवापर्यंत जाईल.

मानी तोपर्यंत तिथे आली, गोकुळने तिच्याकडे तिरप्या नजरेने पाहिले. मानी लज्जेत न्हाली. पळायला रस्ता मिळाला नाही.

आई म्हणाली-मला काय विचारतोस, ती येणार असेल तर घेऊन जा.'

गोकुळने मानीला म्हटले-कपडे परिधान करून तयार हो. आपल्याला इंद्रनाथच्या घरी जायचे आहे. मानीने मनाई केली-मला बरं वाटत नाही, मी नाही येणार.

गोकुळच्या आईने म्हटले-का जात नाहीस, तिथे काय पहाड थोडाच खोदायचा आहे?

मानी एक सफेद साडी परिधान करून तांग्यात बसली, तिचे हृदय थरथरत होते आणि डोळ्यात पाणी येत होतं. ती पुसत होती. तिचं हृदय बंद पडू लागलं होतं, जणू नदीत उडी मारायला चालली आहे.

तांगा थोडा अंतरावर गेला असेल, ती गोकूळला म्हणाली-भाऊ, मला कसं तरी होत आहे. घरी परत चल, तुझ्या पाया पडते.

गोकुळ म्हणाला-तू पागल आहेस. तिथे सगळेजण तुझी प्रतिक्षा करीत आहेत आणि तू म्हणतेस की परत चल.'

मानी-माझे मन सांगत आहे की अनिष्ट होणार आहे.

गोकुळ-आणि माझे मन सांगत आहे तू राणी होणार आहेस.'

मानी-दहा पंधरा दिवस थांबत का नाहीत! सांगा, मानी आजरी आहे.

गोकुळ-पागलसारखं बोलू नकोस.

मानी-लोक किती हसतील.

गोकुळ-मी शुभ कार्यात कोणाच्या हसण्याची पर्वा करीत नाही.

मानी-आई तुला घरात घेणार नाही. माझ्यामुळे तुलाही बोलणं मिळेल. गोकुळ-याची मला पर्वा नाही. त्यांची तर ती सवय आहे.

तांगा पोहचला. इंद्रनाथची आई समजदार महिला होती. तिने येऊन वधुला खाली उतरवले आणि आत नेले.

५

गोकुळ त्या ठिकाणाहून परत निघाला त्याला आकरा वाजले होते. एकिकडे शुभ कार्य पार केल्याचा आनंद होता, तर दुसरीकडे भीती होती की उद्या मानी जाणार नाही, तर लोकांना काय उत्तर देणार? त्याने निश्चय केला, जाऊन संगळं स्पष्ट सांगावं. लपवण्यात अर्थ नाही. आज नाही तर उद्या, उद्या नाही तर परवा सगळं काही सांगवेच लागेल. मग आजच का सांगू नये?

असा निश्चय करून तो घर पोहचला.

आईने दरवाजा उघडताच म्हटले-इतकी रात्र काय करायला गेले होते? तिला पण का नाही आणले, उद्याचं भांडी स्वयंपाक कोण करील?'

गोकुळने मान खाली घालत म्हटले-ती आता कदाचित परत येणार नाही आई! तिची तिथेच रहाण्याची सोय झाली आहे.

आईने डोळे वटारत म्हटले-काय बोलतोस? तिथे ती कशी राहील?'

गोकुळ-इंद्रसोबत तिचा विवाह झाला आहे.

आई जणू आकशातून पडली. तिला काही कळेना की ती काय काय बोलत आहे, कुलांगार, भडवा, हरामजादा आणि असेच बरेच काही. इतके की गोकुळला त्याची मर्यादा ओलांडावी लागली. त्याचा चेहरा लाल झाला, अवतार बदलला. म्हणाला, आई पुरे झाले, यापेक्षा अधिक मी ऐकू शकत नाही. मी जर चुकीचे काही केले असते तर तुझ्या चपालाने मार खाल्ला असता, पण काही चुकीचे काम केलेच नाही. मी तेच केले जे माझे यावेळी

कर्तव्य होतं. जे एक सभ्य व्यक्तीने करायला हवे.! तू मुर्ख आहेस, तुला माहित नाही की काळ किती बदलला आहे, म्हणून मी तुझे बोलणे सहन केले. मला दुःखाने म्हणावे लागत आहे की वडिलाने देखील मानीचे जीवन नरक बनवले होते. तू तर असा त्रास दिलास, कोणी आपल्या शत्रुला पण देणार नाही. यामुळे की ती तुझ्याकडे आश्रीत होती, यामुळे की ती अनाथ होती. आता ती तुझ्या शिव्या खाण्यासाठी येणार नाही. ज्या दिवशी तुझ्या घरी विवाहाचा कार्यक्रम चालू होता, त्याच दिवशी तुझ्या काही शब्दाने नाराज होऊन ती आत्महत्या करायला निघाली होती. इंद्रनाथ त्या दिवशी वेळेवर आला नसता तर, आज आपण सगळे जेलमध्ये असतो.

आईने डोळे मिचकावत म्हटले-आहा! काय सुपुत्र आहेस तू, सगळ्या घराला संकटातून वाचवलेस. का असणार नाहीस? आता बहिणीची वेळ होती. एखाद्या दिवशी मला घेऊन जा कोणाच्याही गळयात बांधून ये. मग तुझी लॉटरी लागेल. हा रोजगार सर्वात चांगला आहे. शिकून काय करणार आहेस?

गोकुळ मर्म वेदनेने तळमळला. व्यथित स्वरात बोलला-ईश्वर कृपेने कोणीही तुझ्या पोटी जन्म घ्यायला नको आहे. तुझे तोंड पहाणे दुखील पाप आहे.

असे म्हणत तो घराच्या बाहेर पडला आणि उन्मताप्रमाणे कुठेतरी निघून गेला. जोराची हवा चालली होती. पण त्याला असे वाटत होते की श्वास घेण्यासाठी देखील हवा नाही.

६

एक आठवडा निघून गेला, पण गोकुळचा काही शोध लागला नाही. इंद्रनाथला मुबंईत एका ठिकाणी जागा मिळाली होती. तो तिकडे गेला होता. तिथे रहाण्याची व्यवस्था करून तो त्याच्या आईला तार पाठवील आणि मग आई आणि त्याची पत्नी तिकडे जातील. बंशीधरला पहिल्यादा शंका आली की गोकुळ इंद्रनाथच्या घरी लपला असेल, पण तिथे तो सापडला नाही, म्हणून मग त्याने संपूर्ण शहरात शोध सुरू केला. जितके भेटणारे मित्र, स्नेही, संबंधी होते, सर्वांच्या घरी शोध घेतला. सगळीकडून स्पष्ट नकार आला. दिवसभर शोधाशोध घेऊन रात्री घरी येत, आणि बायकोवर तुटून पडत. अजून रागाव लेकराला पाणी पिऊन रागाव. माहीत नाही तुला कधी अक्कल येईल किंवा नाही. गेली ती चुडेल, तर जाऊ द्यायची. एक ओझे डोक्यावरून उतरले. एक नोकर ठेव, काम धकेल. जेव्हा ती नव्हती, तर काय घर उपाशी मरत होते? विधवांचा विवाह तर सगळीकडे होऊ लागले आहेत. ही एक न घडणारी घटना नव्हती. आपल्या हातात असते तर, विधवा विवाहांच्या बाजूने असणाराना देशातून काढून टाकले असते, शाप देऊन भस्म केले असते. परंतु हे आपल्या हातात नाही. तू किमान मला विचारले असतेस, इतके कष्ट तर घ्यायचे. मला जे योग्य वाटले असते, केले असते. काय तू असे समजले होते की मी कार्यालयातून परत येणारच नाही. तिथेच अत्यंस्कार होतील. झालं, लेकरावर सगळा राग काढलास. आत रड, पाहिजे तेवढं रडून घे.

सांजवेळ झाली होती. बंशीधर बायकोला नको नको ते बालून दारात रिकाम्या चकरा मारत होता. राहून राहून मानीचा राग येत होता. त्या हडळीमुळे माझ्या घराचा सत्यनाश झाला. माहीत नाही काळी सावली घेऊन आली होती माझ्या घराला संपवायला. ती आली

नसती तर काय आज हे वाईट दिवस पहायला मिळाले असते? किती हुशार किती प्रतिभाशाली मुलगा होता. माहीत नाही कुठे गेला?

अचानक एक वयोवृद्ध महिला त्याच्यासमोर आली आणि म्हणाली-बाबु साहेब, हे पत्र आणले आहे, घ्या.'

बंशीधरने घाईने म्हतारीच्या हातून पत्र घेतलं, त्यांची छाती आशावादी होऊन धडधड करू लागली. गोकुळने कदाचित हे पत्र लिहिले असेल. अंधारात काही दिसले नाही-कोणी दिले आहे?'

म्हतारी म्हणाली-ते जे बाबु हुसेनगंजमध्ये रहातात ना, जे मुबंईत नोकरीला आहेत, त्यांच्या सुनबाईने पाठवले आहे.'

बंशीधरने खोलीत जाऊन लॅम्प पेटवला आणि मानीचे पत्र होते, लिहिले होते-

'पूज्य काका, दुर्देवीचा प्रणाम स्वीकार करावा.'

गोकुळ भाऊ कुठेतरी निघून गेल्याचे कळल्याने मला खूप वाईट वाटले आणि आतापर्यंत त्याचा काही पत्ता लागला नाही. हा कलंक माझ्याच माथी लागायचा होता का, तो पण लागला. माझ्यामुळे तुम्ही इतके दु:खी झालात, परंतु भाऊ आवश्य परत येतील, मला खात्री आहे. मी पण नऊ वाजेच्या गाडीने मुंबईला निघाले आहे. माझ्याकडून जी काही चूक झाली आहे, त्यासाठी माफ करावे आणि काकुला माझा प्रणाम सांगा. देवाकडे माझी एकच विनंती आहे की गोकुळ भाऊने सुखरूप घरी परत यावे. देवाची इच्छा असेल तर गोकुळ भाऊच्या लग्नाच्या निमित्ताने मी तुमचे दर्शन करील.'

बंशीधरने पत्राचे तुकडे तुकडे केले. घड्याळात पाहिले तर आठ वाजले होते. तात्काळ कपडे परिधान केले, रस्त्यावर येऊन तांगा पकडला आणि स्टेशन गाठले.

७

मुंबई मेल प्लेटफॉमवर उभी होती. प्रवाशाची गर्दी झाली होती. हॉकर्सच्या आवाजाने कोणाचे कोणाला काही ऐकू जात नव्हते. गाडी सुरू होण्यास थोडा वेळ बाकी होता. मानी आणि तिची सासु एक रिझर्व्ह डब्यात बसून होते. मानी अश्रू नयनानी समोर पहात होती. भुतकाळ दु:खद का असेना, त्याच्या आठवणी मधूर असतात. मानी आज त्या वाईट आठवणींचे स्मरण करून सुखी होत होती. गोकुळची माहीत नाही कधी भेट होईल. काका आले असते तर त्यांची भेट झाली असती, रागावले असते तरी काही हरकत नव्हती. ते येणार नाहीत, आता तर गाडी निघण्याची वेळ झाली आहे. कसे येतील, समाजात खळबळ माजणार नाही? देवाची इच्छा असेल तर, परत आल्यावर त्यांचे दर्शन होतील.

अचानक तिने लाला बंशीधरला येताना पाहिले. ती गाडीतून उतरली आणि बाहेर उभी राहिली आणि काकाकडे निघाली. त्यांचा आशीर्वाद घेण्याचा तिचा विचार होता, तोच ते मागे हटले आणि डोळे वटारत बालले-मला स्पर्श करू नकोस, दूर रहा. अभागिनी कुठली! तोंडाला काळे फासून मला पत्र लिहितेस. मला मृत्यू आला नाही! तू माझ्या कुळाचा सर्वनाश केला आहे. आजपर्यंत गोकूळचा पत्ता लागला नाही. तुझ्यामुळे तो घरातून निघून गेला आहे आणि तू आजपर्यंत माझ्या छाताडावर मुग दळायला आहेस. तुझ्यासाठी काय गंगेत पाणी नाही? मी तुला अशी कुलटा, अशी रांड समजले असते, तर पहिल्याच दिवशी

तुझा गळा घोटला असता. मला आता तुझी भक्ती दाखवायला निघालीस? तुझ्यासारख पापींचे मरणेच चांगले, पृथ्वीचे ओझे कमी होईल.

प्लेटफॉमवर सेकडो लोकांची गर्दी जमली होती आणि बंशीधर निर्लज्जपणे शिव्याची लाखोली वहात होता. कोणाला काही समजत नव्हते, काय भानगड आहे ते. पण मनातून सगळे लालाचा धिक्कार करीत होते.

मानी दगडासमान उभी होती, मानी जणू बर्फाप्रमाणे गोठली होती. तिचा सगळा अभिमान चुरचुर झाला होता. पृथ्वीने तिला तिच्या पोटात घ्यावे. असे तिला वाटत होते, समोर ती गर्भगळीत झाली. तिच्या डोळयातून अश्रूचा एक थेंबही निघाला नाही. हृदयात अश्रू नव्हते. त्या ठिकाणी आगीचा एक लोळ उठला होता. तो जणू वेगाने मेंदूकडे वर सरकत होता. जगात कोणाचे जीवन इतके अधम असेल. सासुने हाक मारली, सुनबाई आत येऊन बस.

८

गाडी निघाली तर सासु म्हणाली-इतका बेशर्म व्यक्ती मी पाहिला नव्हता. मला तर इतका राग आला होता की वाटत होते, त्याचा गळा दाबू.

मानीने मान वर करून पाहिले नाही.

सासु पुन्हा बोलली-माहीत नाही असल्या सडक्यांना कधी अक्कल येईल मसनात जाण्याचे दिवस आलेत, म्हणावं, तुझा मुलगा पळून गेला तर आम्ही काय करावं, असले पापी नसते तर हा वज्र का पडला असता?

मानी पुन्हा काही बोलली नाही. कदाचित तिला काही ऐकायला जात नसोव. कदाचित तिचे अस्तित्वच ती विसरली असावी. खिडकीकडे एकटक बघत राहिली होती. त्य अंधारात माहीत नाही काय सुचत होतं.

कानपुर आले. सासुने विचारले-बेटी, काही खाणार? थोडी सी मिठाई खा. दहा कधीचेच वाजून गेले आहेत.

मानी म्हणाली-भूक नाही अद्याप आई, नंतर खाईल.

सासुबाई झोपल्या. मानी पण आडवी झाली. पण काकाचा तो चेहरा डोळयासमोर होता आणि त्यांच बोलणं कानात पुन्हा पुन्हा ऐकायला येत होतं. मी इतकी नीच आहे! इतकी पतित आहे की माझ्या मरण्याने पृथ्वीचे ओझे कमी होईल? काय म्हणत होता तू तुझ्या आई वडीलाच्या पोटची असेल तर पुन्हा तोंड दाखवू नकोस! नाही दाखवणार, ज्या तोंडावर इतका काळीमा फासला आहे, ते तोंड दाखविण्याची कोणाला इच्छा असेल.

गाडी अंधाराला चिरत निघाली होती. मानीने तिची पेटी उघडली आणि दागिने काढून त्यात ठेवले. मग इंद्रनाथचा फोटो काढून त्याला पहात राहिली. तिच्या डोळयात गर्वाची एक झलक दिसली. तिने फोटो ठेवला आणि स्वतःशी बोलली, नाही नाही, मी तुमच्या जीवनाला कलंकीत नाही करू शकत. तुम्ही देवासमान आहात, तुम्ही माझ्यावर दया केली. मी माझ्या अगोदरच्या संस्काराचा पश्चाताप करीत होते. तू मला हृदयाला लावले. परंतु मी तुम्हाला कलंकीत नाही करणार. तुझे माझ्यावर प्रेम आहे, माझ्यासाठी तुम्ही अनादर, अपमान, निंदा सगळं सहन करणार, पण तुमच्या जीवनावर ओझे नाही बनणार.

गाडी अंधाराला चिरत पुढे निघाली होती. मानी आकाशाकडे इतक्या वेळापर्यंत पहात राहिली की सर्व तारे अदृष्य झाले आणि अंधारात तिला तिची आई दिसू लागली-असा उज्ज्वल, असा प्रत्यक्ष की तिने चकित होऊन डोळे बंद केले. सासुकडे पाहिले तर त्या झोपलेल्या. माहीत नाही किती रात्र झाली होती. दरवाजा उघल्यासारखे वाटल्याने सासुबाईला जाग आली. गाडी वेगाने धावत होती. पण सुनबाई कुठे नव्हती. त्या डोळे चोळत उठून बसल्या आणि सुनबाई अशी हाक मारली. कोणतेही उत्तर आले नाही.

त्यांचे हृदय धडधड करू लागले. वरच्या बर्थवर नजर टाकली, बाथरूम तपासली, सीटच्या खाली पाहिले, सुनबाई कुठेही नव्हती. मग त्या दारात येऊन उभी राहिल्या. शंका आली, हे दार कोणी उघडले? कोणी गाडीत तर आले नाही! त्यांचा जीव घाबरा झाला. त्यांनी दरवाजा बंद करून घेतला आणि जोर जोराने रडू लागल्या. कोणाला विचारावे? गाडी माहीत नाही किती वेळाने थांबणार? म्हणत होती, सुनबाई पुरूषाच्या डब्ब्यात बसू. माझे म्हणणे ऐकले नाही, म्हणू लागली, आई, तुम्हाला झोपण्यास त्रास होईल. हा आराम दिला का!

अचानक तिला संकटकाळात ओढण्याची चेन आठवली. तिने जोर जोराने अनेकदा चेन ओढली. काही मिनीटाने गाडी थांबली. गार्ड आला. शेजारच्या डब्यातून दोन चार व्यक्ती पण आले. मग लोकांनी सगळा डब्बा तपासला. खाली सीट खाली चांगले तपासले. रक्ताचे कसले डाग नव्हते. सामानाची तपासणी केली. बिछाना, संदूक, संदूकची, भांडे सगळं तर होतं. कुलूप पण जागच्या जागी होतं. कोणतीही वस्तू गायब नव्हती. बाहेरून जर कोणी आले असेल तर चालत्या गाडीतून कुठे जाईल? एक स्त्रीला घेऊन गाडीतून उडी मारणे अशक्यच. आता या लोकांनी असा अंदाज बांधणे सुरू केले की मानी दरवाज्यात उभी असेल, बाहेरचे काही पहात असेल आणि तिचा हात निसटून ती खाली पडली. गार्ड चांगला माणूस होता. त्याने खाली उतरून दोन्ही बाजूने एक मील अंतरापर्यंत शोध घेतला. मानीचा काही शोध लागला नाही. रात्रीला यापेक्षा अधिक आणखी काय केल्या जाऊ शकत होतं. सासुबाईला आग्रह करून पुरूषाच्या डब्ब्यात नेण्यात आले. असे ठरले की सासुबाईने पुढील स्टेशनवर उतरावे आणि सकाळी इकडे तिकडे तिचा शोध घ्यावा. संकट आल्यावर कोणाच्याही तोंडाकडे पहाण्याची वेळ येते. सासुबाई कधी याचे तर कधी त्याचे तोंड पहायच्या. त्यांचा याचनामय चेहरा असे सांगत होती की माझ्या पोरीचा शोध कसा लागत नाही? हाय! अद्याप बिचारीचा चेहरा पण पहिला नाही तिच्या पतीने! कसले कसले स्वप्नं रंगवत पतीकडे निघाली होती! कोणी त्या दुष्ट बंशीधरकडे जाऊन सांगत का नाही, झाले तुझ्या मनासारखे-तुला हेच पाहिजे होते ना, ते पूर्ण झाले. का अजूनही तुझ्या मनाप्रमाणे झाले नाही?

म्हतारी बसून रडत होती आणि गाडी अंधाराला चिरत निघाली होती.

९

रविवारचा दिवस होता. सांजवेळी इंद्रनाथ दोन तीन मित्रासोबत घराच्या छतावर बसला होता. आपसात हास्य विनोद चालला होता. मानीचे आगमन हाच विनोदाचा विषय होता.

एक मित्र म्हणाला-काय इंद्र, तू तरी वैवाहीक जीवनाचा काही अनुभव घेतलास, आम्हाला काय सल्ला देणार? बांधावे कुठे घरटे? किंवा असेच फांदीवर बसून दिवस घालवावेत? पेपरातले वाचून हेच लक्षात येते की वैवाहीक जीवन आणि नर्क यात थोडसाच फरक आहे.

इंद्रनाथने हसत म्हटले-हा तर नशीबाचा खेळ आहे बाबानो, सोळा आणे नशीबाचा. एक अर्थाने वैवाहीक जीवन नर्कासमान आहे, तर दुसऱ्या अर्थाने स्वर्गापेक्षा कमी नाही.

दुसरा मित्र म्हणाला-इतके स्वातंत्र्य थोडेच असेल?

इंद्रनाथ-इतकी काय याच्या शंताश देखील नसणार आहे. जर तुम्हाला रोज सिनेमा पाहून बारा वाजता घरी परत यायचे असेल, आणि नऊ वाजता झोपेतून उठायचे असले, आणि ऑफिसमधून चार वाजता परत येऊन पत्ते खेळायचे असतील, तर विवाह करून तुमचा काहीही फायदा होणार नाही. आणि दर महिन्याला कपडे शिवता ना, लग्न झाल्यावर वर्षातून एकदा पण करू शकणार नाहीत.

'श्रीमतीजी तर आजच्या रात्रीच येत आहेत?'

'हो, रेल्वेने, माझ्यासोबत येणार ना त्यांना घेण्यासाठी?'

'अरे हे काय विचारणे झाले. आता घरी कोण जातय, पण उद्या पार्टी झाली पाहिजे.'

अचानक नोकराने इंद्रनाथच्या हातात एक तारीचे एक पॉकेट ठेवले.

इंद्रनाथचा चेहा प्रसन्न झाला. वाचताच त्याचे हृदय धस्स झाले, श्वास थांबला, डोके गरगरू लागले. डोळयासमोर अंधार दिसू लागला. जणू जग अंधारमय होऊ लागले आहे. त्याने ती तार मित्राकडे फेकली आणि दोन्ही हात तोंडावर ठेवून रडू लागला. दोन्ही मित्रांनी घाबरून तार उचलली आणि ती वाचताच हतबल होऊन भिंतीकडे पाहू लागले. काय विचार करीत होते, काय झाले.

तारेमध्ये लिहिले होते-मानीने गाडीतून खाली उडी मारली आहे. तिचे प्रेत लालपुरपासून तीन मील अंतरावर आढळले आहे. मी लालपुरमध्ये आहे लवकर ये.'

एक मित्र म्हणाला-कोण्या शत्रुने खोटी बातमी तर नसेल पाठवली?

दुसरा मित्र बोलला-हो, कधी कधी लोक अशी गंमत करतात.

इंद्रनाथने शून्य नजरेने त्यांच्याकडे पाहिले, पण तोंडातून एक शब्दही बाहेर पडला नाही. कितीतरी वेळ तिघेजण निःशब्द असे बसून राहीले. अचानक इंद्रनाथ उठला आणि बोलला-मी या गाडीने जातो.

मुंबईतून रात्री नऊ वाजता गाडी निघत होती. दोघांनी त्याला सामान बांधण्यासाठी मदत केली. एकाने बिछाना उचलला, दुसऱ्याने पेटी धरली. इंद्रनाथने तात्काळ कपडे बदलले आणि स्टेशनकडे निघाले. निराशा पुढे आणि आशा मागे होती रडत.

१०

एक आठवडा गेला होता. लाला बंशीधर ऑफिसमधून येऊन दारात बसलाच होता तोच इंद्रनाथने येऊन प्रणाम केला. बंशीधर त्याला पाहून चकित झाला, त्याच्या अनपेक्षित आगमणामुळे नाही, त्याची विकृत दशा पाहून, जणू मातम समोर आहे, जणू हृदयातून निघालेली शापमूर्ती समोर उभी आहे.

बंशीधरने विचारले-तुम्ही तर मुबंईला गेले होते ना?'

इंद्रनाथ उत्तर दिले-होय आजच आलोय.'

बंशीधरने कडवट स्वरात म्हटले-गोकुळला तुच नादी लावलेस.'

इंद्रने आपल्या अंगठीकडे पहात सांगितले-तो माझ्या घरी आहे.'

बंशीधरच्या उदास चेहऱ्यावर आनंदाचा प्रकाश चमकला. म्हणाले-मग इकडे कशाला आलास? 'तुझी आणि त्याची कुठे भेट झाली? काय मुंबईला गेला होता?'

'नाही नाही, काल मी गाडीतून उतरल्यावर स्टेशनवर भेटला.'

'तर जाऊन घेऊन ये, जे केले ते चांगले केले.'

असे म्हणत घरात गेले. एका क्षणासाठी गोकुळच्या आईने त्याला आत बोलावले.'

तो आत गेल्यावर गोकुळच्या आईने त्याला पायापासून डोक्यापर्यंत पाहिले-तू आजारी होतास काय रे बाबा?'

चेहरा इतका का उतरला आहे?

इंद्रनाथने काही उत्तर दिले नाही.

गोकुळच्या आईने पिण्यासाठी पाणी देत म्हटले-तोंड धुऊन घे बेटा! गोकुळ ठीक तर आहे? इतक्या दिवस कुठे होता? किती नवस केले तेव्हापासून आला का नाही?'

'आणि होता कुठे इतक्या दिवस?'

म्हणतात, शेतात होता.'

'तर काय तू एकटा मुंबईवरून आलास?'

'नाही नाही, आई पण आली आहे.'

'गोकुळच्या आईने थोडे संकोच करीत विचारले-मानी तर ठीक आहे?'

इंद्रनाथने हसत म्हटले-अगदी, आता फार सुखात आहे. जगाच्या बंधनातून मुक्त झाली आहे.'

आईने अविश्वास दाखवत विचारले-चल, खोटारडा कुठला! बिचारीला दोष देत आहेस, पण इतक्या लवकर मुंबईवरून परत का आलास?'

इंद्रनाथने हसत म्हटले-काय करणार-आईने तार पाठवून कळवले की मानीने गाडीतून उडी मारून जीव दिला आहे. ती लालपुरमध्ये सापडली, धावतच आलो. तिथेच अंतिम संसकार केले. आज घरी आलो. माझ्या गुन्ह्यासाठी मला क्षमा करा.'

तो आणखी काही बोलू शकला नाही. अश्रूंच्या वेगाने गळा बंद केला होता. खिशातून एक पत्र काढून आईच्या हातात ठेवत म्हणाला-तिच्या संदूकमध्ये हेच पत्र सापडले.'

गोकुळची आई मुर्दाडाप्रमाणे जमिनीवर बसून राहिली शून्यात पहात. शोक आणि त्यापेक्षा पश्चातापाने डोके दाबून ठेवले होते. मग पत्र उघडून वाचू लागली.

'स्वामी'

ज्यावेळी हे पत्र आपल्या हाती लागेल, तोपर्यंत मी या जगातून निघून गेलेली असेल. मी फार दुर्देवी आहे. माझ्यासाठी या जगात कुठे स्थान नाही आहे. आपणास देखील माझ्यामुळे क्लेश आणि निंदा मिळेल. मी विचार करून पाहिले की माझ्यासाठी मरणेच

चांगले आहे. माझ्यावर आपण जी दया दाखवली होती, तिच्या मोबदल्यात काय देऊ? जीवनात मी कधी कशाची अपेक्षा केली नव्हती, परंतु खेद आहे की आपल्या चरणावर डोके ठेवून मरता आले नाही. माझी शेवटची इच्छा आहे की माझ्यासाठी आपण शोक करू नये. ईश्वर आपणास नेहमी सुखी ठेवो'

आईने पत्र ठेवून दिले आणि डोळ्यातून अश्रू वाहू लागले. अंगणात बंशीधर निःशब्द उभे होते आणि जणू मानी लज्जित लज्जानत होऊन त्यांच्यासमोर उभी होती.

२०) भित्रा

तरूणाचं नाव केशव होतं. तरूणीचं नाव प्रेमा. दोघेही एकाच कॉलेजात आणि एकाच वर्गात होते. केशव नवीन विचाराचा तरूण होता. जात-पात बंधनाच्या पलिकडचा. प्रेमा जुन्या विचारांची होती. जुनाट मार्यादा आणि प्रथेत पूर्ण विश्वास ठेवणारी. असे असूनही दोघांत घट्ट प्रेम झाले होते आणि प्रकरण सर्व कॉलेजात पसरले होते. केशव ब्राह्मण असतानाही वेश्य कन्या प्रेमासोबत विवाह करून आपले जीवन सार्थक करू इच्छित होता. त्याने त्याच्या आई वडीलाची पर्वा केली नाही. कुल मर्यादाचा विचारही त्याला ढोंग वाटत होते. त्याच्यासाठी सत्य काही असेल तर ती होती प्रेमा. परंतु प्रेमासाठी आई वडील आणि कुल परिवाराचा आदेश झुगारणे अशक्य होते.

सांजवेळ आहे. विक्टोरिया-पार्कच्या एका निर्जनस्थळी दोघे समोरासमोर बसले आहेत. फिरायला येणारी एक एक करून निघून गेले. परंतु हे दोघे अजूनही तिथेच बसून आहेत. त्यांच्यात एक विषय आहे चर्चेसाठी, जो काहीही करून संपत नाही.

'केशवने चिडत म्हटले-याचा अर्थ तुला माझी पर्वा नाही आहे.'

'प्रेमाने त्याला शांत करण्याचा प्रयत्न करीत म्हटले-तू माझ्यासोबत अन्याय करीत आहेस, केशव! परंतु मी हा विषय आई वडीलासमोर कसा मांडू, हे मला समजत नाही. ते लोक जुन्या विचाराचे आहेत. माझा हा प्रस्ताव ऐकून त्यांच्या मनात कसल्या कसल्या शंका येतील, याचा कधी विचार केला आहेस?'

केशवने रागीट स्वरात विचारले-'तर तू पण त्याच जुन्या प्रथांची गुलाम आहेस?'

प्रेमाने तिच्या मोठ्या मोठ्या डोळयात प्रेम दाखवत म्हटले-'नाही, मी त्यांची गुलाम नाही, परंतु आई वडीलांची इच्छा माझ्यासाठी आणि सगळया गोष्टीपेक्षा अधिक महत्त्वाच्या आहेत.'

'तुझे अस्तित्त्व काहीच नाही?'

'असेच समज.'

'मी तर असे समजत होतो की त्या प्रथा मुर्खासाठीच आहेत, परंतु आता समजले की तुझ्या सारखी विदुषिया देखील त्यांचे पूजन करते. जर मी तुझ्यासाठी जग सोडायला तयार आहे, तर मी तुझ्याकडून तशीच आशा करतो.'

प्रेमाने मनात विचार केला, माझा माझ्या देहावर काय अधिकार आहे. ज्या आई वडीलाने मला जन्म दिला, वाढवले, त्यांच्या मनाविरूद्ध वागण्याचा मला काहीच अधिकार नाही.

तिने दीनवाणे होत केशवला म्हटले-काय प्रेम स्त्री पुरूषाच्या रूपात असू शकते, मैत्रीच्या रूपात राहू शकत नाही? मी तर प्रेमाला आत्म्याचं बंधन समजते.

केशवने कठोर स्वरात म्हटले-या तत्त्वज्ञानाने तू मला वेडं करून टाकशील, प्रेमा! फक्त इतकेच समजून घे, मी निराश होऊन जिवंत नाही राहू शकतं. मी प्रत्यक्षवादी आहे आणि काल्पनीक जगात अप्रत्यक्षाचा आनंद घेणे माझ्यासाठी अशक्य आहे.'

असे म्हणत, त्याने प्रेमाचा हात धरत तिला स्वतःकडे ओढण्याचा प्रयत्न केला. प्रेमाने झटका देत हात सोडवून घेतला आणि म्हणाली-नाही केशव, मी सांगून टाकलय. मी स्वतंत्र नाही. तू मला अशी गोष्ट माग, ज्यावर माझा कोणताही अधिकार नाही.

केशवला ती कठोर शब्दात बोलली असती तरी त्याला राग आला नसता. एक क्षण तो मन मारून बसला, मग उठला निराश स्वरात बोलला-जशी तुझी इच्छा!' आगि हळूहळू चालत तेथून निघून गेला! प्रेमा अजूनही तिथेच अश्रू गाळत बसून राहिली.

२

रात्रीचे भोजन करून प्रेमा ज्यावेळी तिच्या आईजवळ झोपली, तिच्या डोळ्यात झोप नव्हती. केशव तिला असा एक शब्द बोलून गेला होता, जो चंचल पाण्यात पडणाऱ्या सावलीसारखा तिच्या मनावर स्वार झाला होता. प्रतिक्षण तिचे रूप बदलत होते. ती त्याला स्थिर करू शकत नव्हती. आईला या संदर्भात सांगावे तर कसे? लाज तोंड बद करून टाकत होती. तिने विचार केला, जर केशवसोबत माझा विवाह नाही झाला तर, त्यावेळी कर्तव्य काय असेल! केशवने काही आघावपणा केला तर मग जीवनात माझ्यासाठी काय असेल? पण माझ्या हातात तरी काय आहे? या जर तर च्या विचाराने तिच्या मनात एक गोष्ट निश्चित झाली, ती ही होती की केशवशिवाय ती कोणासोबतही विवाह करणार नाही.

तिच्या आईने विचारले-काय तुला अजून झोप येत नाही? मी तुला किती वेळा सांगितले की जरा घरातले काम करीत जा, परंतु तू पुस्तकातून तोंडच बाहेर काढत नाहीस. चार दिवसाने तू दुसऱ्याच्या घरी जाशील. कोणास ठावे, कसे घर मिळेल! काम करण्याची सवय नसेल तर कसं होणार?

आईने हसत म्हटले-मुलीसाठी हेच मोठे संकट आहे, बेटी. आई वडीलाच्या मांडीवर खेळून जशीही ती मोठी होते, परक्याची होते. नवरा चांगला मिळाला तर ठीक, नाही तर रडून दिवस काढावे लागतात. सगळं काही नशीबावर आहे. आपल्या जातीमध्ये तर असं कोण दिसत नाही. कुठेच मुलीचा आदर नाही पण करावे तर जातीतच ना. माहीत नाही, हे जातीपातीचे बंधन कधी नष्ट होतील?'

प्रेमा घाबरत घाबरत बोलली-कुठे कुठे तर जातीच्या बाहेरही विवाह होऊ लागले आहेत.'

तिने जे सांगायचे ते सांगितले पण हृदय थरथरत होते की आईच्या लक्षात तर काही येणार नाही?

मग आईने त्या प्रश्नाची उत्तरे दिली. दोन चार ठिकाणी असे झाले असले म्हणून काय झाले, त्याने काय होते?

प्रेमा त्यावर काही बोलली नाही. भीती वाटली की आई त्याचा वेगळा अर्थ तर काढणार नाही. तिचे भविष्य एक अंधाऱ्या खाईसारखे तिच्यासमोर उभे होते. जणू तिला गिळणार आहे.

माहीत नाही तिला कधी झोप लागली.

३

सकाळी प्रेमा उठली, तिच्या मनात एका वेगळ्याच धाडसाने जन्म घेतला होता. सगळे महत्त्वाचे निर्णय आपण अचानकच घेतो. जणू एखादी दैवी शक्ती आपल्याला तसे करायला सांगते. तिच आवस्था प्रेमाची होती. कालपर्यंत ती आई वडीलाचे निर्णय ठीक समजत होती, तिच्या समोर एखादा पर्वत आडवा आला आहे. तिच मंद हवा प्रचंड वेगाने पर्वत पार करून जाते आणि दुसऱ्या ठिकणी पोहचते. प्रेमा मनात विचार करीत होती-समजा, हा देह माता पित्याचा आहे, परंतु आत्म्याला जे काही भोगावे लागणार आहे, ते या देहाला तर भोगावे लागणार आहे. आता या विषयावर संकोच करणे ठीक नाही. चुकीचे समजत होते. आपल्या जीवनाला का एका खोट्या सनमानासाठी बलिदान करावे? तिने विचार केला, विवाहाचा आधार जर प्रेम नसेल, तर ती तर देहाची विक्री आहे. आत्मसमर्पण केल्याशिवाय प्रेम कसे होऊ शकेल? अशा कल्पनेने माहित नाही कोणत्या तरूणासोबत तिचा विवाह होईल? तिचे मन विद्रोही बनले.

ती आता नास्ता करून अभ्यास करण्यासाठी निघाली होती, तोच तिच्या वडिलाने तिला प्रेमाने बोलवले-मी काल तुझ्या प्राचार्याकडे गेलो हातो, ते तुझं फार कौतूक करीत होते.

प्रेमाने सरळ स्वरात म्हटले-तुम्ही तर असेच म्हणत असता.

'खोटे नाही, खरय हे.'

असे म्हणत त्यांनी आपल्या टेबलाचा कप्पा उघडला आणि मखमली चौकटीत ठेवलेला एक फोटो काढून तिला दाखवत म्हणाले-हा तरूण आय. सी. एस. च्या परीक्षेत पहिला आला आहे. याचे नाव तर तू ऐकलेच असेल?

वडिलाने असे ठरवले होते की प्रेमा त्याचा अर्थ समजून गेली. पंरतु प्रेमाने अंदाज बांधला. तिचे मन लक्ष्यावर जावे तसे गेले. तिने फोटोकडे न पहाताच म्हटले-नाही, मी त्याचे नाव नाही ऐकले.'

वडीलाने कृत्रीम आश्चर्य व्यक्त करीत म्हटले-काय? तू त्याचे नाव ऐकले नाही? आजच्या दैनिकात त्याचा फोटो आणि जीवन वृत्तांत छापून आला आहे.

प्रेमाने कोरेडेपणाने उत्तर दिले-असेल, पण मला तर या ही परीक्षा फारसी महत्त्वाची वाटत नाही. मी तर असे समजते की जे कोणी परीक्षेला बसतात ते एक नंबरचे स्वार्थी असतात. शेवटी त्यांचा याशिवा काय हेतू असू शकतो की आपल्या गरीब, निर्धन, दलित बांधवावर शासन करावे आणि खूप धन संचय करावा. हा तर जीवनाचा महान उद्देश नाही.

या आक्षेपात जळावूपणा होता. अन्याय होता, निर्दयता होती. वडिलाच्या लक्षात आले होते, प्रेमा हे ऐकून खूष होईल. प्रेमाचे बोलणे ऐकून ते तीव्र शब्दात बोलले-तू तर असे बोलू लागलीस की तुझ्यासाठी धन आणि सत्ता याला काहीच महत्त्व नाही.'

प्रेमा धाडसाने म्हणाली-होय, मला तर याचे महत्व समजत नाही. मी तर व्यक्तीमध्ये त्याग पहाते. मी अशा तरूणाला ओळखते, ज्याला हे पद जबरदस्तीने दिले तरी तो घेणार नाही.'

वडिलाने उपहास करीत म्हटले-आज तर मी नवीनच ऐकतो आहे. मी तर पहातोय की लहान सहान नोकरीसाठी लोक काय करीत नाहीत. मी जरा त्या तरूणाचं तोंड पाहू इच्छितो, ज्याच्यात इतका त्याग आहे. मी तर त्याची पूजा करील.

कदाचित एखाद्या दुसऱ्या प्रसंगी प्रेमा हे वाक्य ऐकून लज्जीत होऊन मान खाली घालते, पण यावेळी आवस्था मागे पुढे खाई असणाऱ्या सैनिकासारखी होती. पुढे आगेकूच केल्याशिवाय सैनिकासमोर पर्याय नव्हता. आपलो जोश आवरत, डोळ्यात विद्रोह घेऊन ती तिच्या खोलीत निघून गेली आणि केशवच्या फोटोपैकी एक फोटो निवडून परत आली. जो तिच्या नजरेत फारच खराब होता, आणि वडीलाच्या समोर ठेवला. वृद्ध वडिलाने त्याच्याकडे उपेक्षित भावनेने पाहिले. परंतु पहिल्याच नजरेत त्याने त्यांना आकर्षित केले. उंच होता, लुकडा असूनही त्याचा बांधा बरा होता, विरक्त आणि संयमाचा परिचय देत होता. चेहऱ्यावर प्रतिभेचे तेज नव्हते, पण विचारशीलतेचे असे प्रतिबिंब होते, जे त्याच्याबद्दल विश्वास पैदा करीत होते.

त्यांनी या फोटोकडे पहात विचारले-हा कोणाचा फोटो आहे?

प्रेमाने लज्जित होत मान खाली घालत म्हटले-हा माझ्या वार्गात शिकतोय.

'आपल्याच जातीतला आहे?'

प्रेमाचा चेहरा फिका पडला. याच प्रश्नाच्या उत्तरावर तिच्या नशीबाचा निर्णय होणार होता. तिला पश्चाताप वाटला की तिने विनाकारण हा फोटो दाखवला. एका क्षणासाठी तिच्यात खंबीरपणा आला होता, परंतु या प्रश्नापुढे ती गर्भगळीत झाली होती. दबक्या आवाजात बोलली-नाही, तो ब्राह्मण आहे.' असे बोलून ती चिडत खोलीच्या बाहेर गेली. जणू या ठिकाणच्या हवेत तिचा जीव गदमरू लागला होता आणि भिंतीच्या आड जाऊन रडू लागली.

लालाजीला पहिल्यादां तर इतका राग आला होता, त्यांना वाटत हाते की प्रेमाला बोलावून स्पटपणे विचारावे की हे अशक्य आहे, ते दरवाज्यापर्यंत आले, परंतु प्रेमाला रडताना पाहून नम्र झाले. या तरूणाबद्दल प्रेमाच्या काय भावना आहेत? हे त्याच्यापासून लपून राहिले नाही. ते स्त्री शिक्षणाच्या बाजूचे होते. सोबतच कुल धर्माचे रक्षण देखील त्यांना हवे होते. आपल्याच जातीतील सुयोग्य वरासाठी ते काहीही करायला त्यार होते. परंतु कुलबाह्य कितीही योग्य वराची कल्पना ते करू शकत नव्हते. यापेक्षा मोठा अपमान ते सहन करू शकत नव्हते.

त्यांनी कठोर स्वरात म्हटले-आजपासून कॉलेजला जाणे बंद कर. शिक्षण जर कुलमर्यादाना विसरणे शिकवत असेल, तर ते कु-शिक्षण आहे.

प्रेमाने कातर स्वरात म्हटले-परीक्षा तर जवळ आली आहे.'

लालाजीने पुन्हा म्हटले-येऊ दे.'

आणि पुन्हा त्यांच्या खोलीत जाऊन विचारात बुडाले.

४

सहा महिने असेच गेले.

लालाजीने घरात येऊन पत्नीला एकांतामध्ये बोलावले आणि म्हणाले-जितके मला समजले आहे, केशव फारच सुशील आणि प्रतिभाशाली तरूण आहे. मी तर समजत होतो,

प्रेमा त्याच्या विरहात जीव देईल. तू पण समजावले, मी पण समजावले, इतरांनी पण समजावले, पण तिच्यावर कसला परिणाम झाला नाही, अशा वेळी आपण कय केले पाहिजे?'

यांच्या पत्नीने चितिंत भावाने म्हटले-तर करू द्या, पण रहाणार कुठे? माहीत नाही ही कुलक्षणी माझ्या पोटी जन्माला का आली?'

लालाजीने भूवया ताणत तिरस्कारयुक्त स्वरात म्हटले-हे तर हजारवेळा ऐकले आहे, परंतु कुळाच्या नावाने किती रडणार. चिमणीला पंख फुटल्यावर ही अपेक्षा करणे की तिने अंगणातच रहावे, भ्रम आहे. मी या प्रश्नावर थंड डोक्याने विचार केला आहे आणि अशा निष्कर्षाला आलो आहे की आपण हे संकट ओढवून घेतले पाहिजे. केवळमर्यादेच्या नावाने मी प्रेमाची हत्या नाही करू शकत. जग हसत असेल, हसू द्या. परंतु ती वेळ लवकरच येणार आहे, जेव्हा हे सगळे बंधन कमी होतील. आज देखील जातीबाहेरचे अनेक लग्न झाले आहेत. विवाहाचा उद्देश जर स्त्री आणि पुरूषाचा सुखी संसार असेल, तर आपण प्रेमाचा उपेक्षाभंग नाही करू शकत.

वृद्धा रागावत म्हणाली-जर तुझी अशीच इच्छा असेल, मला तर काय विचारता? परंतु मी सांगून ठेवते मी या लग्नात असणार नाही, ना कधी या काळतोंडीचं तोंड पाहिल. समजेल, जसे बाकीची लेकरं मेली, तशी ही पण मेली.'

'शेवटी तू काय करायला सांगतेस?'

'या मुलासोबत का नाही विवाह करून देत, त्यात वाईट काय आहे? तो दोन वर्षात सिविल पास करून येईल. केशवमध्ये काय ठेवले आहे? फारच झालं तर एखाद्या ऑफिसात क्लार्क होईल.'

'आणि प्रेमाने आत्महत्या केली तर?'

'तर करू द्या. तुम्ही तर आणखी प्रोत्साहन देता. तिला आपली तर काही पर्वा नाही, आपण तिच्यासाठी आपले नाव का खराब करावे? आत्महत्या करणे काही पारेखेळ नाही. ती सगळी धमकी आहे. मनाचा घोडा आहे, तोपर्यंत त्याला लगाम लावायचा नाही, पाठीवर हात ठेवून देत नाही तो. तिच्या मनाची ही आवस्था अेसेलत तर कोणी सांगावे की केशवसोबत ती आयुष्यभर राहील, आज जसे याच्यावर प्रेम झाले तसे उद्या दुसऱ्यावर होणार नाही कशावरून? तर कोणत्या पत्त्यावर तुमचे पत्र पाठवणार आहात?

लालाजीने बायकोकडे प्रश्नार्थक दृष्टीने पाहिले आणि म्हटले-आणि केशवकडे जाऊन तिने त्या दोघांनी विवाह केला तर तू काय करशील? मग तुझी कोणती इज्जत राहिल? मग ती संकोच करीत किंवा आपल्या इज्जतीसाठी असेच बसून रहावे, पण हट्टाला जर पेटली, तर तू आणि मी काही करू करू शकत नाहीत.'

'तू ऐकले नसेल, परंतु मी ऐकले पण आहे आणि पाहिले पण आहे, असे होणे अगदीच शक्य आहे.'

'ज्या दिवशी असे होईल, त्या दिवशी मी जिंवत असणार नाही.'

'मी असे म्हणत नाही की असेच होईल, पण असे होणे शक्य आहे.

जर असे होणारच असेल तर, त्यापेक्षा हे चांगले की आपण काहीतरी करावं. जर नाकच कापणार असेल, तर धारदार सुरीने कापू नये. उद्या केशवला बालावून पहा, काय म्हणतोय.'

५

केशवचे पिता पेशंनर होते, स्वभावाने चिडचिडे आणि कंजूष. धर्माच्या पाखंर्ड पणातच त्यांना सुख आणि शांती मिळत असे. कल्पनाशक्तीचा अभाव होता. कोणाचा सन्मान करणे त्यांना जमत नसे. ते आजही त्याच काळात जगतात, ज्या काळात त्यांचे बालपण गेले आहे. नवीन विचाराला ते सर्वनाश म्हणतात, आणि किमान स्वतःच्या घराला तरी दोन हात दोन्ही पायाचा जोर देऊन वाचवू इच्छितात. म्हणून जेव्हा एक दिवस प्रेमाचे वडील केशवच्या वडीलाना भेटायला आणि प्रेमाचा प्रस्ताव मांडायला गेले, तर म्हतारे पंडीतजी ताब्यात राहिले नाहीत. धुसर डोळे वटारत बोलले-भांग खाऊन तर आला नाहीत? अशाप्रकारचे नाते, जे काही असेल, शक्य नाही. असे दिसत आहे की तुम्हाला पण नवीन विचाराचे वारे लागले आहे.

वृद्ध बाबुजीने नम्रपणे म्हटले-मी पण अशा संबंधाच्या विरोधात आहे. या विषयावर तुमचे आणि माझे विचार असारखेच आहेत. पण विषय असा आहे की मला नाईलाजाने आपल्याकडे यावे लागले. आजकालची मुलं किती स्वैच्छाचारी झाले आहेत, हे तुम्ही जाणताच. आपल्यासारख्या वयोवृद्ध लोकांसाठी आपल्या सिद्धांतावर चालणे कठीण झाले आहे. मला भीती वाटते की या दोघांनी निराश होऊन जीवाचं काही बरं वाईट करून घेऊ नये.'

'वृद्ध बाबुजी जमीनीवर पाय आदळत गरजले-काय बोलत आहात तुम्ही? तुम्हालाद लाज वाटत नाही? आम्ही ब्राह्मण आहोत आणि ते पण कुलीन ब्राह्मण. ब्राह्मण कितीही पतित झाले, कितीही मर्यादा शून्य झाले तरी बनिया-बक्कालांची मुलीसोबत विवाह करीत फिरणार नाहीत. ज्या दिवशी कुलीन ब्राह्मणात मुली असणार नाहीत, त्या दिवशी यावर विचार होऊ शकतो, पण मी म्हणतो या विषयावर माझ्यासोबत बोलण्याची तुमची हिंमतच कशी झाली?'

वृद्ध बाबुजी जितके नम्र होऊन बोलत असत, पंडीतजी तितकेच बिघडत असत. इतके की लालाजी त्यांचा यापेक्षा होणारा अपमान सहन करू शकले नाहीत आणि त्यांनी त्या ठिकणाहून काढता पाय घेतला.

त्याचवेळी केशव कॉलेजमधून आला होता. पंडीतजीने त्याला तात्काळ बोलावले आणि कठोर शब्दात विचारले-मी ऐकले आहे की तू कोणया बनियाच्या मुलीसोबन विवाह करण्याचे ठरविले आहे. किती तथ्य आहे यात?'

केशवने माहीत नसल्याचा आव आणत म्हटले-तुम्हाला कोणी सांगितले?

'कोणी सांगितले. मी विचारतो होय किंवा नाही. जर होय असेल, आणि तू मर्यादा ओलांडण्याची तयारी केली असेल, तर तुझ्यासाठी या घरात कोणतीही जागा नाही. मी माझ्या कमाइतला एक रूपया पण तुला देणार नाही. माझ्याकडे जे काही आहे ती माझी एकट्याची कमाई आहे. मला अधिकार आहे की मी ती पाहिजे त्याला देऊ शकेल. तू असा अनाचार करून माझ्या घरात राहू शकणार नाहीस.'

केशव त्याच्या वडिलाना ओळखत होता. प्रेमावर त्याचे प्रेम होते, तो गुप्तपणे तिच्यासोबत विवाह करणार होता. बाप थोडाच नेहमी नजर ठवून असणार होता. आईवर

त्याचा विश्वास होता. त्याच प्रेमाच्या जोरावर तो जीवनातले सगळे कष्ट सोसण्यास तयार होता, परंतु जणू एखादा दुष्ट सैनिक बंदूक पाहिल्यावर हिंमत गमावतो, आणि पाय मागे घेतो. केशवची तशी आवस्था झाली होती. तो साधारण तरूणासारखा सिद्धांतासाठी मोठे मोठे तर्क करू शकत होता, तोंडाने त्याच्या प्रेमाचे गुणगाण गाऊ शकत होता, परंतु त्यासाठीचे दुःख सहन करण्याची हिंमत त्याच्यात नव्हती. तो जर हट्टावर कायम राहिला आणि वडील त्यांच्या ठिकाणी तर त्याला या घरात रहाणे कठीण होईल. त्याचे जीवन नष्ट होईल.

त्याने दबक्या स्वरात म्हटले-ज्याने तुम्हाला हे सांगितले आहे, खोटे सांगितल आहे.

पंडितजीने डोळ्याकडे पहात म्हटले-तर ही बातमी अगदीच खोटी आहे?

'होयजी, अगदीच खोटी.'

'तर तू आजच त्या बनियाला पत्र लिहून पाठव, लक्षात ठेव यानंतर हा विषय कुठे निघाला नाही पाहिजे, नाहीतर मी सर्वांत मोठा शत्रू असेल. बस खाली!'

केशव काहीच बोलू शकला नाही. तो त्या ठिकाणाहून निघाला, तर असे वाटत होते की अंगात त्राण उरलेला नाही.

६

दुसऱ्या दिवशी प्रेमाने केशवच्या नावाने असे पत्र लिहिले-

'प्रिय केशव!

तुझ्या आदरणीय वडीलांनी माझ्या वडीलासांबत जो अशिष्ट आणि अपमानजनक व्यवहार केला आहे, ते ऐकून माझ्या मनात शंका उत्पन्न झाली आहे. तुला देखील तुझे वडील रागावले असावेत. अशा आवस्थेत मी तुला माझा निश्चय सांगण्यास व्याकुळ आहे. मी तुझ्यासोबत कितीही अडचणीच्या काळात राहू शकते. मला तुझ्या वडीलाच्या संपत्तीचा मोह नाही. मला फक्त तुझे प्रेम पाहिजे आहे. आणि इतकेच मला हवे आहे. आज सांयकाळी माझ्या घरी जेवायला ये. वडील आणि आई, तुला भेटण्यास फार इच्छूक आहेत. मी ते स्वप्नं पहाण्यात मग्न आहे, ज्यावेळी आपण दोघे त्या लग्नबंधनात असू, जे कधीही तुटणार नाही, जे कितीही संकटे आली तरी तुटणार नाही.'

तुझी
- प्रेमा

सांजवेळ झाली होती आणि या पत्राचे कोणतेही उत्तर आले नाही. तिचे आई वडील पुन्हा पुन्हा विचारत होते की केशव का आला नाही? वृद्ध लाला पण रस्त्याकडे डोळे लावून बसले होते. इतके की रात्रीचे नऊ वाजले. पण ना केशव आला, ना केशवचे पत्र आले.

प्रेमाच्या मनात अनेक शंका कुशंका येत राहिल्या. काचित त्यांना पत्र भेटले नसेल. पत्र लिहिण्यास वेळ मिळाला नसेल. किंवा आज येण्यास वेळ मिळाला नसेल, उद्या जरूर येईल. केशवने पहिल्यांदा तिला पाठवलेले जे प्रेमपत्र पडून होते, ते सगळे वाचले. त्याच्या प्रत्येक शब्दातून किती प्रेम पाझरत होते, त्यात किती कंपन होते, किती व्याकुळता, किती तीव्र आकांक्षा! नंतर तिला केशवचे ते वाक्य आठवले, जे त्याने शेकडो वेळा म्हटले होते,

किती वेळा तो तिच्यासमोर रडला होता. इतका पुरावा असताना शंका घेण्यास कुठे जागा होती? तरी पण रात्रभर तिचे मन टांगलेले होते.

सकाळी केशवचे ज्यावेळी उत्तर आले. प्रेमाने थरथरत्या हाताने पत्र उघडून वाचले. पत्र हातातून पडले. असे वाटले की जणू तिच्या अंगातले रक्त गोठले आहे, लिहिले होते-

'मी मोठ्या संकटात सापडलो आहे की तुला काय उत्तर देऊ! मी इकडे या विषयावर खूप थंड डोक्याने विचार केला की वर्तमान आवस्थेत माझ्यासाठी वडिलाच्या आज्ञाची उपेक्षा करणे विद्रोह ठरेल. मला भित्रा समजू नकोस. मी स्वार्थी नाही, परंतु माझ्यासमोर अडचणी आहेत, त्यावर विजय मिळविण्याची माझ्यात हिमत नाही. जुन्या गोष्टी विसरून जा. त्यावेळी मी या अडचणींचा विचार केला नव्हता!'

प्रेमाने एक दीर्घ, खोल श्वास घेतला आणि त्या पत्राला फाडून फेकून दिले. तिच्या डोळ्यातून अश्रूंच्या धारा वाहू लागल्या. ज्या केशवला तिने आपला पती मानले होते, तो इतका निष्ठूर निघेल, याची तिने थोडी पण कल्पना केली नव्हती. असे वाटले, आतापर्यंत ती एखादे सोनेरी स्वप्नं पहात होती. पण डोळे उघडल्यावर सगळं काही अदृष्य झालं. जीवनात आता काही आशाच शिल्लक नव्हती. अंधाराशिवाय आता काय आहे! आपल्या ह्दयाची सर्व संपत्ती खर्च करून तिने नाव सजवली होती. तिला जलसमाधी मिळाली. आता दुसरी नाव कशी सजवणार, जर ती बुडाली आहे, तर त्या नावेसोबत ती बुडून जाईल.

आईने विचारले-काय केशचे पत्र आहे?

प्रेमाने जमिनीकडे पहात म्हटले-हो त्यांची तबियत ठीक नाही. याशिवाय दुसरे काय सांगणार होती? केशवची निष्ठुरता आणि बेवफाई सांगून लज्जित होण्याचे धाडस तिच्यात नव्हते.

दिवसभर ती घर कामात मग्न राहिली. जणू काही झालेच नव्हते. रात्री सर्वांचं भोजन झाल्यावर, स्वतः भोजन केले आणि फार उशीरापर्यंत हारमोनियमवर गात राहिली.

सकाळ झाली, तर तिच्या खोलीत तिचे प्रेत पडले होते. सकाळचे सोनेरी किरणं तिच्या पिवळया चेहऱ्याला जीवनाची आभा प्रदान करीत होते!

२१) शिकार

फाटलेल्या वस्त्रातील मुनीयाने राणी वसुधाच्या चंद्रसमान चेहऱ्याकडे गर्वाने पहात राजकुमाराला मांडीवर घेत म्हटले-आमच्या गरीबांचा अशाप्रकारे कसा निभाव लागणार राणीसाहेबा! माझे तर नवऱ्यासोत एक दिवस पटत नाही. मी त्याला घरात बसून देणार नाही. अशा अशा शिव्या देईल की आईच्या दुधाची आठवण येईल.

राणी वसुधाने गंभीर विनोदी स्वरात म्हटले-काय, तो म्हणणार नाही, तू आमच्यात बोलणारी कोण? मला जे वाटेल ते मी करील. तू तुझे रोजी रोटी माझ्याकडून घेत जा. तुला इतर गोष्टीत नाक खुपसण्याची काय बरज? मी तुझा गुलाम नाही.

मुनीया तीन दिवसापासून इथे मुलांना सांभाळण्यासाठी नोकर बनली होती. आधी दोन चार घरात भांडी घासण्याचं काम करून बसली होती. पण राणीसारखे रूबाबात बोलण्याचं कधी शिकली नाही. तिचा सुकलेला सावळा चेहरा उत्तेजित झाला. कर्कश स्वरात बोलली-ज्या दिवशी असे शब्द तोंडातून काढशील, तोंड जागेवर रहाणार नाही. सरकार! तो माझा गुलाम नाही, तर मी काय त्याची रखेल आहे का? तो जर माझा गुलाम असेल तर मी त्याची रखेल. मी एकटी खात नाही, त्याला खाऊ घालते, कारण तो मर्दचा बच्चा आहे. हमालीच्या कामात त्याला खूप कष्ट करावे लागतात. मी फाटके वापरते, पण फाटके नाही वापरू देत. जेव्हा मी त्याच्यासाठी इतके करते, मग तो माझ्याकडे डोळे वर करून तरी पहाण्याची हिंमत करील का? आपल्या घरचा माणूस यामुळेच तर छत्रीसारखा असतो, पाणी पावसात त्यापासून त्यापासून बचाव होतो. घर कधी कोसळेल याची भीती असल्यावर त्या घरात कोण राहील. त्यापेक्षा छाताची सावली बरी. काल माहीत नाही कुठे गाणे गात राहिला. दहा वाजता घरी आला. मी रात्रभर त्याला बोलली नाही. लागला पाया पडायला, विनंती करायला, तेव्हा मला दया आली. हाच माझ्यात एक दोष आहे. मला त्याचा रडका चेहरा पाहू वाटत नाही. यामुळे मी विरघळते. पण आता मी घट्ट झाले आहे, एखाद्या दिवशी जर भांडण केले तर एक तर तो राहील किंवा मी. का कोणाच्या धमक्या ऐकून घेऊ! इथे मी त्याच्या इतकं कमावते.

वसुधाने त्याच गंभीर भावाने विचारले-जर त्याने तुला बसून खाऊ घातले, तेव्हा तर त्याचं बोलणं ऐकशील?

मुनीया जणू लढण्यास उतावीळ झाली होती. म्हणाली-बसून कोण का खाऊ घालेला सरकार? मर्द बाहेर काम करीत असेल, तर आपण घरातलं काम करतोच ना, घरचं काम काय आपोआप थोडचं होतं? बाहेरच्या कामातून तर रात्री सुट्टी मिळते. घरच्या कामातून रात्री पण सुट्टी मिळत नाही. पुरूषाला असे वाटत असेल की त्याने मला घरात ठेवून बाहेर फिरायला जावे, तर मला तर हे सहन होणार नाही. असे म्हणत मुनीया राजकुमारला घेऊन बाहेर निघून गेली.

वसुधाने थकलेल्या, रडवेल्या डोळ्याने खिडकीकडे पाहिले. बाहेर हिरवेगार बाग होता. त्यातले रंगी बेरंगी फुल आतूनच दिसत होते आणि मागे एक विशाल मंदीर आकाशात डोके वर काढत सूर्याला डोळे भिडवत होते. रंगी बेरंगी वस्त्र परिधान करून स्त्रीया पूजन करीत होत्या. मंदीराच्या डाव्या बाजूला तलावात एक कमळ सकाळच्या वेळी आनंदाने हसत होते आणि कार्तिकची शाल रवि-छबि जीवन ज्येति लुटत लहरत होती. परंतु निसर्गाच्या या रम्य शोभा पाहून वसुधाला कोणताही आनंद येत नव्हता. तिला वाटले निसर्ग तिच्या दशेवर व्यंग करीत हसत आहे. त्याच तलावाच्या काठावर केवटाची एक मोडकी तोडी झोप्डी कोण्या अभागिनी वृद्धाप्रमाणे रडत होती. वसुधाचे डोळे पाणावले. पुष्प आणि बागेच्या मध्यभागी उभा असलेले ते झोपडे त्याच्या विशाल आणि ऐश्वर्याने घेरलेल्या मनाचं एक स्जीव चित्र होतं. तिच्या मनात आलं, जाऊन झोपडीच्या गळ्यात पडून खूप रडावं!

वसुधाला या घरात येऊन पाच वर्षे झाले होते. पहिले तिने तिचे नशीब सम्जले होते. आई-वडीलाचे पडके, आनंदहीन घर सोडून ती या विशाल घरात आली होती, जिथे संपत्ती तिच्या पायावर लोळण घेत असल्याचं जाणवत होतं. त्यावेळी तिच्यासाठी संपत्तीचं सगळं काही होतं. पतीचे प्रेम गौण अशी गोष्ट होती. परंतु तिचे लोभी मन संपत्तीसाठी समाधानी नव्हतं. पती प्रेमासाठी हात पसरवू लागला. काही दिवासाने त्याला समजले त्याला त्याला प्रेम रत्नही मिळाला आहे. परंतु थोड्याच दिवसात हा भ्रम निघाला. कुँवर गजराजसिंह रूपावान होते, उदार होते, बलवान होते, शिकलेले होते, विनोदप्रिय होते, आणि प्रेमाचा अभिनय करणे समजत होते. परंतु त्यांच्या जीवनात प्रेमाने कंपीत व्हावे असे काही नव्हते. वसुधाचे बहरलेले तारूण्य आणि देवतांना भूरळ घालणारे सौंदर्य केवळ विनोदाचे सामान होते. घोडेस्वारी आणि शिकार, सट्टा आणि मकार सारख्या सनसनी पैदा करणाऱ्या मनोरंजनात प्रेम दबून पिवळे आणि निर्जीव झाले होते आणि प्रेमापासून वंचित होऊन वसुधाची प्रेमाची तृष्णा आता नशीबावर रडत होती. दोन पुत्र होऊनही ती सुखी नव्हती. कुँवर साहेब, एक महिन्यापेक्षा अधिक झाले, शिकार करायला गेले होते आणि अजून परत आले नव्हते आणि ही अशी पहिलीच वेळ नव्हती. हो, यावेळी उशीर झाला होता. आधी ते एक आठवड्यात परत येत असत. नंतर दोन आठवडे आणि आता महिना महिना खबर घेत नाहीत. वर्षातून तीन चार वेळा शिकारीला जात. शिकारीवरून आल्यावर तिकडच्याच गप्पा. कधी मेरठ, कधी पुणे, कधी मुंबई, कधी कलकत्ता. घरी कधी राहिलेच तर लंपट रईसजादे सोबत गप्पा मारत. पतीचा हा रंग पाहून वसुधा मनातली मनात कुढत असे आणि झुरत असे. काही दिवसापासून हलका हलका ताप भरू लागला होता.

वसुधा बराच वेळ बसून उदास नजरेने हे दृष्य पहात होती. मग टेलिफोन वर येऊन तिने रियासतच्या मॅनेजरला विचारले-कुँवर साहेबांचे एखादे पत्र आले?'

फोनने उत्त्तर दिले-होजी, आताच पत्र आले आहे. कुँवर साहेबने एक मोठ्या वाघाची शिकार केली आहे.'

वसुधाने चिडत म्हटले-ते नाही विचारत. येणार कधी आहेत?'

'येण्याबद्दल तर काही लिहिले नाही.'

'किती दूर आहेत ते या ठिकाणापासून?'

'या ठिकाणापासून दोनशे किमी अंतरावर तरी असतील. पीलीभीतच्या जंगलात शिकार करीत आहेत.'

'माझ्यासाठी दोन मोटरीची व्यवस्था करा. मला आज तिकडे जायचे आहे.'

फोनने एक मिनीटानंतर उत्तर दिले-एक मोटार तर ते सोबत घेऊन गेले आहेत. एक हाकिम जिल्ह्याच्या बंगल्यावर पाठवली आहे. तिसरी बँक मॅनेजरसाठी आहे. चौथी दुरूस्त होत आहे.

वसुधाचा चेहरा रागाने भडकला. म्हणाली-कोणाच्या सांगण्यावरून जिल्हा हाकिमला आणि मॅनेजरला गाड्या देण्यात आल्या आहेत. आज दोन्ही मागवून घ्या. मी आज जाणार म्हणजे जाणार.'

'या साहेबांकडे यापुर्वी गाड्या जात असत, म्हणून मी पाठवल्या. आपण म्हणत असाल तर मागवतो.'

वसुधाने परत येऊन सामान बांधायला सुरूवात केली. तिने जोशात येऊन आपल्या नशीबाचा निर्णय घेण्याचे ठरविले होते. टाकून दिलेल्या बाईसारखं जीवन जगणं तिला थांबवायचं होतं. ती जाऊन कुँवर साहेबांना सांगेन, तुम्ही जर असे समजत असाल की मी तुमच्या संपत्तीसाठी तुमची रखेल बनून राहू, तर हे माझ्याकडून होणार नाही. तुमची संपत्ती तुम्हाला लखलाभ! माझा अधिकार तुमच्या संपत्तीवर नाही, तुमच्यावर आहे. तुम्हाला माझ्यापासून कणभर दूर रहायचे असेल तर मला तुमच्यापासून हात भर दूर रहायचे आहे. अशा प्रकारची कितीतरी वाक्य तिच्या मनात रेंगाळत होती.

डॉक्टर साहेबांने दरवाज्यातून हाक मारली-मी आते आले?'

वसुधाने नम्रतेने म्हटले-आज माफ करा. मी जरा पीलीभीत इकडे जात आहे.

डॉक्टराने चकित होत विचारले-आपण पीलीभीतला जात आहात. आपणास ताप आहे. अशा आवस्थेत तिकडे जाण्यास मी परवानगी देणार नाही.

वसुधाने विरक्त स्वरात म्हटले-वाढला, तर वाढू दे. याची चिंता मला नाही. वृद्ध डॉक्टर पडदा बाजूला करीत आत आला आणि वसुधाच्या चेहऱ्याकडे पहात बोलला-या, मी ताप चेक करतो. ताप वाढलेला असेल, तर मी आपल्याला अजिबात परवानगी देणार नाही.

'ताप तपासण्याची गरज नाही, मी ठरवले आहे.'

'आरोग्याची काळजी घेणे आपले पहिले कर्तव्य आहे.'

सुधाने हसत म्हटले-आपण निश्चिंत रहा. मी इतक्या लवकर मरत नाही. एखाद्या आजारावरचे औषध मृत्यू असेल तर तुम्ही तरी काय करणार?

डॉक्टरने एक दोन वेळा आग्रह केला, नंतर विस्मयाने डोके हालवत निघून गेले.

२

रेल्वेगाडीने गेल्यावर शेवटच्या स्टेशनवरून दहा कोसापर्यंत जंगली सुनसान रस्त्याने जावे लागत होते, म्हणून कुँवर साहेब माटारीने जात असतात. वसुधाने पण त्याच मार्गाने जाण्याचे ठरविले. दहा वाजता वाजता दोन्ही गाड्या आल्या. वसुधाने ड्राइव्हरवर राग काढला. आता मला न विचारता गाडी घेऊन गेलात तर तुमच्या पगारात कपात केली जाईल. चांगला

जोक आहे! घर के राये! बन की खाये! आम्ही आपल्या आरामासाठी मोटार ठेवली आहे, कोणाला खुश करण्यासाठी नाही. ज्याला मोटारीने जाण्याचा शौक असेल, त्याने मोटार विकत घ्यावी. असे नाही मिठाईचे दुकान पाहिले की लागले रेंगाळायला.

ती निघाली. तर दोन्ही मुले नको नको करीत होती. पण त्यांना जेव्हा सांगितले की मम्मी दूर कावळ्याला मारण्यासाठी चालली आहे, तर त्यांना प्रवास बरा वाटू लागला. वसुधाचे आज त्यांच्याकडे लक्ष नव्हते. तिने चिडत म्हटले-मी का यांचे लाड करू, मी काय ठेका घेतला आहे. ते तर तिकडे जाऊन मजा करणार मी यांना छातीला धरून बसावं. परंतु प्रवासात मातेचं हृदय विरघळले, तिने दोघांना आळीपाळीने मांडीवर घेतले, त्यांचे पापे घतले. आणि तासाभरात परत येण्याचे वचन देवून ती पाणावलेल्या डोळ्यांनी प्रवासाला निघाली. वाटेत एखादे गाव लागलेच तर त्या गावचे लहान मूलं धावती गाडी पहाण्यासाठी घरातून बाहेर पडत, आणि रस्त्यावर उभा राहून गाडीचे स्वागत करण्यासाठी टाळ्या वाजवत. तेव्हा वुसधाला वाटायचे त्यांना मांडीवर उचलून घ्यावे आणि त्यांचे पापे घ्यावे. माटार जितक्या वगाने धावत होती की आजूबाजूचे वृद्ध तितक्याच वेगाने मागे धावत असताना दिसते होते. अनेकदा वाटले परत जाऊ. त्यांना माझी अजिबात पर्वा नाही तर मी का त्यांची इतकी काळजी करू? मनाला वाटले तर येतील, येणार नाहीत. परंतु एक पतीला भेटून मनातलं सांगण्याची इच्छा ती दाबून ठेवू शकली नाही. सर्व देह थकून चूर चूर झाला होता. ताप पण आला होता, डोके फुटते की काय अशी आवस्था होती. परंतु तिच्या संकल्पासाठी ती अनेक गोष्टी मागे टाकत निघाली होती. इतकी की जेव्हा ती रात्री दहा वाजता ती त्या जंगलातील डाक बंगल्यात पोहचली, तर तिला तिच्या शरीराचं भान नव्हतं. ताप जोराचा वाढला होता.

३

शोफरचा आवाज ऐकला तर कुँवर साहेब बाहेर आले आणि विचारले-तू इकडे कसा? सगळं ठीक आहे ना?'

शोफरने जवळ येत म्हटले-राणी साहेब आल्या आहेत हुजूर! रस्त्यात ताप आला होता, आता त्या भानावर नाहीत.

कुँवर साहेब तिथेच उभे असतानाच दटावले- तू त्यांना परत का घेऊन गेला नाहीस? काय तुला हे माहीत नाही का इथे वैद्य हकिम कोणी नाही म्हणून?'

शोफर डोके आपटत बोलला-हुजूर त्या काही केल्या ऐकत नव्हत्या. तर मी काय करू?'

कुँवर साहेबाने दटावले-गप्प बस, काहीही सांगू नकोस! तुला असे वाटले की शिकारीची मजा घेऊ आणि पडल्या पडल्या झोपी जाऊ. तू परत जाण्याबद्दल बोलला नसशील.'

शोफर-त्या माझ्यावर रागवत होत्या हुजूर!

'तू म्हणाला होतास?'

मी नव्हतो म्हणालो हुजूर.'

'तर मग गप्प रहा. मी तुला चांगले ओळखतो. तुला गाडी घेऊन याचवेळी परत जावे लागेल आणि कोण आहे सोबत?'

शोफरने दबक्या स्वरात म्हटले-एका मोटारीत बिछाणा आणि कपडे आहेत. एकात स्वतः राणी साहेब आहेत.

'म्हणजे आणखी कोणी सोबत नाही?'

'हुजूर! मी तर नोकर!'

'गुमान रहा आता!'

'असे ओरडत कुँवर साहेब वसुधाकडे गेले आणि हळूच आवाज दिला. जेव्हा काही उत्तर मिळाले नाही. तर हळूच त्यांनी तिच्या माथ्यावर हात ठेवला. डोके गरम तव्याप्रमाणे होते. त्या तापाने त्यांचा सगळा राग पळून गेला. धावत बंगल्यात आले, झोपलेल्या लोकांना जागी केले, पलंग टाकला. अचेत वुसुधाला उचलून घेत खोलीत आणले. झोपवले. मग तिच्याकडे व्यथित नजरेन पाहू लागले. त्या धुळीने माखलेल्या चेहऱ्याला आणि विस्कटलेल्या, धुळीने माखलेल्या केसात आज त्यांनी आग्रहमय प्रेमाची झलक पाहिली होती. आजपर्यंत त्यांनी वसुधाला विलासिनी म्हणूनच पाहिले होते. ज्याला तिच्या प्रेमाची पर्वा नव्हती. जी तिच्या साज-श्रंगारातच मग्न होती, आज धुळीचा पावडर आणि पोमेडमध्ये तो तिच्या नारीत्वाचे दर्शन करीत होते. त्यात किती आग्रह होता, किती लालसा होती, तिच्या स्वप्नात बुडालेली, आता ती पिंजऱ्याच्या दारात येऊन पंख फडफडत आहे. पिंजऱ्याचे दार उघडून तिचे स्वागत करू नये?

स्वयंपाक्याने विचारले-काय हुजूर एकट्या आल्यात?'

कुँवर साहेब ने कोमल स्वरात म्हटले-होय, आता काय. इतकी माणसं आहेत, कोणाला सोबत आणले नाही. रेल्वेगाडीने आरामात येऊ शकत होत्या. येथून मोटार पाठवली असती. मनाचेच केले. किती जोराचा ताप आहे. डोक्यावर हात ठेवणे कठीण आहे. जरासे पाणी गरम करा आणि काही भोजनाचं काही पहा.

स्वयंपाकी तोंड धरत बोलला-शंभर कौसाचा प्रवास खूप असतो सरकार. संपूर्ण दिवस प्रवासातच बसून गेला.

कुँवर साहेबाने वसुधाच्या मानेखाली उशी ठेवत म्हटले-किस तर आपल्या लोकांचा निघतो. दोन दिवस कंबर ठीक होत नाही. मग हिचं काय होणार. इतका खराब रस्ता जगात दुसरीकडे कुठे नसेल.

असे म्हणत त्यांनी एका बाटलीतून तेल काढले आणि वसुधाच्या डोक्यावर चोळू लागले.

४

वसुधाचा ताप २१ दिवस उतरला नाही. घरचे डॉक्टर आले. दोन्ही लेकरं, मुनीया, नोकर-चाकर, सगळे आले. जंगल मे मंगल झालं.

खाटेवर पडल्या पडल्या कुँवर साहेबाकडून सेवा करून घेण्यात वसुधाला मोठा आनंद मिळत होता. ते दिवसा बराच वेळ झोपत असत. आता किती लवकर उठून तिच्या आरोग्याची आणि तिला काय पाहिजे नको याची काळजी घेत. थोड्या वेळासाठी भोजन आणि स्नानासाठी जात. पुन्हा येऊन बसत. एक तपस्याच करीत होते. त्यांचे आरोग्य बिघडत चालले होते, चेहऱ्यावर ते तेज नव्हते. थोडे व्यस्तच असायचे.

एक दिवशी वसुधा म्हणाली-आज काल शिकारीला जात नाहीत? मी तर शिकार करायला आले होते, पण माहीत नाही कोणाची नजर लागली. तुम्हाला माझी सेवा करावी लागली. आता मी ठणठणीत आहे. जरा आरशात मुखडा तर पाहू!'

कुँवर सोहबाला इतके दिवस शिकारीची कधी आठवणच आली नव्हती. त्याबद्दल कोणी बोलतच नव्हतं. शिकार करणारांचे येणे जाणे-बोलणे सगळं बंद होतं. एक सोबतच्या सोबत्याने वाघाची शिकार केल्याचा उल्लेख केला होता. कुँवरसाहेबांने त्याच्याकडे अशा वक्र दृष्टीने पाहिले की तो गर्भगळीतच झाला. वसुधाजवळ बसणे, तिच्यासोबत बोलणे, औषध आणि दवा पथ्य करण्यात त्यांना आनंद मिळत होता. त्यांचे भोगविलासी जीवन कठोर व्रत करण्यात जणू विझले होते. वसुधाच्या एका हाताच्या बोटावर रेषा ओढण्यात नग्न होते. शिकार हा शब्द जरी कोणाच्या तोंडून ऐकला तर त्यांच्याकडे वक्र दृष्टीने पहात. वसुधाच्या तोंडून शिकारीच्या आहारी गेलेले हा शब्द ऐकून त्यांना वाईट वाटले. ती त्यांना शिकारीच्या आहारी गेलेले समजत होती. अमर्ष भरे स्वर मे बोले-शिकार खेळण्याची यापेक्षा चांगली संधी कोणती असणार नाही.

वसुधाने आग्रह केला-मी तर आता ठीक आहे, खरचं! (आरशाकडे दाखवत) माझ्या चेहऱ्यावर पिवळेपणा राहिलेला नाही. तुम्ही अलबत्ता आजारी पडल्यासारखे झाले आहात. थोडे मन रमेल. आजारी माणसाजवळ बसून आजारी पडण्याची शक्यता असते.

वसुधाने तर सामान्य चर्चा केली होती, पण कुँवर साहेबांच्या हृदयावर ते बोलणे ठिणगी समान भासले. इकडे ते त्यांच्या शिकारीच्या नादाबद्दल अनेकदा पश्चाताप करून बसले होते. ते जर शिकारीच्या मागे विनाकारण लागले नसते तर, वसुधा इथे कशाला आली असती, आजारी कशाला पडली असती? मनातली मनात त्यांना याचे दुःख होते. यावेळी काही बोलले नाहीत. कदाचित काही बोलवल्या गेले नाही. मग वसुधाच्या हातावर रेषा ओढू लागले.

वसुधाने त्याच सरळ भावाने म्हटले-यावेळी बक्षीसात काय काय गोळा केले आहे. जरा मागवा, पहाते. त्यांच्या अनेक खोलीत फरशी, गादी, कोच, खुर्च्या, मोढे सगळं कातड्याचं होतं. अंथरायचं आणि पांघरायचं देखील कातडीच होतं. वाघाच्या कातडीचे अनेक सूट बनवले होते. शिकार करताना तेच सूट वापरले जात होते. आताही बरेच सिंग, पंजे, कातडे गोळा करून ठेवली होती. वसुधाचे या गोष्टीने बरेच मनोरंजन होईल. असे समजू नका की वसुधाने सिंहद्वारातून नाही तर चोर दरवाज्यातून प्रवेश करण्याचा प्रयत्न केला आहे. जाऊन त्या वस्तू उचलून आणल्या. परंतु माणसाला पडद्याच्या आड उभा करून एकटेच त्या वस्तूच्या जवळ गेले. घाबरत होते! त्यांची उत्सुकता वसुधाला वाईट तर वाटणार नाही ना.

वसुधाने उत्सुक होत विचारले-बक्षीस आणले?'

'आणले आहे, पण मध्येच डॉक्टर साहेब आले तर?'

डॉक्टने लिहिणे वाचण्यास मनाई केली हाती.'

बक्षीस आणण्यात आले. कुँवरसाहेब एक एक वस्तू काढून दाखवू लागले. वसुधाच्या चेहऱ्यावरची लाली कित्येक आठवड्यापासून पाहिली नव्हती. जसा एखादे बालक तमाशा पाहून खूश होत असते. आजारातून बाहेर आल्यावर आपणही मुलाप्रमाणे जिद्दी, तितकेच

अतूर, तितकेच सरळ होत असतो. ज्या पुस्तकात कधी मन लागत नाही, ते आजाराच्या काळात वाचले जाते. वसुधा अशा आनंदाच्या मांडीवर खेळू लागली. वाघांचे कातडे होते, वाघांची, हरिणांची, डुकरांची. वसुधा प्रत्येक कातड्याकडे मोठ्या उत्साहाने पहात होती. जणू चित्रपटात एका चित्रामागून दुसरे चित्र येत आहे. कुँवरसाहेब एका एका वस्तुचा इतिहास सांगत होते. हा प्राणी कसा मारला, त्याची शिकार करताना काय काय अडचणी आल्या. काय काय करावे लागले, पहिल्यांदा कुठे गोळी लागली इत्यादी. वसुधा प्रत्येक कथा डोळे वटारून ऐकत होती. इतका जिवंतपणा, स्फुर्ती, आनंद आजपर्यंत कोणत्या कवितेत, संगीतात किंवा आमोद मध्येही आला नव्हता. सर्वांत सुंदर सिंहाचे कातडे होते. ती तिने निवडले!

कुँवरसाहेबांची ती आवडती वस्तू होती. त्यांनी ती त्यांच्या खोलीत लटकवून ठेवण्यासाठी ठेवली होती. म्हणाले-तू वाघाच्या कातडीपैकी दुसरे काहीही घे, ही काही इतकी चांगली वस्तू नाही.

वसुधाने कातड्याला स्वतःकडे ओढत म्हटले-तुमचा सल्ला ठेवा बाजूला. मी खराबच घेणार.

कुँवरसाहेब जणू डोळ्यातले पाणी पुसत म्हणाले-तु तेच घे. मी तुझ्यासाठीच म्हणत होतो. मी पुन्हा अशीच दुसरी शिकार करील.

'तुम्ही तर मला फसवत होते ना?'

'कोण कशाला फसवील?'

'घ्या बरं माझी शपथ की ही सर्वांत सुंदर कातेडे नाही म्हणून?' कुँवरसाहेब पराभव पचवत हसत म्हणाले-शपथ का घेऊ? एका कातडीसाठी? असे असे एक लाख कातडे तुझ्यावर कुर्बाण करील.

जेव्हा शिकारी सगळे कातडे घेऊन गेले, तेव्हा कुँवर साहेब म्हणाले-मी कातडी वर काळ्या शाईने माझे समर्पण लिहिणार आहे.'

वसुधाने थकून गेल्याने पलंगावर आडवी झाली आणि म्हणाली-आता मी शिकार खेळायला येणार. मग ती विचार करू लागली. ती पण एखादा सिंहाची शिकार करील आणि त्याचे कातडे पतीदेवाला भेट देईल. त्यावर लाल शाईने लिहिले जाईल-प्रियतम!

जो दिवा मंद पडून प्रत्येक व्यवहार, प्रत्येक पदार्थावर अंधार असा झाला होता, तो दिवा आता पेटला होता.

५

शिकारीची बातमी ऐकण्याची वसुधाला सवयच लागली. कुँवरसाहेबांना अनेकदा त्यांचे अनुभव ऐकवावे लागले. ते ऐकून जीव भरत नव्हता. आजपर्यंत कुँवरसाहेबांचा संसार वेगळा होता, ज्याचे सुख दुःख, फायदा तोटा, आशा-निराशा याचं वसुधाला काही देणं घेणं नव्हतं. वसुधाला या शिकारीच्या जगात काही आवड नव्हती, तर नावड होती. कुँवरसाहेब देखील या वेगळया जगाच्या गोष्टी तिच्यापासून दूर ठेवत. पण आता वसुधा त्यांच्या जीवनात एक उज्जवल प्रकाश, एक वरदानाची देवी समान बनली होती.

एका दिवशी वसुधाने आग्रह केला-मला बंदूक चालवणे शिकवा.'

डॉक्टरांची परवानगी मिळण्यास वेळ लागला नाही. वसुधा ठीक झाली होती. कुँवरसाहेबांनी सकाळी सकाळी तिला दीक्षा दिली. त्या दिवसापासून पहावे तेव्हा, वृक्षांच्या खाली नेम धरण्याचा अभ्यास सुरू झाला आहे आणि कुँवरसाहेब उभा राहून तिची परीक्षा घेत आहेत.

ज्या दिवशी पहिली चिमणी मारण्यात आली, कुँवरसाहेब आनदांने वेडे झाले. नोकरांना बक्षीस देण्यात आले. ब्राह्मणांना गाय देण्यात आली. या आनंदाच्या शुभ समृतीमध्ये त्या प्राण्याची समाधी बांधण्यात आली.

वसुधाच्या जीवनात आता एक नीवन उत्साह, एक उल्हास, एक नवीन आशा होती. पहिल्याप्रमाणे तिचे वंचित ह्रदय अशुभ कल्पनेमुळे त्रस्त नव्हते. आता तिच्यात विश्वास होता, शक्ती होती, प्रेम होतं.

६

अनेक दिवसानंतर वसुधाची ईच्छा पूर्ण झाली. कुँवरसाहेब तिला सोबत घेऊन शिकारीला जाण्यास तयार झाले आणि शिकार होती सिंहाची आणि असा सिंह ज्याने इकडे एक महिन्यापेक्षा अधिक काळापासून गावात खळबळ माजवली होती.

सगळीकडे अंधार होता, इतका दाट की पृथ्वी तिच्या अंधाराने कन्हत असावी असे वाटावे. कुँवरसाहेब आणि वसुधा एका उंच माच्यावर नेम धरून बसले होते. तो भयंकर प्राणी होता. अलिकडेच गेल्या रात्री त्याने माचावर झोपलेल्या माणसाला शेतातून ओढून नेले होते. त्याच्या हुशारीने तर लोक चकितच झाले. माचवा इतका उंच होता की सिंह उडी मारूनही तसे करू शकत नव्हता. हो, पण त्याने पाहिले होते की एक व्यक्ती माचव्यावर बाहेर डोके करून झोपला आहे. दुष्टाला एक कल्पना सुचली. तो जवळच्या गावात गेला आणि तिकडून एक बांबू उचलून आणला. बाबूंच्या एका टोकाला त्याने चावले आणि जेव्हा ते ब्रशसारखे झाले, तर त्याने माहीत नाही कसे पण ते झोपलेल्या व्यक्तीच्या केसातून फिरवले. त्याला माहित होते की केस बाबूंच्या ब्रशमध्ये अडकतील. एक झटक्यात तो दुर्दैवी व्यक्ती खाली येऊ लागला. या मनुष्यभक्षी सिंहाच्या भीतीने दोन शिकारी बसले होते, खाली काही अंतरावर म्हैस बांधली होती आणि सिंह येण्याची प्रतिक्षा केली जात होती. कुँवरसाहेब शांत होते, पण वसुधाची छाती धडधड करीत होती. थोडे जरी पान हलले असते तर ती दचकली असती आणि बंदूक रोखायची सोडून थेट दचकून कुँवरसाहेबाला चिपकली असती. कुँवरसाहेब मध्ये मध्ये तिला धीर देत असत.

'जसाही तो म्हैसकडे येईल, मी त्याचे काम तमाम करील. तुझ्यावर गोळी मारण्याची वेळच येणार नाही.'

वसुधाने सिहरकर रोमांचित होत म्हटले-आणि नेम चुकला आणि तो बिथरला तर?'

'मग काय दुसरी गोळी सोडावी लागेल. तिन्ही बंदुका भरून ठेवल्या आहेत. तुला भीती तर वाटत नाही?'

'अगदीच नाही. मला वाटतं, पहिल्यांदा मी गोळी मारावी.'

पाने हलली. वसुधा घाबरून पतीच्या खांद्याला चिपकली. कुँवरसाहेबाने तिच्या मानेभोवती हात टाकत म्हटले-मन घट्ट कर प्रिये! वसुधाने लज्जित होऊन म्हटले-नाही, नाही. मी घाबरत नाही, थोडी दचकले होते?'

अचानक म्हैसजवळ दोन ठिणग्या दिसल्या. कुँवरसाहेबाने हळूच वसुधाचा हात दाबून सिंह येण्याची सूचना दिली आणि सतर्क झाले. जेव्हा सिंह म्हैसजवळ आला. तर त्यांनी गोळी मारली. लागली नाही. दुसरी फेरी झाडली. सिंह जखमी तर झाला, पण खाली पडला नाही. क्रोधाने इतका जोराने गर्जला की वसुधाच्या काळजात धस्स झाले. कुँवरसाहेब तिसरी गोळी मारणार होते, इतक्यात सिंहाने माचावर जस्त उडी मारली. त्याच्या उजव्या पंजाच्या धक्याने माचवा इतका हालला की कुँवरसाहेब बंदुकीसहित खाली पडले. किती भीषण वेळ होती! एक क्षणाचा जरी विलंब झाला असता तरी कुँवरसाहेबाची काही खैर नव्हती. सिंहाचे ज्वालासमान डोळे वसुधाच्या समोर चमकू लागले. त्याचा दुर्गंधयुक्त श्वास देहाला जाणवत होता. हात पाय थरथरले होते. डोळे आतली आत गेले होते. पण या संकटाने तिच्या नसात वीज कोसळली होती. त्यांनी त्यांची बंदूक सांभाळली. सिंह आणि त्यांच्यात दोन हातापेक्षा अधिक अंतर नव्हते. तो धावलाच होता तोच वसुधाने बदुंकीची नळी तिच्या डोळयाला लावली आणि गोळी सोडली. धायँ! सिंहाचे पाय कमजोर झाले. खाली पडला. आता समस्या आणखी गंभीर होती. सिंहाच्या तीन चार हाताच्या अंतरावर कुँवरसाहेब पडले होते. कदाचित मार अधिक लागला असावा. सिंहात जर अजूनही दम असेल तर तो कुँवरसाहेबांवर हल्ला करीलच. वसुधाचे डोळे डोळयात आणि जोर मनागटात. यावेळी तिच्या देहात भाला जरी भोसकला असता तरी तिला समजले नसते. ती तिला काही कळत नव्हते. तिची बेशुद्धीच चेतनेचं काम करीत होती. तिने वीजेचा दिवा लावला. पाहिले, सिंह उठण्याचा प्रयत्न करीत आहे. दुसरी गोळी डोक्यात मारली आणि त्याच्या सोबतच बंदुक घेत खाली उडी मारली. सिंह जोराने गर्जला, वसुधाने त्याच्या समोर बंदुक रिकामी केली. कुँवरसाहेब सावरले, उभा राहिले. पळत येऊन तिला छातीला धरले. अरे! हे काय! वसुधा तर बेशुद्ध होती! भय तिच्या प्राणाला मुठीत घेऊन तिची आत्मरक्षा करीत होते. भय कमी कमी होताच मूर्च्छा आली.

७

तीन तासानंतर वसुधाची मूर्च्छा गेली. तिची चेतना अद्यापही त्या भयानक संकटाची कल्पना करीत होती. तिने हळूच घाबरत घाबरत डोळे उघडले. कुँवरसाहेबाने विचारले-'कसे वाटत आहे प्रिये?'

वसुधाने त्यांच्या रक्षणासाठी दोन्ही हाताचा विळखा करीत म्हटले-बाजूला व्हा, नाहीतर, अंगावर येईल.'

कुँवरसाहेब हसत म्हणाले-सिंह कधीचाच थंड झाला आहे. तिथे तो अंगणात पडला आहे. इतका शानदार आणि इतका भयंकर सिंह मी पाहिला नव्हता.

'तुम्हाला लागले तर नाही कुठे?'

कुँवर-अजिबात नाही.'

तू उडी का नाही मारली? पायात मोठी जखम झाली असेल. तू कशी वाचलीस? हे आश्चर्य आहे. मी इतक्या उंचावरून कधी उडी मारू शकलो नसतो.

वसुधाने चकित होत म्हटले-मी! मी कुठे उडी मारली? सिंह माचव्यावर आला, इतके आठवते. त्यांनतर काय झाले माहीत नाही.

कुँवरला पण नवल वाटले-वाह! त्याच्यावर दोन गोळया झाडल्या. जेव्हा तो खाली पडला, तेव्हा तू पण उडी मारली आणि त्याच्या तोंडात बंदुकीची नळी घातली, झालं तिथेच तो थंड झाला. फारच निर्दयी जनावर होतं. तुझा नेम चुकला असता, तर त्याने खाली आल्यावर माझ्यावर जरूर हल्ला केला असता. माझ्याकडे तर चाकू पण नव्हता. बंदुक हातातून निसटून दुसरीकडे पडली होती. अंधारात काही सुचत पण नाही. तुझ्याच कृपेने मी इथं उभा आहे. तू मला प्राणदान दिले आहेस.

दुसऱ्या दिवशी सकाळी त्या ठिकाणाहून काढता पाय घेतला.

जे घर वसुधाला खायला उठत होतं, त्यात जाऊन आता आनंद वाटत होता, जणू एखाद्या हरवलेल्या मित्राची भेट झाली आहे. प्रत्येक वस्तू तिचं स्वागत करीत आहे, असं वाटत होतं. ज्या नोकरांना आणि मुलींना ती कधी बोलली नव्हती. त्यांना ती आज हसून हसून त्यांची विचारणा करीत होती. गळयात पडत होती. जणू मागील काही दिवसांचा रूसवा फुगवा काढत आहे.

सांजवेळेचा सूर्य, आकाशाच्या स्वर्ण-सागरात नौका चालवत चालला होता. वसुधा खिडकीच्या समोर बसून समोरचा देखावा पाहू लागली. त्या दृष्यात आज जीवन होते, विकास होता, उन्माद होता. केवटचे ते ओसाड झोपडे देखील आज किती सुंदर भासत होते. निसर्गात मोहिनी भरलेली होती.

मंदिराच्या समोर मुनीया राजकुमारांना खेळवत होती. वसुधाच्या मनात आज कुलदेवाबद्दल श्रद्धा जागृत झाली, जी वर्षापासून पडून होती. तिने पूजेचं सामान मागावलं आणि पूजा करू लागली. आनंदाने भरलेल्या भंडारातून ती आता दान पण करू शकत होती. जळत्या हृदयातून ज्वालाशिवाय दुसरे काय निघाणार!

त्याचवेळी कुँवर साहेब येत म्हणाले-बरं, पूजा करायला निघालीस. मी तिकडे चाललो होतो. मी एक नवस केला आहे.

वसुधाने हसऱ्या डोळ्याने विचारले-कोणता नवस?

कुँवर साहेबाने हसून म्हटले-ते नाही सांगणार.

www.ingramcontent.com/pod-product-compliance
Lightning Source LLC
LaVergne TN
LVHW100537051026
849519LV00003B/823
* 9 7 8 9 3 7 6 9 6 4 7 0 3 *